கட்டடம் சொல்லும் கதை

கட்டடம் சொல்லும் கதை

ஆர். வெங்கடேஷ்

கிழக்கு

கட்டடம் சொல்லும் கதை

Kattadam Sollum Kathai

R. Venkatesh ©

Kizhakku Edition: December 2023

216 Pages

Printed in India.

ISBN : 978-93-86737-95-3

Kizhakku - 1347

Kizhakku Pathippagam
177/103, First Floor, Ambal's Building, Lloyds Road,
Royapettah, Chennai - 600 014. Ph: +91-44-4200-9603
Email : support@nhm.in Website : www.nhm.in

kizhakkupathippagam kizhakku_nhm

Author's email id: abhivencat1965@gmail.com

Kizhakku Pathippagam is an imprint of New Horizon Media Private Limited

நம் வாழ்வை சுவாரஸ்யமாக்கும் இந்நகரத்துக்கு...

உள்ளே

முன்னுரை

ஒரு நகரின் வரலாற்றை எழுதுவதற்கு நிறைய வழிகள் இருக்கின்றன. பழைய பத்திரிகைகளையும் செய்தித்தாள்களையும் நாடலாம். பயணக்குறிப்புகள் உதவும். வாழ்க்கை வரலாறுகளைச் சேர்த்துக்கொள்ளலாம். ஆனால் எழுத்துகள் மட்டுமல்ல தரவுகள். கட்டடங்களும் தரவுகளின்கீழ்தான் வரும். அவை பல கதைகளைச் சேமித்து வைத்திருக்கின்றன.

நமக்கு முன்பு வாழ்ந்த சமூகம் எப்படி இருந்தது? சமூக விழுமியங்கள் எவ்வாறு இருந்தன? மக்கள் எத்தகைய கட்டடங்களை எழுப்பினார்கள்? அவற்றின் வடிவமைப்பு எப்படி இருந்தது? எந்த மாதிரியான பாணியை அவர்கள் பின்பற்றினர்? ஏன்? கட்டுமானத்துக்கு எத்தகைய தொழில்நுட்பத்தை அவர்கள் கையாண்டனர்? அவர்களுடைய பொருளாதாரப் பின்புலம் எப்படி இருந்திருக்கவேண்டும்? இப்படி நுணுக்கமான பல விஷயங்களைக் கட்டடங்களிலிருந்து நாம் தெரிந்துகொள்ளலாம்.

இந்நூல் சென்னையின் வரலாற்றைக் கட்டடங்களின்மூலம் விவரிக்கிறது. பல்லாவரம் மலையில் உள்ள ஒரு 1300 வருட பல்லவர் குகை இப்போது தர்காவாகப் பயன்படுத்தப்படுகிறது. ஒருவேளை இது சென்னையின் மிகப் பழமையான கட்டடமாக இருக்கலாம்.

அதுபோல இன்றைய சென்னை, பண்டைய காலத்திலிருந்தே பல கட்டடங்களைக் கொண்டிருக்கிறது. சோழர்கள், விஜயநகர் கட்டமைப்புகள் இருக்கும் பெரும்பாலான இடங்கள் பிரிட்டிஷ் நகரமான மெட்ராஸைச் சுற்றியுள்ள கிராமங்களில்தான் இருந்தன. வேகமாக வளர்ந்து வரும் மெட்ராஸ் அவ்விடங்களையும் உள்வாங்கிக்கொண்டுவிட்டது.

முன்னேற்றம் என்ற பெயரில் கட்டடங்கள் அடிக்கடி இடிக்கப் படுகின்றன. பல கட்டடங்களை முன்னேற்றத்தின் பலிபீடத்தில்

தியாகம் செய்ய வேண்டியிருந்தது. பழைய கட்டடங்கள் வரலாற்றின் மிக முக்கிய அடையாளங்களில் ஒன்றாகும். உண்மையில் ஒரு நகரமானது அதன் பழைய, வரலாற்றுக் கட்டடங்களைப் பாதுகாக்க வேண்டும். ஆனால் யார் கேட்கிறார்கள்? பழைய கட்டடங்களை இடித்துவிட்டுப் புதிய கட்டடங்கள் கட்டப்பட வேண்டுமா என்பது நீண்ட காலமாகச் சர்ச்சைக்குரிய பிரச்னையாக இருந்து வருகிறது.

சென்னையின் பாரம்பரியக் கட்டடங்கள் பல காலப்போக்கில் உருமாற்றம் அடைந்துவிட்டன. அதே சமயம், 200 ஆண்டுகளுக்கு முன்பு கட்டப்பட்டவையும் இன்றும் நல்ல முறையில் பாதுகாக்கப்பட்டு, பராமரிக்கப்படுகின்றன.

சென்னையின் புராதன அடையாளங்களுள் சிலவற்றைத் தேர்ந்தெடுத்து அந்த அடையாளங்கள் உருவாகி, வளர்ந்த கதையை இந்நூலில் விவரித்திருக்கிறேன். கட்டடங்கள் சொல்லும் கதையைக் கேட்கலாம், வாருங்கள்.

அன்புடன்

ஆர். வெங்கடேஷ்

1

வானுயர்ந்த எல்.ஐ.சி.

தமிழ் திரைப்படங்களில் கதாநாயகன் பட்டினம் சேர்ந்துவிட்டான் என்று சொல்ல ஓர் எளிய யுக்தியைப் பயன்படுத்துவார்கள். பக்கம் பக்கமாக வசனம் எழுத வேண்டாம். சுருள் சுருளாகப் படம் எடுக்க வேண்டாம். மதராஸில் வானுயர்ந்த எல்.ஐ.சி. கட்டடத்தின் தோற்றத்தை ஒருமுறை காட்டினால் போதுமானது. கதாநாயகன் பத்திரமாகச் சென்று மதராஸ்வாசியாகி விட்டான் என்று எல்லோரும் ஒரு மனதாக ஒப்புக்கொள்வார்கள். அந்த அளவிற்கு

எல்.ஐ.சி என்பது சென்னை நகரத்தைக் குறிக்கும் ஓர் அடையாளமாகத் திகழ்கிறது.

இரண்டு ஆண்டுகளுக்கு இந்தியாவின் மிக உயரமான கட்டடமாக இருந்த எல்.ஐ.சி., கல்லாலும் மண்ணாலும் உருவாக்கப்பட்ட கட்டடம் என்பதைவிட ஓர் இலட்சியவாதியின் கனவு என்பதே உண்மை. புதிதாக இந்தியா பெற்ற விடுதலையின் பிரதிபலிப்பு கூட.

எம்.சிடி.எம். சிதம்பரம் செட்டியார், தென்னகத்தின் மிகப்பெரிய வணிக குடும்பம் ஒன்றின் வாரிசு. ஆனால் தனது குடும்பத்தின் குலத் தொழிலான காசுக்கடை வேண்டாமென்று உதறியவர், தன் சமூகத்தார் கொடிகட்டிப் பறந்த வழக்கமான வணிக இடங்களான பர்மா மற்றும் மலாயாவையும் வேண்டாம் என்று ஒதுக்கிவிட்டு, இந்தியாவில் தன் சொந்த நிறுவனங்களில் முன்னேறினார்.

40 வயதுக்குள் சிதம்பரம் ஒரு காப்பீட்டு நிறுவனம், ஒரு ரேயான் தொழிற்சாலை (தென்னிந்தியாவின் மிகப் பெரிய தொழில் முயற்சி) மற்றும் 'தி இந்தியன் ஓவர்சீஸ் வங்கி'யை ஆரம்பித்து விட்டார். இந்த முயற்சிக்கெல்லாம் மகுடம் சூட்டுவதுபோல மதராஸின் பழமையான மவுண்ட் ரோடு எனப்படும் அண்ணாசாலையில் இந்தியாவின் மிக உயரமான கட்டடத்தைக் கட்டி அவரது தொழில்களுக்குத் தலைமையகம் அமைக்கத் திட்டமிட்டார்.

அந்தக் காலகட்டத்தில், நியூயார்க்கில் கட்டப்பட்ட ஐக்கிய நாடுகளின் கட்டடம் உலகின் மிகவும் பிரபலமான கட்டடம் ஆகும். சிதம்பரமும் இதேபோன்ற கட்டடத்தை மவுண்ட் ரோட்டில் உருவாக்க விரும்பினார். அதற்கு 'யுனைடெட் இந்தியா பில்டிங்' என்ற பெயரையும் தேர்வு செய்திருந்தார். இந்தியாவிலேயே 18 மாடி கொண்ட மிக உயரமான கட்டடம் என்ற அவரது கனவைக் கேட்டபோது ஆங்கிலேய கட்டட வல்லுனர்கள் பிரவுன் மற்றும் மௌலின் ஆகியோர் வியந்திருக்கலாம். (தில்லியில் அப்போதுதான் AIIMS கட்டடத்தை உருவாக்கிக் கொண்டிருந்தனர்.)

கட்டடத்திற்காகத் தேர்ந்தெடுக்கப்பட்ட ஐந்து ஏக்கர் இடம் காலனித்துவக் கட்டடங்களால் சூழப்பட்டிருந்தது. அவை ஒவ்வொன்றும் ஒரு புத்தகத்தை நிரப்பப் போதுமான வரலாற்றைக் கொண்டிருந்தன. அவற்றுக்கெல்லாம் சவாலாக, தான் கட்டப்போகும் கட்டடம் அமைய வேண்டும் என்று சிதம்பரம் நினைத்தார். அதைச் செய்து முடிக்க அவருக்கு நிதியும் இருந்தது, ஆற்றலும் இருந்தது. ஆனால் விதியோ நேரத்தை மட்டும் கொடுக்கவில்லை.

ஆச்சரியத்திலும் ஆச்சரியம்! இந்தக் கட்டடம் மனிதர்கள் போலவே தனக்கென ஒரு மனதைக் கொண்டிருப்பதாகத் தோன்றியது. தொடக்கத்தில் அதற்கென முன்மொழியப்பட்டப் பெயர், அதன் வரைத் திட்டம், சொந்தக்காரர், கட்டடக் கலைஞர் என்று கட்டடம் முடிவடையும்போது ஏதும் தொடரவில்லை.

1953இல் கட்டுமானம் தொடங்கப்பட்டவுடன் பிரச்னைகள் தொடங்கியது. லண்டனைத் தலைமையகமாகக் கொண்ட கட்டடக் கலைஞர்கள் வெளிநடப்பு செய்தனர். இறுதியில் மதராஸ் கட்டடக் கலைஞர் சித்தலே கட்டுமானத்தை வடிவமைத்து முடித்தார்.

துரதிர்ஷ்டவசமாக, கட்டடம் கட்டுமானத்தில் இருந்தபோது, தொலைதூர சிங்கப்பூருக்கு, சிட்னியில் இருந்து வந்த BOAC காமெட் விமானம் தரையிறங்கும் போது தீ பிடித்தது. விபத்தில் பயணிகள் அனைவரும் உயிருடன் எரிக்கப்பட்டனர். பெரும் பாலான உடல்கள் அடையாளம் காணப்பட முடியாமல் பொதுவான சவக்குழியில் புதைக்கப்பட்டனர். அவர்களில் ஒருவர் சிதம்பரம் செட்டியார். இந்தத் துயரமான தருணத்தில் மேலும் மாற்றங்கள் நிகழ்ந்தன. இந்திய காப்பீட்டு வணிகங்கள் 1956 இல் தேசியமயமாக்கப்பட்டன. எனவே கட்டடம் கட்டும் பொறுப்பை மத்திய அரசாங்கம் தனது பொறுப்பில் எடுத்துக் கொண்டது. அதன் உயரம் 18 தளங்களிலிருந்து 13 தளங்கள் மற்றும் 2 அடித்தளமாகக் குறைக்கப்பட்டது.

15 தளங்களைக் கொண்டுள்ள கட்டடம் அமைக்க கூவம் ஆற்றுக்கு மிக அருகே இருந்த இடம் துரதிர்ஷ்டம் என்று கருதிய கட்டட வல்லுநர்கள் பெரும் செலவில் தரையிலிருந்து 35 அடி ஆழம் வரை அடித்தளங்கள் அமைத்தனர். ஆனால் இந்தக் கட்டடத்திற்கு அருகில் கூவம் ஆறு அமைந்தது எவ்வளவு அதிர்ஷ்டம் என்று பிற்காலத்தில்தான் தெரிந்தது!

177 அடி கட்டுமானத்தில் சுமார் 1,000 டன் எஃகு மற்றும் 3,000 டன் சிமெண்ட் பயன்படுத்தப்பட்டது. 26,000 சதுர அடி (அரை கால்பந்து மைதானத்தின் அளவு) கண்ணாடி. உபயோகிக்கப்பட்டது.

1959 ஆம் ஆண்டு கட்டுமானப் பணிகள் நிறைவடைந்து, அதே ஆண்டு ஆகஸ்ட் 23 அன்று அப்போதைய மத்திய நிதி அமைச்சர் மொரார்ஜி தேசாயால் கட்டடம் திறக்கப்பட்டது. அதன் பெயர் 'ஆயுள் காப்பீட்டுக் கழக (LIC) கட்டடம்' என்று சூட்டப்பெற்றது.

கட்டிமுடிக்கப்பட்ட கட்டடம் கண்ணாடி முகப்புடன் கூடிய வானுயர்ந்த கட்டடமாகக் காணவே கண் கொள்ளாக் காட்சியாக

இருந்தது. அழகான கட்டுமானம் என்றாலும் அந்தக் கட்டடம் புகழ் பெற்றது அதன் உயரத்துக்குத்தான். கட்டடம் முடிந்து இரண்டு ஆண்டுகள் வரை இந்தியாவின் மிக உயரமான கட்டடமாக இந்த LIC கட்டடமே பிரசித்தி பெற்றிருந்தது. பின்னர் 2 ஆண்டுகளில் பம்பாயில் எழுந்த உஷா கிரண் கட்டடத்தால் அந்தச் சாதனை விஞ்சப்பட்டது. ஆனால் சென்னையின் அதி உயரமான கட்டடமாக மேலும் 35 ஆண்டுகளாக அதன் சாதனை தொடர்ந்தது.

அடித்தளங்களில் ஒன்றில் இந்தியாவின் ஆரம்பக்காலத் தனியார் கணினிகளில் ஒன்றை (அப்போது ஐபிஎம் இயந்திரம் என்று அழைக்கப்பட்டது) பொருத்தினார்கள். இங்கு வேலை செய்த 1500 ஊழியர்கள் மேலும் கீழுமாக லிஃப்ட் சாதனத்தில் பறந்தார்கள்.

ஜுலை 11, 1975 அன்று, LIC கட்டடத்தில் ஒரு மிகப் பெரிய தீ விபத்து ஏற்பட்டது. பல தீயணைப்பு வண்டிகள் போராடியும் தீ அடங்கிய பாடில்லை.

அந்த ஆண்டு மதராஸில் பெரும் வறட்சி வேறு நிலவியது. தண்ணீர்ப் பற்றாக்குறையால் கட்டடம் எரிந்தாலும் பரவாயில்லை என்று வேடிக்கை பார்க்கும் நிலையில்தான் நகரத்தின் அன்றைய சூழல் இருந்தது.

பின்னர் யாரோ ஒரு புத்திமானின் யோசனையில் தண்ணீர் லாரிகள் கொண்டு வந்து அருகில் இருந்த கூவம் ஆற்றில் இருந்து தண்ணீர் கொண்டு தீயணைக்கப்பட்டது.

இப்பொழுது சொல்லுங்கள்! கூவம் நதி LIC கட்டடத்துக்கு அதிர்ஷ்டம்தானே!

2

ரிப்பன் மாளிகை

அதிகாரப் போராட்டங்கள் அரிதாகவே ஆக்கப்பூர்வமான வளர்ச்சிக்கு வழிவகுக்கும். ஆனால் மெட்ராஸ் கார்ப்பரேஷன் உருவானது அந்த அரிய நிகழ்வுகளில் ஒன்று.

மதராஸ் கிழக்கிந்தியக் கம்பெனியின் ஆட்சியில் இருக்கும்போது அதன் தலைவர் (அவ்வப்போது பிரெஸிடெண்ட், அவ்வப்போது ஆளுநர்) சக்கரவர்த்தி போல் செயல்படுவது சகஜம். மனித அடிமைகளை வாங்கி விற்று வர்த்தகம் செய்த அமெரிக்க

வம்சாவழியினர் எலிஹூ யேல் மதராஸை எதேச்சதிகாரமாக ஆண்டுகொண்டிருந்த காலமது. (பிற்காலத்தில் அமெரிக்க யேல் பல்கலைக்கழகம் அவரின் நினைவில் பெயரிடப்பட்டது.)

யேலின் சக்திகளைக் கட்டுப்படுத்த மதராஸில் ஒரு மாற்றுச் சக்தி மையத்தை உருவாக்க 1687 ஆண்டில் கார்ப்பரேஷனை உருவாக்கியது கம்பெனியாரின் லண்டன் அலுவலகம். இருப்பினும் வெளிப்படையாக சொன்ன காரணம், ராட்சஸ வேகத்தில் வளர்ந்து வரும் நகரத்திற்கு ஒரு முறையான உள்ளாட்சி அமைப்பு தேவை என்பதுதான். அதுவரை ஓர் அதிகாரி, ஒரு கணக்குப்பிள்ளை மற்றும் பெத்தநாயக்கர் (காவல்துறை) ஆகியோரால் நிர்வகிக்கப்பட்டது மதராஸ்.

கோட்டைக்குள் ஒரு நூற்றாண்டுக்குப் பிறகு, கார்ப்பரேஷன் அலுவலகம் பிளாக் டவுனில் உள்ள எரபாலு தெருவில் வாடகைக் கட்டடம் ஒன்றுக்கு மாற்றப்பட்டது. நகரம் வளர வளர அதைக் கண்காணிக்கும் நகராட்சியின் மகிமைக்கு ஏற்ப அரசாங்கம் மெட்ராஸ் கார்ப்பரேஷனுக்கு அதன் சொந்த அலுவலகத்தைக் கொடுக்க முடிவு செய்தது.

அதற்கான பெரிய இடம் ஒன்றுக்கு தேடுதல் தொடங்கியது. ஆனால் அவ்வளவு பெரிய இடம் கோட்டைக்குள்ளோ டவுனுக்குள்ளோ இல்லை.

சென்னையின் மிகப் பெரிய பொழுதுபோக்கு இடமான பீப்பில்ஸ் பார்க் பூங்காவின் ஒரு பகுதியைக் கையகப்படுத்த அரசாங்கம் முடிவு செய்தது. கட்டடத்துக்கு வேலை ஆரம்பித்து, ‘ரிப்பன் கட்டடம்’ என்று பெயர் சூட்டப்பெற்றது. ரிப்பன் பிரபு இந்தியாவின் வைஸ்ராயாகப் பணியாற்றி 25 வருடங்கள் கழித்தே இந்தப் பெயர் சூட்டப்பட்டது என்பது குறிப்பிடத்தக்கது.

சரி, யார் இந்த ரிப்பன்? சரியாகச் சொல்லப் போனால் ரிப்பன் என்பது இங்கிலாந்தில் ஓர் ஊர். அதன் ஜமீன்தார் போன்ற ஒரு பட்டமான ‘மார்க்வெஸ்’ அந்தஸ்து அவருக்கு. அந்த நேரத்தில் உலகின் மிகச் சக்திவாய்ந்த கட்டடங்களில் ஒன்றில் ரிப்பன் பிறந்தார். ஆம். 10 டவுனிங் தெருவில் உள்ள பிரிட்டிஷ் பிரதம மந்திரியின் வீட்டில் (அவரது தந்தை பிரதமராகப் பணியாற்றியபோது) பிறந்தார். ஜார்ஜ் ஃபிரடெரிக் சாமுவேல் ராபின்சன் என்ற பெயர் சூட்டப்பெற்றார்.

ஆனால் அவரால் தன் தந்தையின் பாதையைப் பின்பற்ற முடியவில்லை. தாழ்த்தப்பட்ட மற்றும் அடிமைப்பட்ட மக்களிடம்

அவர் கொண்டிருந்த மென்மையான அணுகுமுறை ஆங்கிலேயர்களின் காலனித்துவ லட்சியங்களுடன் பொருந்தவில்லை என்பதே காரணம்.

ரிப்பன் இந்திய வைஸ்ராயாக (மன்னருக்குப் பதிலானவர் என்று பொருள்) இருந்தபோது இந்திய வம்சாவளி மக்களுக்கு ஆதரவாக பல முக்கியச் சட்டங்களை நிறைவேற்றினார். 'ரிப்பன் எங்கள் அப்பன்' என்று மக்கள் சொல்வதுண்டு. இன்றும் உரிமை என்று நினைத்து, பலர் அனுபவித்து வரும் சலுகைகள் அவர் ஆரம்பித்து வைத்ததுதான். அவரது தொழிற்சாலைச் சட்டம் தொழிலாளர்களுக்கு வாரந்தோறும் ஒரு விடுமுறை மற்றும் வேலைநாளில் ஒரு மணி நேர ஓய்வும் கொடுத்தது. ஏழு வயதுக்குட்பட்ட குழந்தைகளைத் தொழிற்சாலைகள் மற்றும் சுரங்கங்களில் வேலை செய்யத் தடை விதித்தது.

அவரது இல்பர்ட் மசோதாவில், நீதிமன்றக் குற்றவாளிக் கூண்டில் நிற்கும் ஐரோப்பியர்களை இந்திய நீதிபதிகள் விசாரிக்கலாம் என்ற ஷரத்தைக் கொண்டு வந்ததும், ஆங்கிலேயர் பலருக்கு அதிர்ச்சி. பதவிக்காலம் முடியும் முன் தாய்நாட்டுக்குத் திருப்பி அனுப்பப்பட்டார் ரிப்பன். உண்மையைச் சொல்லப் போனால் ரிப்பனின் பதவிக்காலத்திற்குப் பிறகுதான் இந்தியாவில் விடுதலை கேட்கும் சுய ஆட்சி இயக்கங்களின் குரல்கள் பெருகின.

டிசம்பர் 11, 1909 இல் இந்தியாவின் வைஸ்ராய் பிரபு மிண்டோவால் ரிப்பன் கட்டடத்திற்கான அடிக்கல் நாட்டப்பட்டது. ஏற்கெனவே மவுண்ட் ரோட்டில் நிறுவப்பட்டிருந்த ரிப்பன் சிலை கார்ப்பரேஷன் புல்வெளிக்கு மாற்றப்பட்டது. கட்டடத்துடன் சமச்சீராக இல்லாததால், இது பிற்காலத்தில் சேர்க்கப்பட்டது என்பது பார்த்தவுடன் புரியும். நீதிக்கட்சித் தலைவர் தியாகராய செட்டி சிலையே மையத்தில் உள்ளது.

ரிப்பன் மாளிகை, கட்டடக் கலைஞர் ஹாரிஸ் என்பவரால் வடிவமைக்கப்பட்டது. அப்போது மதராஸில் பிரபலம் என்றால் அது இந்தியக் கட்டட அம்சங்களை உள்ளடக்கிய இந்தோ சார்செனிக் (Indo saracenic) கட்டடப் பாணிதான். முகலாய மற்றும் ராஜபுட்டானிய கட்டடம் போலிருக்கும் இந்தச் சிவப்புக் கட்டடங்களை மதராஸ் முழுவதும் காணலாம்.

ஆனால் ரிப்பன் கட்டடம் கிளாசிக்கல் பாணியில் கட்டப்பட்டு ஐரோப்பியக் கட்டடம் போலிருக்கும். கட்டடம் முடிந்த பின் ஹாரிஸ் அதன் மேல் எட்டு அடி உயரமுள்ள கடிகாரக் கோபுரத்தைப்

பொருத்தினார். மணிக்கு ஒரு முறை அதன் ஓசை லண்டனில் உள்ள பிக் பென் ஒலியைப் போல ஒலித்தது. ஒருவேளை நாட்டிலிருந்து வெகு தொலைவில் வசிக்கும் வெள்ளையர்களுக்கு அவர்களின் வீட்டை நினைவூட்ட வைக்கப்பட்டதோ?

பெங்களூரைச் சேர்ந்த லோகநாத முதலியார் இந்தக் கட்டடத்தைக் கட்டினார். வேலை மிகவும் சவாலாய் அமைந்தது. காரணம், கூவம் மற்றும் பக்கிங்காம் கால்வாய் நடுவில் இருந்த சதுப்பு நிலத்தில் கட்டுமானம் கட்ட வேண்டியிருந்தது. முழு மண்ணையும் மாற்றுவது கேள்விக்குறியாக இருந்தது. அதனால் ஆங்காங்கே சுட்ட மண் வளையங்களைத் தரையில் இறக்கி, அதில் சுண்ணாம்பையும் செங்கற்களையும் நிரப்பினார்கள்.

சூளைமேட்டிலிருந்து கூவம் வழியாகப் படகுகளில் செங்கற்கள் கொண்டு செல்லப்பட்டன. கட்டடத்துக்கு இயற்கையான வெளிச்சத்தை வழங்க, இரண்டு முற்றங்கள் இணைக்கப்பட்டன. ஒவ்வொரு தளமும் மெட்ராஸ் டெரஸ் கூரையுடன் இருந்தது. ரோமானியப் பாணியில் தூண்கள் மற்றும் வளைவுகள் செங்கல் மற்றும் சுண்ணாம்பு பயன்படுத்திக் கட்டப்பட்டன. கட்டடம் வெள்ளை வர்ணம் பூசப்பெற்றது.

மாநகராக மதராஸ் மாறியது இந்தக் கட்டடத்திலிருந்துதான். முக்கிய அரசியல்வாதிகள் மேயர் பதவியை வகித்துள்ளனர், இது அவர்களுக்குப் பெரிய பதவிகளுக்குப் படிக்கட்டாக அமைந்தது.

அவர்களில் சிலர் தங்களுடைய ஒரு வருடப் பதவிக் காலத்தில் நகருக்கு நீடித்த மாற்றங்களைச் செய்தனர். 1940களில் சத்தியமூர்த்தி பூண்டி நீர்த்தேக்கத்தை உருவாக்கி மதராஸுக்கு நிரந்தரமாக நீர் ஆதாரத்தைக் கொடுத்தார்.

அதே நேரத்தில் வெங்கல் சக்கரைச் செட்டி 1942 ஆம் ஆண்டு ஜப்பானியக் குண்டுவெடிப்புப் பயத்தின் மத்தியில் சென்னை மிருகக்காட்சிச் சாலையில் உள்ள அனைத்து ஆபத்தான விலங்குகளையும் சுட்டுக் கொல்லக் கட்டளையிடும் ஆணையையும் இங்குதான் கையொப்பமிட்டார்.

இன்று வளாகத்தில் ஒரு புதிய ஐந்தடுக்கு இணைப்பு ரிப்பன் கட்டடத்தில் இருந்து சுமைகளை எடுத்துவிட்டது. எனினும் சென்னை மெட்ரோ ரயில் பணியால், ரிப்பன் கட்டடத்தில் விரிசல் ஏற்பட்டது. ரிப்பன் கட்டடத்தின் முக்கியத்துவத்தை உணர்ந்து ஒரு பெரிய சீரமைப்பு முயற்சி செய்து அதன் அசல் மகிமைக்கு மீண்டும் கொண்டு வந்துள்ளார்கள்.

3

பாரிஸ் கார்னர்

அங்கு வசிக்கும் மனிதர்களின் தோல் நிறத்தை வைத்துத் தானாக வந்தது அந்த ஊருக்கு ஒரு பெயர் - கருப்பர் நகரம்.

அலெக்சாண்டரை விட அதிக நிலத்தை ஆளப்போகும் ஒரு பிரிட்டிஷ் இளவரசரின் வருகையையொட்டி ஆங்கிலேய அரசாங்கம் அதற்குக் கொடுத்த மாற்றுப்பெயர் - ஜார்ஜ் டவுன்.

ஒரு நகரத்தின் முக்கியப் பகுதியாக, ஏன், ஒரு காலத்தில் அந்த நகராகவே திகழ்ந்த பகுதிக்கு இப்படி இரண்டு பெயர்கள்

வழங்கப்பட்டிருந்தாலும், அந்த நகரின் மக்கள் அந்தப் பெயர்களை யெல்லாம் மறந்து அவ்விடத்தை அழைப்பதென்னவோ அங்கு இருக்கும் ஆயிரம் கட்டடங்களில் ஒன்றை வைத்துத்தான்.

இதில் நகைச்சுவை என்னவென்றால் முதலில் அந்தக் கட்டடத்துக்கும் அந்தப் பெயர் சூட்டப்படவில்லை.

பாரிஸ் கார்னர் என்றால் சென்னையில் தெரியாதவர் இல்லை. கறுப்பின நகரத்தின் தென்கிழக்கு மூலையில் இருக்கிறது டேர் ஹவுஸ். 250 ஆண்டு காலமாக கொடிகட்டிப் பறக்கும் பாரி நிறுவனத்தின் தலைமைச் செயலகம். இரண்டு முக்கிய சாலைகள் சந்திக்கும் இடத்தில் இருப்பதால் பாரிஸ் கார்னர்.

அதன் பெயருக்கு ஒரு முரண்பாடாகக் கறுப்பர் நகரத்தில் வெள்ளைக்காரர்களும் வாழ்ந்தனர். கிழக்கிந்திய நிறுவனத்தைத் தவிர அனைத்துப் பெரிய ஐரோப்பிய நிறுவனங்களும் கறுப்பர் நகரத்தில்தான் இருந்தன. நகரத்தையே தன் உடமை போல நடத்தி வந்த கிழக்கிந்திய நிறுவனத்திற்கு நேரடிப் போட்டியாக இல்லாமல், கவனமாகச் செயல்பட்ட சில வணிகர்கள் வர்த்தகம் செய்ய அனுமதிக்கப்பட்டபின், அவர்கள் நகரின் மிக ஐஸ்வரியம் கொண்ட மனிதர்களாக மாறிப்போனார்கள்.

அவர்களுள் முக்கியமானவர் தாமஸ் பாரி. இங்கிலாந்துக்கு அருகிலுள்ள வேல்ஸைச் சேர்ந்தவர். இண்டீஸில் (அப்போது ஆசியாவின் பெயர்) வர்த்தகம் மேற்கொள்ளும் மக்கள் அபரிமித செல்வம் சம்பாதிக்கும் கதைகளைக் கேள்விப்பட்டு அவர், ஆசியாவிற்குப் போர் வீரர்களைக் கொண்டு செல்லும் கப்பல் ஒன்றில் ஏறினார். ஏழையான பாரி டிக்கெட் வாங்க வசதி இல்லாமல் பயணச்சீட்டை ஈடுகட்ட மாலுமியாகப் பணிபுரிந்தார். 105 நாட்கள் பயணத்தில் சென்ற பிறகு, கப்பல் மதராஸில் நங்கூரமிட்டபோது அவர் காணாமல் போனார். ஏனெனில், அவரது பெயர் அதன் பதிவேட்டில் கப்பலிலிருந்து தப்பியோடியவர் எனக் குறிப்பிடப் பட்டிருந்தது. கையில் காசில்லாமல் இறங்கிய பாரிக்கு மதராஸின் பெரும் செல்வந்தராக மாறுவதற்குப் பிடித்த காலம் பத்து ஆண்டுகள்தான்.

ஆனால் 21 வயதான பாரி மதராஸில் வெற்றி பெறுவதற்கு முன்பு ஒரு கடினமான காலத்தை அனுபவித்தார். லாட்டரிச் சீட்டுகள் விற்றார். செய்தித்தாள்களை அச்சிட்டார். பல வணிகங்களில் தனது அதிர்ஷ்டத்தைச் சோதித்துப் பார்த்தார். பாரி செய்த பல்வேறு தொழில்கள், காலனித்துவ மதராஸில் உழைக்க விருப்பமுள்ள ஒருவருக்குக் கிடைத்த பல வாய்ப்புகளை எடுத்துக் காட்டுகிறது.

கிழக்கிந்திய கம்பெனியினர், வணிகர்களுக்குத் தொழில் செய்ய உரிமம் வழங்கியிருந்தாலும், அவர்கள் ஒருபோதும் தனக்குப் போட்டியாளர்களாக மாறாமல் பார்த்துக்கொண்டனர். தாமஸ் பலமுறை நிறுவனத்தின் அதிருப்தியில் சிக்கிக் கொண்டார். ஒரு முறை சிலோனுக்கு நாடுகடத்தப்பட்டதும் நடந்தது.

சாந்தோமில், பாரி இந்தியாவின் முதல் நவீனத் தொழிற்சாலையைத் தொடங்கி, அதில் தோல் பதனிட்டு பூட்ஸ் தயாரித்து, அமெரிக்காவிற்கு ஏற்றுமதி செய்தார். பாரி சாந்தோமில் கடலைப் பார்க்கும்படிக் கோட்டைபோல வீட்டைக் கட்டிக்கொண்டு ஆனந்தமாக வாழ்ந்தார். ஆனால் உலக இன்பங்களில் மூழ்கி, கடையை மூடிவிட்டு சிலகாலம் ஆற்காடு நவாப்பின் பணியாளராகவும் அவர் மாற வேண்டியதாயிற்று.

பின்னர் நவாபின் குடும்பத்திலிருந்து கருப்பர் நகரில் தென் கிழக்கு மூலையில் ஒரு நிலத்தை வாங்கிக்கொண்டார் பாரி. கீழ்த் தளங்களில் பொருள் சேமிக்கும் குடோன்கள் மற்றும் உயர் தளங்களில் கடலைப் பார்க்கும் அலுவலகங்களைக் கட்டிக்கொண்டார். மதராஸில் அப்போது அகலமான கடற்கரை இல்லை என்பதால் கடல் சீற்றமாக இருக்கும்போது அவர் வீட்டு வாசலை நெருங்குமாம்.

கவர்னர் கிளைவ் அனைத்து வணிகங்களையும் கோட்டையிலிருந்து வெளியேற்றியபோது, வர்த்தகக் கப்பல்கள் கோட்டைக்கு எதிரே வராமல் பிளாக் டவுனுக்கு எதிரே நங்கூரமிடத் தொடங்கின. அதனால் மதராஸ் வந்தவுடன் கப்பல்கள் பாரியின் கட்டடத்தையே முதலில் பார்க்க நேர்ந்தது.

பாரி 1824ஆம் அண்டு கடலூர் அருகே காலராவுக்குப் பலியானபின், பரங்கிப்பேட்டை தேவாலயத்தில் அடக்கம் செய்யப்பட்டார்.

அதன் பின் தொடர்ச்சியான உரிமையாளர்கள் பாரி நிறுவனத்தை உச்சக்கட்டத்துக்குக் கொண்டு சென்ற பிறகு, பழைய பாரி கட்டடத்தை அகற்ற நிர்வாகம் முடிவு செய்தது.

1940களில் முற்றிலும் வேறு விதமாக மாறிக்கொண்டிருந்தது கட்டுமானத் தொழில். கான்கிரீட்டின் வருகை உலகம் முழுவதும் கட்டடப் பாணியை மாற்றியது. (இன்று உலகில் தண்ணீருக்கு அடுத்தபடியாக அதிகம் பயன்படுத்தப்படும் பொருள் கான்கிரீட்தான்.)

கட்டடங்களுக்கு அவர்கள் விரும்பும் வடிவத்தையும் உயரத்தையும் கான்கிரீட் கொண்டு கொடுக்க முடியும் எனக் கட்டடக் கலைஞர்கள்

புரிந்து கொண்டார்கள். கட்டடத்தின் அமைப்பில் இது பெரும் மாற்றங்களைச் சாத்தியமாக்கியது. வளைந்த கட்டடங்கள், நீட்டிக்கப்பட்ட பால்கனிகள் போன்றவை கட்டடங்களுக்கு அழகு சேர்த்தன.

கான்ரீட் வந்தவுடன் உருவான கட்டடப் பாணி ஆர்ட் டெகோ. அதைக் கொண்டு புதிய பாரி கட்டடம் வடிவமைக்கப்பட்டது. 12 லட்சம் செலவில் கல்கத்தாவைச் சேர்ந்த பல்லார்டி, தாம்சன் மற்றும் மேத்யூஸ் ஆகியோரால் திட்டமிடப்பட்டுக் கட்டப்பட்டது.

ஆனால் விதியின் விநோதத்தால், பாரியின் தலைமையகம் மற்றொரு மனிதனின் பெயர் கொண்டிருக்கிறது. புதிய கட்டடத்துக்குப் பாரியின் பெயரைச் சூட்ட முடிவு செய்தபோது, ஒரு விசித்திர பிரச்னை எழுந்தது. ஒரு வர்த்தகத்தின் பெயரில் இயங்கும் கட்டடத்தில் தாங்கள் குடியிருந்தால், அது அந்த வர்த்தகத்துக்கு இலவசமாக விளம்பரம் செய்வது போலாகும் என்று அந்தக் கட்டடத்தில் வாடகைக்கு இருந்த அமெரிக்கத் துணைத் தூதரகம் ஆட்சேபம் தெரிவித்தது.

கட்டடத்தைக் காலி செய்வோம் என்று மிரட்டிய அமெரிக்கர்களை இழக்க விரும்பாமல், தாமஸ் பாரியின் கூட்டாளிகளில் ஒருவரின் பெயர் கட்டடத்துக்குச் சூட்டப்பட்டது. பாரி தலைமையகம் இன்று ‘டேர் ஹவுஸ்’ என்று அழைக்கப்படுகிறது. தாமஸ் பாரி தொடங்கிய நிறுவனம் இன்னும் இங்கு செழித்து வருகிறது. இந்தியாவில் செயல்படும் இரண்டாவது பழமையான நிறுவனம் இது. இருப்பினும் இன்று அது தயாரிக்கும் பெரும்பாலான பொருள்களைப் பாரி திரும்பி வந்தால் அடையாளம் காண முடியாது. காலம் அவ்வளவு மாறி போச்சு. நுகர்வோர் சுவைகளும் கூடத்தான்.

4

காவலுக்கு ஒரு சுற்றுச்சுவர்

கருப்பர் நகரின் வடக்கு எல்லையில் இப்ராஹிம் சாஹிப் தெருவில் ஒரு பொதுப் பூங்கா இருக்கிறது.

மற்ற பூங்காக்களைப் போலல்லாமல் ஓர் உயர்ந்த கட்டடத்தின் மேல் இருப்பதால் தாவரங்களை ரசிக்க சில படிகள் ஏற வேண்டும். அதனால் இது ‘மாடிப் பூங்கா’ என்று அழைக்கப்படுகிறது. அருகில் உள்ள டாஸ்மாக் கடைக்குச் சென்று நேரே இங்கு வந்து சோம்பிப் படுத்திருக்கும் பலரும் தோட்டத்தின் சரித்திர முக்கியத்துவத்தை

உணரவில்லை. உள்ளூர்வாசிகள் கூடச் சரித்திரம் தெரியாமல் இந்தப் பூங்காவைக் கடந்து செல்கின்றனர்.

வரலாற்றின் ஆரம்பக் காலத்திலிருந்தே, ஆக்கிரமிப்பாளர் களிடமிருந்து தங்களைப் பாதுகாத்துக்கொள்ளச் சுற்றுச்சுவர்தான் முதல்கட்ட ஆயுதம் என்பதை மனிதன் உணர்ந்திருந்தான். செயின்ட் ஜார்ஜ் கோட்டையில் கிழக்கிந்திய நிறுவனம் முதலில் கட்டியதும் சுற்றுச் சுவரைத்தான். ஆனால், ஒரு கட்டத்தில் கோட்டையின் செழிப்புக்குப் பூர்வீகக் குடிமக்கள் வாழ்ந்த கருப்பர் நகரமும் மிக முக்கியமானது என்பதைக் கோட்டையில் உள்ள சக்திகள் உணர்ந்தனர். எதிரிகளும்தான்.

ஜார்ஜ் கோட்டை உயர்ந்த சுற்றுச்சுவர்கள், கொத்தளங்கள் மற்றும் பீரங்கிகளால் நன்கு பாதுகாக்கப்பட்டதால், ஹைதர் அலி போன்ற படையெடுப்பாளர்கள் மிக அருகில் செல்வதைத் தவிர்த்தனர். ஆனால் அவர்கள் தங்கள் கவனத்தைக் கோட்டையைச் சுற்றிப் பிளாக் டவுனில் வாழ்ந்த இந்திய வம்சாவளியினர் மீது திருப்பி, அவர்களைத் தாக்கிக் கொள்ளையடித்தனர். கருப்பர் நகரைச் சுற்றி ஒரு பெயரளவு பாதுகாப்புக்காக ஒரு மண் சுவர் மட்டுமே இருந்தது. நல்லதொரு அரண் அமைக்கப்பட வேண்டும் என்று திட்டம் இருந்தாலும், செலவுக்குப் பயந்து தட்டிக் கழித்துக் கொண்டே இருந்தனர் கம்பெனியர்.

முடிவாக சுவர் கட்ட காரணம், மைசூரின் ஹைதர் அலி தான். பிளாக் டவுனைச் சுற்றி ஒரு பாதுகாப்புச் சுவரைக் கட்டலாமா வேண்டாமா என்று எல்லோரும் விவாதித்துக் கொண்டிருக்கையில், ஹைதர் அலியின் குதிரைப்படை சாந்தோம் மற்றும் எழும்பூர் அருகில் திடீரெனத் தோன்றியிருப்பதாக உளவாளிகள் தெரிவித்தனர். சுவரற்ற ஊரைப் பாதுகாப்பது கடினமாக இருந்திருக்கும் என்பதால் செயின்ட் ஜார்ஜ் கோட்டைத் தூதுவர்கள் ஹைதர் அலியின் முகாமிற்குச் சமரசம் செய்து கொள்ள அனுப்பப்பட்டார்கள்.

வலிமையான நிலையில், அடையாறு ஆற்றுக்கு அப்பால் ஹைதர் அலி காத்திருந்தார். தாழ்ந்து சென்று, கெஞ்சாத குறையாக எதிரியை அணுகியதற்கு மனம் புழுங்கினர் ஆங்கிலேயர். தூதுவர்களை ஹைதர் மூன்று நாட்கள் அலைக்கழித்துக் காத்திருக்க வைத்தார். பின்னர் அவர் மெட்ராஸ் மீது தாக்குதல் நடத்த மாட்டேன் என்று உத்தரவாதம் கொடுக்கக் கைமாறிய தொகை வெளியில் தெரியவில்லை. எனினும் இந்த ஒப்பந்தம் ஆங்கிலேயருக்கு மரியாதைக் குறைவானது என்று மட்டும் மர்மமாகச் சென்று வந்த பிரிட்டிஷ் பிரதிநிதி தன் நாளேட்டில் எழுதி வைத்தார். இந்த

அவமானத்திற்குப் பிறகு சுவரைக் கட்டுவது ஓர் அவசரத் தேவையாகக் கருதப்பட்டது.

போர் அபாயம் நிறைந்த நகரின் வடக்கிலும் மேற்கிலும் சுவரைக் கட்டுவதற்கு முன்னுரிமை அளித்து 1772 இல் அப்பணி நிறைவடைந்தது. சுவர் கட்டும் இடத்துக்கு வெளியே பெருவாரியாக மக்கள் ஏற்கெனவே வாழச் சென்றுவிட்டார்கள். அதனால் சுவரில் ஏழு வாயில்களைப் பொருத்தத் திட்டமிருந்தது. வாயில்களுக்குப் பெயர்கள் கூட இருந்தன. யானை வாசல், படகோட்டி வாசல் என்றும், திருவொற்றியூர் வாசல், எண்ணூர் வாசல் என்றும் அழைக்கப்பட்டன. மருத்துவமனை வாசல், புதிதாக நிறுவப்பட்ட பொது மருத்துவமனைக்குச் சென்று வர மக்களை அனுமதித்தது.

சுவரில் மொத்தம் 17 கொத்தளங்கள். இரண்டு கொத்தளங்களுக்கு இடையே உள்ள தூரம் 300 யார்ட். (ஒரு யார்ட் ஒரு மீட்டரை விடச் சற்றுக் குறைவான அளவு). படைவீரர்கள் அணிவகுத்துச் செல்லும் அளவுக்குச் சுவர் அகலமாக இருந்தது. வெடிமருந்துகள் மற்றும் பொருள்களை வழங்குவதற்காக மாட்டு வண்டிகள் முழு நீளத்திற்கும் சுவர் மேல் செல்ல முடியும். கனமான பீரங்கிகளை மேலே ஏற்ற சரிவான கட்டுமானங்கள் ஆங்காங்கே இருந்தன.

பிளாக் டவுன் சுற்றுச்சுவர் மூன்றரை மைல்களுக்குத் திட்டமிடப்பட்டது. ஒதுக்கப்பட்ட பட்ஜெட் அனைத்துப் பக்கங்களிலும் சுவர் கட்டப் போதுமானதாக இருந்திருக்க வேண்டும். ஆனால் அதை வடிவமைத்த பென்ஃபீல்டின் செலவுகள் எப்பொழுதும் திட்டத்தை மிஞ்சும். (இப்படித்தான் நவாபின் அரண்மனையைக் கட்டுகிறேன் பேர்வழி என்று நவாபையே நடுத்தெருவுக்குக் கொண்டு வந்துவிட்டான்.)

சுவரில் முக்கால்வாசி கட்டி முடிக்கப்பட்டபோது பணம் இல்லாமல் போனது. சொந்தப் பணத்தைக் கொடுப்பதற்குப் பதிலாக, அந்தச் சுவர் பூர்வீக மக்களின் பாதுகாப்பிற்காக மட்டுமே இருப்பதால், அதன் செலவை அவர்களே ஏற்க வேண்டும் என்று கம்பெனி நினைத்தது. செலுத்த வேண்டிய தொகையானது சாதியின் அடிப்படையில் அறிவிக்கப்பட்டது. செட்டிகள் அதிகபட்சமாக 2,000 பகோடாக்களை (சுமார் 7000 ரூபாய்) செலுத்த வேண்டியிருந்தது.

கட்டடச் செலவுகளைச் சமாளிக்க கம்பெனி வரி ஒன்றை வசூலிக்கப்போகிறது என்றவுடன் பிரிட்டிஷ் பாராளுமன்றம் இந்த நிகழ்வைப் பற்றி விவாதித்து, மதராஸில் மக்கள் வரிச்சுமையால்

துன்புறுத்தப்படுவதாகக் கூறியது. மக்களிடமும் கடுமையான எதிர்ப்பைக் கண்டபின், வரி விதிக்கப்படவில்லை. சுவர் முழுமையடையாமல் இருந்தது. அதை ஒட்டி ஓடிய சாலை, 'வால் டாக்ஸ் ரோடு' என்று பெயர் பெற்றது.

சில ஆண்டுகள் கழித்து மைசூர் இராணுவப் படையெடுப்பின் ஆபத்து ஏற்பட்டபோது, கம்பெனி சுவரின் மேல் பீரங்கிகளை ஏற்றியது. ஆனால் சுவரின் சக்திகளைச் சோதிக்கத் தயங்கினர் எதிரிகள். பின் அதுவே பழக்கமானது. அதன்பின் கறுப்பு நகரத்திற்கு அருகில் எதிரிகள் எங்கும் வராததற்கு அந்தச் சுவரே காரணமாக இருந்திருக்க வேண்டும். ஆனாலும் அதையெல்லாம் யார் யோசிப்பார்கள்?

சில திட்டங்கள் நீண்ட காலமாக இழுக்கப்படுவதால், அவை முடிவடைவதற்கு முன்பே அவை உபயோகமற்றதாகிவிடும். பிளாக்டவுன் சுவரின் கதியும் அப்படித்தான். காலம் செல்லச் செல்ல செயின்ட் ஜார்ஜ் கோட்டை வரை தைரியமாக அணிவகுத்துச் செல்லும் எதிரி யாரும் சுற்றுவட்டாரத்தில் இல்லை. ஆங்கிலேயர்கள் இந்தியா மற்றும் கிழக்கு ஆசியாவின் அதிகாரமிக்க எஜமானர்களாக மாறியபோது, சுவர் அதன் முக்கியத்துவத்தை இழந்தது மட்டுமல்லாமல், நகரத்தின் விரிவாக்கத்திற்கு ஒரு தடையாகவும் கருதப்பட்டது. ஒரு சிறிய பகுதியைத் தவிர மற்ற பகுதிகள் இடித்துத் தள்ளப்பட்டது.

சுவற்றுக்குள் இருந்த இத்தனை கற்களும் எங்கே போனது என்று நாம் ஆச்சரியப்படலாம். பெரும் விலை கொடுத்து வாங்கியபின், மக்களுக்கு கம்பெனி அவற்றை இலவசமாக நிச்சயம் வழங்கியிருக்காது.

அந்த நேரத்தில் கடல் அலை நகரத்திற்குள் நுழைவதைத் தடுக்கக் கடல் சுவராக புல்வார்க் அரண் கட்டப்பட்டது. நகரச் சுவரின் நீளம் மற்றும் உயரத்தில் ஏறக்குறைய ஒரே மாதிரியாக இருந்தது. கற்கள் அங்கு நகர்த்தப்பட்டிருக்க வேண்டும். நகருக்கு எதிரியிடமிருந்து ஒரு பாதுகாப்புக்குப் பதிலாக இயற்கையிலிருந்து ஒரு பாதுகாப்பு.

1957 இல், மாநகராட்சி மிஞ்சியிருந்த ஒரு சிறிய பகுதிச் சுவரைப் பூங்காவாக மாற்றியது. அதுதான் மாடிப் பூங்கா.

5

ராஜா அண்ணாமலை மன்றம்

1940களில் மதராஸில் தமிழ் தேசியம் மீண்டும் எழுந்தது. மொழியை அடிப்படையாகக் கொண்ட பாரம்பரியத் தென்னக இசை போன்ற கலைகள் இந்தச் சர்ச்சையின் முதல் சுற்றில் ஈடுபட்டன.

1931களில் பேசத் தொடங்கிய தமிழ் சினிமா, இசையை மையமாகக் கொண்டிருந்தது. ஒவ்வொரு சினிமாவிலும் இருந்த 50 பாடல்கள், இயங்குவதற்கு மின்சாரம் தேவையில்லாத கிராமபோன் ஒலிப்பதிவுகளால் மாகாணத்தின் மூலை முடுக்கெல்லாம் பரவின.

கேட்கும் இசையைப் புரிந்துகொள்ள முடிந்தது என்றவுடன் இசை ரசிகர்களிடமிருந்து முணுமுணுப்புகள் எழுந்தன. 'சினிமாவில் அதைச் செய்ய முடியுமானால், எல்லா இசைக்கும் ஆணிவேராகக் கருதப்பட்ட பாரம்பரிய இசை ஏன் நமக்குப் புரியும் மொழியில் இருக்கக்கூடாது?' என்று மக்கள் கேள்வி எழுப்பத் தொடங்கினர்.

காரணம். கர்நாடக இசை பெரும்பாலும் தெலுங்கில்தான் பாடப் பட்டது. சங்கீத மும்மூர்த்திகள் இயற்றிய பாடல்களை மட்டும் பாடியபோது, சபா மேடைகளில் தமிழுக்கு மிகக் குறைவான இடமே இருந்தது. கச்சேரிகளில் தமிழ்ப் பாடல்களைச் சேர்க்க வேண்டும் என்ற நியாயமான கோரிக்கைகள் எழுந்தபோது, அது ஏளனத்துடன் நிராகரிக்கப்பட்டது. மியூசிக் அகாடமியின் கருத்துப் படி தமிழ், இசைக்குத் தகுதியான மொழி இல்லை என்பது தான்.

மியூசிக் அகாடமி, ஒரு கச்சேரியை எப்படி நடத்த வேண்டும் மற்றும் அதன் உள்ளடக்கம் என்னவாக இருக்க வேண்டும் என்பதில் தனது நிலைப்பாட்டைக் கடுமையாக்கிக் கொள்ளவே தமிழுக்குக் குரல் கொடுத்த பல இசைக்கலைஞர்கள் (M.S. சுப்புலக்ஷ்மி முதல் கொண்டு) அகாடமியிலிருந்து வெளியேற்றப்பட்டனர்.

அந்தக் காலகட்டத்தில் தமிழிசையை முன்னுக்குக் கொண்டுவருவதற்கு முயற்சித்தவர்கள் மலைத்தே போய்விட்டார்கள். பலம் வாய்ந்த மியூசிக் அகாடமியை சமூக ரீதியாக எதிர்க்க வேண்டியிருந்தது. தமிழில் புதிய பாடல்கள் உருவாக்கப்பட வேண்டியிருந்தது. (தமிழ் கவிதைகள் கைவசம் இசையமைக்கப் போதுமானதாக இல்லை என்பது உண்மை).

ஆனால், ராஜாஜி ஆதரவுக் குரல் கொடுத்தார். தியாகராஜ பாகவதர், தண்டபாணி தேசிகர் என்று சினிமா கலைஞர்களும் சுப்புலக்ஷ்மி போன்ற கர்னாடக இசைக் கலைஞர்களும் தமிழிசைக் கச்சேரிகள் நடத்தினர். பாபனாசம் சிவன் போன்றவர்கள் புதிய தமிழ் பாடல்களை எழுதித் தள்ளினார்கள். கல்கி, பத்திரிக்கையில் ஆதரவு தெரிவித்தார். ஆனாலும் போராட்டத்தை ஒருங்கிணைத்து வழிநடத்த ஒரு தலைவர் தேவைப்பட்டார்.

அண்ணாமலை செட்டியார், செட்டிநாட்டில் உள்ள கானாடுகாத்தானில் வணிகர் குடும்பத்தில் பிறந்தார். ஆனால் அவரது செல்வாக்கின் காரணமாக அவர் ஆங்கிலேயரிடமிருந்து 'ராஜா' என்ற பட்டத்தைப் பெற்று அரசனைப் போல் வாழ்ந்தார். அவரை எல்லோரும் பரவலாக அழைப்பது ராஜா சார் என்றுதான்.

அண்ணாமலையைப் போல் செல்வந்தர்கள் நகரத்தில் சிலர் இருந்தாலும், சமூகத்தில் அவருக்கு இருந்த செல்வாக்கு வேறு யாருக்கும் இல்லை. அரசியலில் அதீதச் செல்வாக்குக் கொண்டிருந்தார். உதாரணத்திற்கு, அண்ணாமலை தன் மகனை மதராஸ் நகர மேயராக்க வேண்டும் என்பதில் உறுதியாக இருந்தார். (அவரது மூன்று மகன்களும் இந்த உயர்ந்த பதவியைப் பின்னர் வகித்தனர்.) தேர்தல் அறிவிக்கப்பட்டபோது, தனது மகனுக்குத் தேர்தல் விதிமுறையை விட ஒரு வயது குறைவாக இருப்பதை யாரோ சுட்டிக்காட்ட, ஆளுநரிடம் பேசி தேர்தலையே ஓராண்டு தள்ளிவைத்தார்.

அண்ணாமலை தனது பெயரில் ஒரு பல்கலைக்கழகத்தை நடத்தினார். முக்கியமாக அதில் இருந்த இசைக் கல்லூரியில் பல சிறந்த இசைக்கலைஞர்கள் பணியாற்றினர். கர்னாடக இசைத் துரையில் சர்ச்சை ஏற்பட்ட சமயத்தில் தற்செயலாகக் கலைகளின் புரவலராக உருவெடுக்க வேண்டும் என்ற ஆர்வத்தையும் வளர்த்துக் கொண்டிருந்தார்.

தமிழிசை சங்கம் உருவாகக் காரணமும் மியூசிக் அகாடமி தான். வயலினில் மேலும் 3 நரம்புகளைச் சேர்த்த ஒரு வயலின் கலைஞரைக் கண்டிக்க மியூசிக் அகாடமி ஓர் ஒழுங்குமுறைக் குழுவைக் கூட்டி அவரை அதன் வாசலிலிருந்து தடுக்கிறது. அவர் சென்று தனது சொந்தச் சபாவைத் தொடங்கினார். அந்த 'இந்தியன் ஃபைன் ஆர்ட்ஸ் சொசைட்டி'யைத் திறந்து வைக்க, நகரின் முக்கியப் பிரமுகர் ராஜா அண்ணாமலை செட்டியாரை வருமாறு அழைக்கிறார். ராஜாவுக்கு அப்போதுதான் தானே சொந்தச் சபாவை ஆரம்பிக்கலாம் என்ற எண்ணம் வந்தது.

ராஜா ஆரம்பித்த சபாவுக்கு ராஜாஜி 'தமிழ் இசை சங்கம்' என்று பெயரிட்டார். சங்கமோ முதல் நாளிலிருந்தே மியூசிக் அகாடமியின் முக்கிய போட்டியாகத் தன்னை முன்னிறுத்தியது. எட்டு ஆண்டுகளாக ஆர்மேனியன் தெருவில் உள்ள செயின்ட் மேரி ஹாலில் நிகழ்ச்சிகளை நடத்தியது. அதுவும் அகாடமி நிகழ்ச்சிகள் நடக்கும் அதே நாட்களில். தமிழில் இசை புத்துணர்ச்சி பெற்றது.

இருநூறு ஆண்டுகளுக்கு முன் , எதிரிகள் படையெடுக்கிறார்களா என்பதை முன்கூட்டியே பார்ப்பதற்காக ஆங்கிலேயர்கள் தங்கள் கோட்டையைச் சுற்றி ஒரு பெரிய திறந்தவெளியைப் பராமரித்தனர். அவ்விடம் 'எஸ்பிளனேட்' என்று அழைக்கப்பட்டது.

ஆனால் போர் முறைகள் மாறியது மட்டுமல்லாமல் ஆங்கிலேயர்களின் அதிகாரம் வானளாவியது. அதனால் அந்த இடம் நீதிமன்றம் மற்றும் சட்டக் கல்லூரி போன்ற பிற பயன்பாட்டுக்காக ஒதுக்கப்பட்டது.

எஸ்பிளனேடில் காலியாகக் கிடந்த 23 கிரவுண்ட் நிலம் தமிழிசைச் சங்கத்திற்குக் குத்தகைக்கு விடப்பட்டது. சித்தாலே என்ற கட்டடக்கலைஞர், (விரைவில் எல்ஐசி கட்டடத்தைக் கட்டி புகழ் பெற்றவர்), இரண்டு மாடிக் கட்டடத்தை வடிவமைத்தார்.

இது செட்டிநாட்டுக் கட்டடக்கலை மற்றும் பிரெஞ்சு நாட்டு ஆர்ட் டெகோ முறை ஆகியவற்றின் கலவையாக இருந்தது.

வளைந்த படிக்கட்டுகள், பர்மா தேக்குமர வேலைப்பாடுகள் மற்றும் மொசைக் தளங்களைக் கொண்டு சிறப்பாக உருவெடுத்தது. ஆனால் வேலை முடிவதற்குள் ராஜா இறந்துவிட்டார்.

இக்கட்டடத்திற்கு 'தமிழ் இசை சங்கம்' என்று பெயர் சூட்டப்படும் என மக்கள் கருதினர். ஆனால் பலரும் மறைந்த ராஜாவை நினைவுகூர ஆசைப்பட்டதால், 'ராஜா அண்ணாமலை மன்றம்' எனப் பெயர் கொண்டது.

ராஜாவின் பிரம்மாண்டச் சிலை 1964ம் ஆண்டில் சங்கத்துக்கு முன் நிறுவப்பட்டது.

எஸ்பிளனேட் சாலையில் சங்கத்துக்கு எதிரே இருந்த திருவிதாங்கூர் ராஜாவின் (சேரர்களின் வம்சாவளியைச் சேர்ந்த ஓர் உண்மையான ராஜா) சிலையை விட இது மிகப் பெரியதாக இருப்பதை உறுதி செய்தனர்.

ஐம்பதுகளின் பெரும்பாலான சபா நிகழ்ச்சிகள் வாடகை இடங்களில் தற்காலிகமாக அமைக்கப்பட்ட ஓலைக் கூரையின் கீழ் நடத்தப்பட்டபோது, திடமான கட்டடத்தில் விழாவை நடத்திய முதல் பெரிய சபை இதுவாகும். தொடக்க விழாவில், மியூசிக் அகாடமியை ஒருபோதும் விரும்பாத ராஜாஜி, போட்டி சபா அரங்கங்கள் தனக்கு கிஷ்கிந்தாவை (குரங்கு நிலம்) நினைவூட்டு வதாகக் கேலி செய்தார்.

கலைக் கூடம் இசை ஆர்வலர்களை மகிழ்விக்கும் நோக்கத்தில் இருந்தது. மெட்ராஸில் முதன்முறையாக, நவீன ஒலி அமைப்புகள் அறிமுகப்படுத்தப்பட்டன. மேலும் அனைத்துச் சுவர்களும் எதிரொலியைத் தடுக்கும் 'அகவ்ஸ்டிக்' முறைகள் பின்பற்றப் பட்டன.

800 இருக்கைகள், மெதுவாக வளைந்த வரிசைகளில், படிகள் போன்ற தரையில் அமைத்து, மேடையின் பார்வையை யாரும் தவறவிடாமல் பார்த்துக் கொண்டனர். மன்றமோ 48 அடி து 35 அடி பரப்பளவு கொண்ட மேடையுடன் நாடகக் குழுக்களுக்கு மிகவும் பயனுள்ளதாக இருந்தது.

ஆனால் காலம் மாறியது. ராஜா அண்ணாமலை மன்றம் மெட்ராஸ் - ஜார்ஜ் டவுனில் கர்நாடக இசையின் மையத்தில் கட்டப்பட்டது. ஏறக்குறைய அனைத்து இசைக்கலைஞர்களும் ஆரம்பத்தில் அங்கு வாழ்ந்தனர். இருப்பினும், காலப்போக்கில், நகரத்தின் தெற்கு நோக்கி இசையை விரும்பும் ரசிகர்களின் இடம்பெயர்வு நிச்சயமாக, மன்றத்தின் மகிமை நிழலாடியது. ஆனால் இன்றும் செயல்பட்டு வருகிறது.

தாய் மொழியில் இசையைக் கேட்க விரும்புவோரின் ஆசையை நிறைவேற்றிய முதல் மைல் கல் இது என்ற பெருமையைக் கொண்ட கட்டடம்.

6

பட்டணம் பெருமாள் கோயில்

இன்று மாநகரமாக விளங்கும் மெட்ராஸில் கோயில்களுக்குப் பஞ்சமில்லை. பழங்காலத்திலிருந்து சமீப காலம் வரை இங்கு ஆயிரக்கணக்கானக் கோயில்கள் கட்டப்பட்டுள்ளன. அதில் மிகவும் ஆன்மிகப் பெருமை கொண்ட கோயில்களும் உண்டு. இறந்த பெண்ணை சம்பந்தப் பெருமான் உயிர்ப்பித்த மயிலை உள்ளது. கடவுளின் நட்பையும் பெண்ணின் அன்பையும் தேடி சுந்தரர் வந்த திருவொற்றியூரும் உள்ளது. சோழர் பல்லவர் கட்டிய கோயில்களும் இருக்கின்றன.

ஆனால் மெட்ராஸுக்கு மற்றும் ஒரு கோயில் மிகவும் முக்கியமானது.

துபாஷான திம்மப்பா, பூந்தமல்லி நாயக்கருக்கும் கிழக்கிந்திய நிறுவனத்திற்கும் இடையே மெட்ராஸ் குத்தகைக்கான பேச்சுவார்த்தை நடத்தினார். ஆங்கிலேயருக்கும் இந்தியருக்கும் ஒரு பாலமாக விளங்கியவர்கள்தான் துபாஷ்கள். (இரண்டு மொழி தெரிந்தவரே துபாஷ் என்று அழைக்கப்பட்டனர்.) ஒப்பந்தம் செய்யப்பட்ட பிறகு, கோட்டையைச் சுற்றி இந்தியர்களைக் குடியேற்றுவதற்கான பணி அவரிடமே ஒப்படைக்கப்பட்டது. வெள்ளையர் கோட்டைக்குத் திட்டமிடும்போதே, கோட்டையைக் கட்ட வேண்டிய தொழிலாளர்களுக்கும் ஏற்றுமதிக்கு ஜவுளிகளைத் தயாரிக்கும் நெசவாளர்களுக்கும் தங்குமிடத்தை ஏற்பாடு செய்யும் பொறுப்பு திம்மப்பாவினுடையது.

கோட்டையின் தெற்கே ஓர் ஆறு இருந்ததால், கோட்டையின் வடக்கில் கருப்பர் நகரையும், அதன் மையத்தில் ஒரு பெருமாள் கோயிலையும் திம்மப்பா திட்டமிட்டார். அந்தக் கோயிலில்தான் சென்ன கேசவப்பெருமாள் பிரதிஷ்டை செய்யப்பட்டார்.

பட்டணம் பெருமாள் கோயில் அல்லது ‘கிரேட் டவுன் பகோடா’ என்றும் அழைக்கப்படும் இந்தக் கோயில் பக்தியால் உருவானதா? அல்லது வர்த்தகக் காரணங்களுக்காகக் கட்டப்பட்டதா? கோயில் இல்லாத இடங்களில் குடியிருக்க வேண்டாம் என்று ஆரம்பக் காலத்திலிருந்தே சொல்லப்பட்டு வந்ததால், மக்கள் அப்படியொரு கோயில் இல்லாத இடத்திற்குக் குடிபெயர விரும்பமாட்டார்கள் என்று திம்மப்பா நினைத்திருப்பாரோ?

இன்று மெட்ராஸ் ஆயிரக்கணக்கான கோயில்களைக் கொண்டுள்ளது. எனினும் அது தொடங்கப்பட்ட பிறகு அங்குக் கட்டப்பட்ட முதல் கோயிலின் கடவுள் என்ற பெருமை சென்ன கேசவருக்கு உண்டு. மெட்ராஸ் நகரத்தின் முதல் குடிமக்கள் இங்குதான் பிரார்த்தனை செய்தனர். சாதிகளின் அடிப்படையில் இல்லாமல் எல்லோருக்கும் அனுமதி இருந்த முதல் கோயிலும் இதுவாகத்தான் இருந்திருக்கும். சொந்தக் கிராமங்களில் கோயிலுக்குள் செல்லாத பலர், மெட்ராஸில் சுதந்திரமாக உள்ளே சென்று பட்டணம் பெருமாளைச் சந்தித்தனர்.

சென்ன கேசவப்பெருமாள் கோயில் செழித்தோங்கியது. பத்தாண்டுகளில் டவுன் பகொடா என்ற பெயரில் கிழக்கிந்திய கம்பெனியின் ஆவணங்களில் குறிப்பிடப்பட்டுள்ளது.

குடியேற்றத்தை ஈர்க்கும் விதமாகக் கோயில் கட்டும் முறை பிற்காலத்தில் சிந்தாதிரிப்பேட்டை மற்றும் காலடிப் பேட்டையிலும் பின்பற்றப்பட்டது.

ஒரு நூற்றாண்டுக் காலம் ஓடியது. மெட்ராஸின் செல்வத்தைக் கண்டு, பிரெஞ்சுக்காரர்கள் எப்போதும் அதன் மீது ஒரு கண் வைத்திருந்தனர். ஒரு குறுகிய போருக்குப் பிறகு அவர்கள் அதைக் கைப்பற்றுவதிலும் வெற்றி பெற்றனர். முக்கியக் காரணம், கோட்டைக்குள் இருந்த படையினரால் எதிரிகள் அதை நெருங்குவதைப் பார்க்க முடியவில்லை. அதற்குக் காரணம் கோட்டையைச் சுற்றி அடர்த்தியாக இருந்த கருப்பர் நகரம்.

மூன்று ஆண்டுகளுக்குப் பிறகு மெட்ராஸ் மீண்டும் கிழக்கிந்திய நிறுவனத்தின் கைகளுக்கு வந்தபோது, இனி ஒரு போதும் அதை இழக்க மாட்டோம் என்பதில் ஆங்கிலேயர்கள் உறுதியாக இருந்தனர். அதனால் தோல்விக்கு மூல காரணமாயிருந்து, ஜார்ஜ் கோட்டையை அரவணைத்துக் கொண்டு இருந்த கருப்பர் நகரம் தள்ளிச் செல்ல வேண்டும் என்று அவர்கள் ஆர்வமாக இருந்தனர்.

அனைத்து ஐரோப்பியக் கோட்டைகளையும் சுற்றி 'எஸ்பிளனேட்' என்று அழைக்கப்பட்ட ஒரு திறந்தவெளியிருக்கும். அதைப் போல மெட்ராஸுக்கும் கோட்டையைச் சுற்றித் திறந்தவெளி இருந்தால் தான் எதிரியை முன்கூட்டியே பார்க்கலாம் என்ற எண்ணத்துடன், கோட்டைக்குச் சற்று தூரத்தில் ஒரு கோடு வரைந்து, கோட்டுக்குள் வீடு கட்டினால் சிறைப்படுவீர்கள் என்று ஆங்கிலேயர் பொதுமக்களை எச்சரித்தனர்.

கருப்பர் நகரை இடித்துத் தள்ள ஏற்பாடுகள் மும்முரமாக நடந்தது. ஆனால் ஒரு தடங்கல். கோயில் மீது விரல் வைத்தால் மக்கள் கிளர்ச்சியில் எழுவார்களோ என்ற அச்சம்.

ஒரு காலகட்டத்தில் பாண்டிச்சேரியில், கோயிலை இடிக்கும் திட்டம் இருந்தபோது, ஐரோப்பியர்களை நிராதரவாய் விட்டுவிட்டு நகரின் ஒட்டுமொத்த இந்து மக்களும் அணிவகுத்து வெளியே சென்றனர். அது போல ஒரு சம்பவம் இங்கு நடந்துவிடக்கூடாது என்று நினைத்த கம்பெனி தயங்கியது.

பின் ஒரு சக்திவாய்ந்த துபாஷ் முத்துக்கிருஷ்ண முதலியாரின் உதவியை நாடினர். முத்துக்கிருஷ்ணா அதிபுத்திசாலி. அவர், நிறுவனம் சார்பாக இந்தியர்களுக்கு வழங்கும் ஒரு திட்டத்தை வடிவமைத்தார். நிறுவனம் வேறு இடத்தில் ஒரு பெரிய நிலத்தைக்

கொடுக்கத் தயாராக இருந்தது என்றும், கோயிலை மறுபடியும் கட்ட பண உதவியும் கிடைக்கப் போகிறது என்றும் சொன்னார். அதன் மூலம் அவர்கள் இடிக்கப் போகும் ஒரு கோயிலுக்குப் பதிலாக இரண்டு கோயில்களைக் கட்டலாம் என்று மக்களிடம் ஆசைகாட்டினார். உள்ளூர்வாசிகள் ஒரு முணுமுணுப்பு இல்லாமல் திட்டத்தை ஏற்றுக்கொண்டதாகத் தெரிகிறது.

ஒரு மைல் தொலைவில் உள்ள தேவராஜ முதலி தெருவில் 24,000 சதுர அடி நிலம் வழங்கப்பட்டது. அங்கு ஏற்கெனவே வாழ்ந்த 38 குடும்பங்கள் வெளியேற்றப்பட்டன. நிலம் மற்றும் நிதியைப் பயன்படுத்தி சென்னகேசவப் பெருமாள் மற்றும் சென்ன மல்லிகேஸ்வரர் ஆலயங்களை இரட்டைக் கோயில்களாகக் கட்ட முடிவு செய்தனர்.

ஆனால் 15,000 பகோடா கட்டடச் செலவில் சுமார் 10 சதவிகிதத்தை மட்டுமே கம்பெனி வழங்கியது. மணலி முத்துக்கிருஷ்ண முதலி தனது தனிப்பட்ட கணக்கிலிருந்து 5,202 பகோடாக்களை வழங்கியுள்ளார். மீதமுள்ளவை சேகரிக்கப்பட்டு, நன்கொடையாளர் களின் சிலைகள் பல கோயில் தூண்களை அலங்கரிக்கின்றன. 1767 ஆம் ஆண்டு சென்ன கேசவப் பெருமாள் கோயிலின் பணி தொடங்கியது. இரண்டு கோயில்களும் 1780 இல் கட்டி முடிக்கப்பட்டது. நகரத்தின் நன்றியுள்ள குடிமக்கள் இரட்டைக் கோயில்களை பல ஆண்டுகளாக 'கம்பெனி பகோடா' என்று குறிப்பிடுகின்றனர்.

இந்த முதல் கோயிலைத் தொடர்ந்து கருப்பர் நகரில் பல நூறு கோயில்கள் கட்டப்பட்டன. அதனால் நன்கொடை மோசடிகளும் செழித்து வளர்ந்தன. கம்பெனி தானாக முன் வந்து, புதிய கோயில்கள் கட்டுவதைத் தடை செய்யும் நிலையும் வந்தது.

மெட்ராஸின் முதல் கோயிலான சென்ன கேசவர் ஆலயம் இருந்த இடத்தில் இப்போது என்ன இருக்கிறது? முதலில் அது ஆங்கிலேயர்கள் தங்கள் எதிரிகளைத் தூரத்திலிருந்து பார்க்கக்கூடிய ஒரு திறந்தவெளியாக செயல்பட்டது. போர் முறைகள் மாறிய போது கோட்டைகள் மற்றும் எஸ்பிளனேட்கள் தேவையற்றதாக மாறின. மெட்ராஸ் பிரசிடென்சியின் அரசாங்கம் கோட்டைக்குள் இருந்தபோது, அதிகார மையத்திற்கு அருகில் இவ்வளவு பெரிய இடம் பயன்படுத்தப்படாதது தவறு என்று அனைவரையும் நினைக்கத் தூண்டியது.

கோயில் இடிக்கப்பட்ட ஒரு நூற்றாண்டுக்குப் பிறகு, விக்டோரியா மகாராணி மெட்ராஸுக்கு உயர் நீதிமன்றத்தை கட்ட

அனுமதித்தார். ஆங்கிலேயர்கள் அந்த நீதிமன்றத்துக்காக அழகான சிவப்பு நிறக் கட்டடத்தைக் கட்ட முடிவு செய்தனர். சென்ன கேசவர் கொலு வீற்றிருந்த அதே இடத்தில் இன்று சென்னை உயர்நீதிமன்றத்தின் ஏதோ ஒரு பகுதி இருக்கிறது.

நீதிமன்றத்தின் மேற்கே ஒரு மைல் தூரத்தில் பெரிய மண்டபங்கள், மற்றும் 4 மாட வீதிகள் கொண்ட கோயிலில் சென்ன கேசவனும் செங்கமலவல்லித் தாயாரும் வசிக்கின்றனர். அடுத்த மனையில் மல்லிகேஸ்வரரும் பிரம்மராம்பிகாவும் வசிக்கிறார்கள். ஓர் அரிய பழக்கத்தில் இரண்டு கோயில்களும் குளம் மற்றும் தேரைப் பகிர்ந்து கொள்கின்றன. திசை கொண்டு அழைக்கப்பட்ட மாட வீதிகள் நான்கும் பின்னர் பெயர் மாற்றப்பட்டன.

ஒருமுறை திப்பு சுல்தான் படையெடுப்பின்போது, உற்சவர் திருநீர்மலைக்கு அனுப்பப்பட்டதாகவும், திரும்பியபோது தவறுதலாக திருநீர்மலை சிலை இங்கு வந்துவிட்டதாகவும் ஒரு செவி வழிச் செய்தி இருக்கிறது.

அவ்வளவு பழமையானது இல்லையென்றாலும், சென்ன கேசவரின் கோயில், பிரிட்டிஷ் உருவாக்கிய நகரமான மெட்ராஸின் வரலாற்றுடன் பின்னிப் பிணைந்துள்ளது.

சென்ன கேசவப் பெருமாளுக்கும் சென்னை நகருக்கும் உள்ள பெயர் ஒற்றுமை நம்மைச் சிந்திக்க வைக்கிறது. இல்லையா?

7

கிழக்கு இந்திய கம்பெனிக் கல்லூரி

நுங்கம்பாக்கத்தில் உள்ள காலேஜ் ரோட்டுக்கு, அங்கு இயங்கி வரும் புகழ்பெற்ற பெண்கள் கிறிஸ்தவக் கல்லூரியின் பெயர்தான் சூட்டப்பட்டது என்று பலரும் இன்று நம்புகிறார்கள்.

இல்லவே இல்லை!

மெட்ராஸை பெருமைப்படுத்தும் பல நிறுவனங்கள் கல்லூரிச் சாலையில் உள்ளன. இரண்டு நூற்றாண்டுகளுக்கு மேலாக இங்குள்ள வானிலை ஆய்வு மையம் நகரின் மழை மற்றும்

வெப்பநிலையைப் பதிவு செய்தது. மெட்ராஸ் லிட்டரரி சொசைட்டி நூலகத்தில் மெட்ராஸை விட (400 ஆண்டுகள்) பழமையான லத்தீன் மொழி புத்தகங்கள் உள்ளன.

நகரத்தில் உள்ள வேறு எந்தக் கல்லூரிக்கும் முன்பாக இந்தச் சாலையில் ஒரு பழைய கல்லூரி செயல்பட்டது. இன்று உள்ள கல்வி இயக்குநர் வளாகத்தில் இருந்த கிழக்கிந்திய நிறுவனக் கல்லூரியின் நினைவாகத்தான் சாலை பெயரிடப்பட்டது. இப்பகுதியின் வளர்ச்சிக்கு மையமாகத் திகழ்ந்த கிழக்கிந்திய கம்பெனி கல்லூரி 1812 மற்றும் 1854 ஆண்டுகளுக்கு இடையில் இங்குச் செயல்பட்டது.

கிழக்கிந்திய கம்பெனி இந்தியாவின் மீது தனது கட்டுப்பாட்டை விரிவுபடுத்துவதில் ஈடுபட்டபோது, அது பல இந்திய ராஜ்யங்களைக் கைப்பற்றியது. அதனால் அதிகாரிகளைப் பலதரப்பட்ட கலாச்சாரங்களுக்கு பழக்கப்படுத்த வேண்டிய தேவை எழுந்தது. ஒரு கலெக்டராக அவர்கள் ஒவ்வொருவரும் தங்கள் தாயகத்தை விடப் பெரிய நிலத்தை ஆளுவார்கள் என்பதால் அந்தப் பயிற்சிக்கு முக்கியத்துவம் அதிகரித்தது. அதிகாரிகள் உள்ளூர் மொழிகளைக் கற்றுக்கொண்டால், அவர்கள் மிகவும் திறமையானவர்களாக மாறுவார்கள் என்று கம்பெனி நம்பியது.

கிழக்கிந்திய கம்பெனியின் கல்லூரி உண்மையில் ஒரு தனித்துவமான கல்வி நிறுவனம். அதன் பாடத்திட்டம், மாணவர்கள், ஆசிரியர்கள் எல்லாம் மற்றக் கல்லூரிகளில் இருந்து மிகவும் வித்தியாசமாக இருந்தன. அது மட்டுமா? கல்லூரியின் வரலாற்றுத் தாக்கம் இன்று வரை உணரப்படுகிறது.

ஐரோப்பியப் பேராசிரியர்கள் இந்திய மாணவர்களுக்குச் சொல்லிக் கொடுப்பது போலல்லாமல், இந்தக் கல்லூரி தலைகீழாக இருந்தது. அதன் மாணவர்கள் நாட்டை ஆளப் பயிற்சி பெற்ற முக்கிய பிரிட்டிஷ் அதிகாரிகள். அவர்களின் ஆசிரியர்கள் தமிழ் பண்டிதர்கள், உருது கற்பிக்கும் மௌல்விகள், சமஸ்கிருத வல்லுநர்கள் மற்றும் பிற மொழி ஆசிரியர்கள்.

இந்த அதிசயக் கல்லூரி ஒரு வெள்ளைக்காரனின் கனவு. பிரிட்டிஷ் மேலாதிக்கம் நாடு முழுவதும் பரவியபோது, பிரான்சிஸ் வைட் எல்லிஸ் கப்பலில் வந்து மெட்ராஸில் இறங்கினார். நிறுவனத்தில் சாதாரணக் குமாஸ்தாவாகச் சேர்ந்த அவர், மெட்ராஸ் கலெக்டராக உயர 12 வருடங்கள் மட்டுமே ஆனது.

எல்லிஸ் உள்ளூர் கலாச்சாரம் மற்றும் மொழிகளால் பெரிதும் கவரப்பட்டார். எல்லிஸ் இந்திய பாணி ஆடைகளை அணிய

விரும்பியதால், அது அவரது நாட்டு மக்களிடையே ஆச்சரியத்தை ஏற்படுத்தியது.

அவர் தமிழில் கவிதைகள் எழுதுவார். அதற்காக 'சென்னப்பட்டணத்து எல்லீசன்' என்ற புனைபெயரை சூட்டிக்கொண்டார். எல்லிஸ் தனது அரசரான மூன்றாம் ஜார்ஜுக்கு, சோழர் பாணியில் மெய்க்கீர்த்தி எழுதியது சிறப்பு. எல்லிஸ் தமிழில் மட்டுமல்ல எட்டு மொழிகளில் வல்லுனர்.

எல்லிஸ்தான் மெட்ராஸில் ஒரு கல்லூரி தேவை என்று முன்மொழிந்தார். கல்லூரிக்கான இடத்தைத் தேர்ந்தெடுப்பதிலும், கட்டடங்களைத் திட்டமிடுவதிலும், கல்லூரிக்கு ஆசிரியர்களை நியமிப்பதிலும் முக்கியப் பங்காற்றினார். எல்லிஸ் பிராமணர் அல்லாத சாதிகளிலிருந்து ஆசிரியர்களை நியமித்தார். கல்லூரியில் தமிழ் மத நூல்களில் நன்கு தேர்ச்சி பெற்ற பண்டாரம் மற்றும் வெள்ளாளச் சமூகங்களைச் சேர்ந்த ஆசிரியர்கள் இருந்தார்கள்.

கல்லூரியின் தலைமை ஆசிரியர் ஓர் இந்தியர். அவருக்குப் பல கடமைகள் இருந்தன. கற்பித்தல் மற்றும் பல மொழிகளில் புத்தகங்களை அச்சிடுதல் உட்பட. ஆம். கல்லூரிக்குச் சொந்தமாக ஒரு அச்சகம் இருந்தது. இந்தியாவின் முதல் பன்மொழி அகராதிகள் இங்குதான் அச்சிடப்பட்டன.

மாணவர்கள் இரண்டு வருடங்கள் படித்தபின் ஓர் இறுதித் தேர்வு எழுதினார்கள். தேர்வில் தேர்ச்சி பெற்றவர்களுக்குச் சம்பளம் அதிகரிக்கப்பட்டு, பதவி உயர்வும் வழங்கப்பட்டது. தனது அரண்மனையிலிருந்து, கூவம் ஆற்றில் படகில் வந்த ஆளுநர் சான்றிதழை வழங்குவார். இன்றும் கல்லூரியின் பின்புறத்தில் ஆற்றையொட்டி 'நதி வாயில்' என்ற கதவு உள்ளது.

எல்லிஸ் திருவள்ளுவர் மீது அளவற்ற பற்று கொண்டிருந்தார். ஜடாமுடி கொண்ட ஆதி காலத் துறவி எப்படி இருந்திருப்பார் என்பதைக் கற்பனை செய்து, நாணயங்களில் காட்சிப்படுத்தி அச்சிட்டார். திருக்குறளை முதன்முறையாக மொழிபெயர்த்து அச்சிட எல்லிஸ் முயற்சித்தது மட்டுமல்லாமல், கலெக்டராக இருந்த போது, திருக்குறள் பாடல்களைக் கல்லில் பொறித்து, நகர் முழுவதும் அவர் தோண்டிய 27 கிணறுகளின் சுவர்களில் நிறுவினார்.

கல்லூரிக்கு, பல கலாச்சாரங்களைச் சேர்ந்த மக்களை ஒன்றிணைத்து, அறிவுப் பரிமாற்றம் செய்வதே முக்கிய நோக்கமாய் இருந்தது. ஆனால் கல்லூரியில் ஒரே அறையில்

பல்வேறு இந்திய மொழிகளின் ஆசிரியர்களை அமர்த்தியதால், எல்லிஸுக்குக் கல்லூரி ஒரு மொழியியல் ஆய்வகம் போல் வேலை செய்து, ஆசிய மொழியியல் நெறிமுறைகளில் முக்கிய கண்டுபிடிப்புகளுக்கு வழிவகுத்தது.

ஆம். எல்லிஸின் மிகப் பெரிய சாதனை திராவிட மொழிக் குடும்பத்தைக் கண்டுபிடித்ததுதான். தென்னக மொழிகளில் சமஸ்கிருதத்திலிருந்து ஏராளமான கடன் வார்த்தைகள் இருந்தாலும், அம்மொழிகள் வடமொழியிலிருந்து தோன்றியவை அல்ல என்று அவர் வலியுறுத்தினார். இந்தக் கண்டுபிடிப்பு பிற்காலத்தில் கால்ட்வெல் போன்றோரால் ஊர்ஜிதம் செய்யப்பட்டது.

எல்லிஸ் 40 வயதை எட்டியபோது, ராம்நாட்டில் ஒரு சுற்றுப்பயணத்தில் இருந்தபோது வயிற்றில் நோய் ஏற்பட்டு இறந்தார். 1852 ஆம் ஆண்டு கல்லூரியும் மூடப்பட்டது. ஐந்து ஆண்டுகளுக்குப் பிறகு கிழக்கிந்திய நிறுவனமே செயலிழந்த பின், விக்டோரியா ராணி நாட்டை தன் வசம் எடுத்து கொண்டாள். கல்லூரி வளாகம் பொதுக்கல்வி இயக்குநரகத்தால் கையகப்படுத்தப் பட்டது.

இதனாலெல்லாம் மக்கள் கல்லூரியை மறந்துவிட்டாலும், எல்லிஸின் திராவிட மொழிக் கண்டுபிடிப்பு இன்றும் அரசியல் தாக்கங்களைக் கொண்டுள்ளது.

அதுமட்டுமல்ல.

சென்னை நகரம் அறிவாற்றல் அடிப்படையிலான வணிகங்களால், அதன் அறிவுச் சுற்றுச்சூழல் கொடுக்கும் கல்வி வாய்ப்புகளால், அது படிப்பறிவுக்குக் கொடுக்கும் முக்கியத்துவத்தால் உலகெங்கும் பிரபலமானது.

இவை அனைத்தும் நிச்சயமாக இந்தக் கிழக்கிந்திய கம்பெனியின் கல்லூரியில்தான் தொடங்கியிருக்க வேண்டும்.

8

ஐஸ் ஹவுஸ்

மெட்ராஸ் வணிக மையமாகத் தொடங்கப்பட்டபோது ஆரம்பப் பரிவர்த்தனைகள் ஜவுளியில் மட்டுமே நடந்தன. சில ஆண்டுகளில் வணிகம் வரம்பில்லாமல் விஸ்வரூபம் எடுக்கவே, வர்த்தக மதிப்புள்ள எதுவும் சந்தைக்குக் கொண்டு வரப்பட்டது. யானைகள் முதல் வைரங்கள் வரை இங்கும் அங்குமாகக் கடல்களைக் கடந்தன.

ஆர்மேனியர்கள், யூதர்கள் மற்றும் போர்த்துக்கீசிய வர்த்தகர்கள் உலகம் முழுவதிலுமிருந்து பல்வேறு பொருள்களைக் கொண்டு

வந்து குவியல்களாகக் கடற்கரையில் கொட்டி வைத்தனர். அவற்றில் மிக விசித்திரமான இறக்குமதியானது இன்று நாம் அனைவரும் எந்தவொரு சிரமமும் இல்லாமல் பயன்படுத்துவதாகும். இருப்பினும் அந்த நாட்களில் அது ஒரு பிரம்மப்பிரயத்தனத்திற்குப் பிறகுதான் சென்னைக்கு இறக்குமதி செய்தனர். 1800களில் அதை அமெரிக்காவிலிருந்து கடல் வழியாக 10,000 மைல் கொண்டு வர, மிகவும் விரிவான திட்டமிடல் மற்றும் கடினமான பயணம் தேவைப்பட்டது.

அந்த சுவாரசியமான கதை கொண்ட இறக்குமதி - தண்ணீர். ஆனால் திட வடிவத்தில் கட்டியாக இருந்தது.

அதுவரை பனிக்கட்டியைப் பார்த்திராத மெட்ராஸ் மக்களுக்கு ஆச்சரியம். 1800களில் மெட்ராஸில் ஒரு சிலரே ஒரு பனிக்கட்டியைப் பார்த்திருக்கிறார்கள். (ஆலங்கட்டி மழையின் போது வெளியில் இருக்கும் அதிர்ஷ்டம் அல்லது இமயமலைக்கு விஜயம் செய்திருந்தால்). தமிழர் சொற்களஞ்சியத்தில் அதற்காக ஒரு வார்த்தைகூட இல்லை. காற்றில் உலவும் மூடுபனியை யாராவது திடப்படுத்தினால், அது இப்படித்தான் இருக்கும் என யூகித்து, பனிக்கட்டி என்று அவசரமாக அதை அழைத்தனர்.

இன்று நாம் உணவு, மருத்துவம் மற்றும் நூறுவிதப் பயன்பாடுகளில் ஐஸ்கட்டியை உபயோகிக்கிறோம். இன்றைய வெப்பமான காலநிலையில்கூட மெட்ராஸில் பனிக்கட்டி என்பது ஒரு பொருட்டல்ல. நகரில் மட்டுமல்லாமல் பட்டி தொட்டியெங்கும் கிடைக்கிறது.

ஆனால் அன்று சூடான மெட்ராஸில் இயற்கையான ஐஸ் கிடைக்காது. அதைத் தயாரிக்க எந்த இயந்திரமும் இல்லை. அதை உருகாமல் சேமிக்கும் முறைகளும் தெரியாது. அப்படி ஓர் இடத்தில் ஐஸ் விற்கப்பட்டால் பெரிய லாபம் கிடைக்கும் என்று நினைத்து இந்த மாபெரும் வணிக நிறுவனத்தைத் திட்டமிட்டவர் பள்ளிப்படிப்பைக் கூடப் பாதியில் நிறுத்தியவர். ஆம். தனி ஒரு மனிதனின் உறுதியின் காரணமாக இந்த வர்த்தகம் சாத்தியமானது. அதுவரை அறிந்திராத இத்தகைய உறைபனியான இன்பத்தை மெட்ராஸில் அறிமுகப்படுத்தியவர், அமெரிக்கர். ஃபிரடெரிக் டியூடர்.

கியூபா, சுற்றுலாத் தலங்களுக்குப் பெயர் பெற்ற தீவு. அது அமெரிக்கர்களுக்கு விருப்பமான விடுமுறை இடமாகவும் இருந்தது. ஒருமுறை கோடையில் டியூடர் அங்குச் சென்றார்.

ஹோட்டலில் குளிரூட்டப்படாத பானங்களை வாங்கியபோது அவருக்கு எரிச்சல் ஏற்பட்டது. கூடவே ஒரு யோசனையும்தான். 'இயற்கையாக குளிர்ந்த இடங்களில் மட்டுமே காணப்பட்ட பனிக்கட்டிகளை எடுத்து வந்து கியூபாவில் ஏன் விற்கக்கூடாது?'

காகிதத்தில் கணக்கிடும் போது முதலில் அது மிகவும் லாபகரமானதாகக் காணப்பட்டது. குளிர்காலத்தில் அமெரிக்க ஏரிகளின் மேற்பரப்பில் பனிக்கட்டி இலவசமாகக் கிடைத்தது. அதைச் செலவின்றி வெட்டி எடுக்க நீக்ரோ அடிமைகள் ஏராளமாக இருந்தனர். பல கப்பல்கள் பாஸ்டனில் இருந்து தங்கள் பொருள்களை இறக்கிவிட்டுக் காலியாகத்தான் திரும்பிக் கொண்டிருந்தன. மிக முக்கியமாக, பனி உருகாமல் இருக்க மரத்தூள் அருகில் உள்ள மரம் வெட்டும் தொழிற்சாலைகளின் கழிவுப் பொருளாக அதிக அளவில் கிடைத்தது.

ஆனால் பல மலிவான உள்ளீடுகள் இருந்தபோதிலும் அந்த வணிகம் மிகவும் கடினமாகத்தான் இருந்தது. டியூடர் பெரும் கடனில் சிக்கினார். முட்டாள்தனமான கனவைக் கொண்ட ஒரு பைத்தியக்காரன் என்றே நகரம் கைகொட்டிச் சிரித்தது.

ஆனால் சில நாட்களில் கியூபாவுக்குச் சில கப்பல்களில் ஐஸ்கட்டியை வெற்றிகரமாகச் சென்று விற்றபின் அவருக்கு அசாத்தியத் தைரியம் வந்தது. ட்யூடர் உலக வரைபடத்தில் பனிக்கட்டி தேவைப்படக்கூடிய அனைத்து வெப்பமான இடங்களின் பட்டியலை உருவாக்கினார்.

அந்தப் பட்டியலில் ஆசியா முதலிடத்தில் இருந்தது. மெட்ராஸ், பம்பாய், கல்கத்தா மற்றும் கொழும்பு போன்ற பல நகரங்களில் கடல் முகப்பு நிலத்தைக் கையகப்படுத்தினார் டியூடர். சூரியனின் வெப்பம் உள்ளே நுழைவதை நிறுத்தும் வட்ட வடிவக் கட்டடங்களைக் கட்டினார். எல்லாம் இரட்டைச் சுவர் கொண்ட கட்டடங்கள்.

டியூடர் தனது பனிக்கட்டிகளை விற்ற மிக வெப்பமான இடம் மெட்ராஸாகத்தான் இருக்கும். மெட்ராஸில் 'ஐஸ் ஹவுஸ்' என்று, ஒரு கடலோர வட்ட வடிவக் கட்டடம் அரை நூற்றாண்டுக் காலமாக அமெரிக்க கொடியைப் பெருமையுடன் பறக்கவிட்டது.

நான்கு மாதங்களுக்கு முன்பு உறைந்த அமெரிக்க ஏரிகளில் இருந்து 150 டன் பனிக்கட்டி, இரண்டு பெருங்கடல்களையும் பூமத்திய ரேகையையும் இரண்டு முறை கடந்து, சரக்குகளில் மூன்றில் ஒரு பகுதியை இழந்த பிறகு, மெட்ராஸ் வந்தடைந்தது.

கப்பல் ஐஸ் ஹவுஸ் எதிரே நிற்கும். படகுகள் பனிக்கட்டிகளைக் கரைக்கு மாற்றியபின் ஐஸ் ஹவுஸின் அடித்தளத்திற்கு அவற்றை எடுத்துச் செல்வார்கள்.

இதுவரை பனிக்கட்டிகளைப் பார்த்திராத மெட்ராஸ்வாசிகள், ராட்சத பனிக்கட்டிகள் கப்பல்களில் இருந்து இறக்கப்பட்டபோது பார்த்து வியப்படைந்தனர். 'அமெரிக்காவில் மரங்களில் ஐஸ் வளர்கிறதா?' என்று வியந்தனர்.

மெட்ராஸில் இருந்த ஐரோப்பியர்களுக்கு ஐஸ் என்பது தாயகத்தை நினைவூட்டிய வரவேற்கத்தக்கப் பரிசாக இருந்தது. அதனால் டியூடர் மெட்ராஸில் சுங்கச்சாவடியில் சுலபமாக முன்னுரிமை கேட்டுப் பெற்றார்.

கப்பல் பரிசோதிக்கும் வரிசையில் நிற்கும்போது, ஐஸ் உருகிவிடும் என்பதால் சுங்க வரி எதுவும் இல்லை. சுங்கச்சாவடி சம்பிரதாயங்கள் ஏதும் இல்லை. மற்றும் டியூடரின் கப்பல்கள் மட்டும் இரவில் பனிக்கட்டிகளை இறக்க அனுமதிக்கப்பட்டன.

ஒரு கப்பல் பயணத்தில் டியூடர் ÷3,300 லாபம் அடைந்தார். இது 1830 களில் மிகப்பெரிய தொகையாக இருந்தது. அது டியூடரை மிகவும் பணக்காரராக்கியது மட்டுமல்லாமல். ஃபிரடெரிக் டியூடர் 'ஐஸ் கிங்' என்று அழைக்கப்பட்டார்.

ஆனால் ஒரு சிறிய தொழில்நுட்ப மாற்றம் - குளிரூட்டல் செயல்முறை - இந்தக் கடல் கடந்த வர்த்தகத்திற்கு முற்றுப்புள்ளி வைக்கும்வரை அவரது வணிகம் நீடித்தது. பின்னர் 'ஐஸ் கிங்' திவாலானார்.

பின் ஐஸ் ஹவுஸ் கட்டடம் பலமுறை விற்கப்பட்டது. கடலின் அற்புதமான காட்சிகளைக் கொண்டிருந்தாலும், வட்டமான வீட்டில் வாழ்வதற்கு மக்கள் சிரமப்பட்டனர். சுவாமி விவேகானந்தருக்கு இரண்டாவது மெட்ராஸ் பயணத்தின் போது இந்த ஐஸ் ஹவுஸ்தான் தங்கும் இடம். அவர் தினமும் கடற்கரையில் நடந்து சென்று மீனவர்களுடன் உரையாடி நட்புடன் மல்யுத்தம் செய்வாராம். அவர் இங்கு மறக்க முடியாத சொற்பொழிவுகளை நிகழ்த்தினார்.

பின் சகோதரி சுப்புலட்சுமி இங்கே பிராமண விதவை விடுதியைத் தொடங்கினார். ஒரு சாதியின் விதவைகள் மட்டுமே இங்கு அனுமதிக்கப்படுகிறார்கள் என்று பொதுமக்களின் ஆட்சேபணைகள் இருந்தாலும், விதவையின் இல்லம் ஒரு புரட்சிகர பொது நல நிறுவனம்தான்.

கட்டடம் (மற்றும் அந்தப் பகுதியும்), பல முறை பெயர் மாற்றப்பட்டாலும், இன்னும் 'ஐஸ் ஹவுஸ்' என்றுதான் நினைவுகூரப்படுகிறது.

இந்த அசாதாரண வணிகம் இலக்கியத்தில் நினைவில் இருக்கும். அமெரிக்க ஏரிகளில் ஐஸ் அறுவடையை நேரில் பார்த்த கவிஞர் ஹென்றி தோரோ, 1854 ஆம் ஆண்டு ஒரு கவிதையில்,

'மெட்ராஸ், பம்பாய் மற்றும் கல்கத்தாவில் வசிப்பவர்கள் என் கிணற்றில் தண்ணீர் குடிக்கிறார்கள்' என்று பெருமையாகக் கவிநயத்துடன் கூறினார்.

9

ராணி மேரி கல்லூரி

ஜமீன்தார்களின் வாரிசுகளுக்குக் கல்வி கற்பிக்கப்படும் 'நியூவிங்டன் பிரின்ஸ் பள்ளி' தேனாம்பேட்டையில் இருந்தது. அதில் துணை முதல்வராக இருந்தவர் கிளமென்ட் டி லா ஹே. ஆங்கிலேயர்களின் விருப்பமான விளையாட்டான கிரிக்கெட்டை கிளெமென்ட் நன்றாக விளையாடக்கூடியவர் என்பதால், மெட்ராஸில் உள்ள வெள்ளையர் சமுதாயத்தில் அவர் மிகவும் பிரபலமாக இருந்தார். மெட்ராஸ் கவர்னர் பென்ட்லேண்ட் கூட அவருடன் சேர்ந்து கிரிக்கெட் விளையாடுவார். கிளமென்ட் தனது

அழகான மனைவியுடன் மெட்ராஸின் பிரிட்டிஷ் சமூக நிகழ்வுகளில் ஒரு முக்கிய அங்கமாகத் திகழ்ந்தார்.

ஐரோப்பாவிலிருந்து கிளமென்ட்டை பார்க்க வந்த அவரது சகோதரி டோரதி, மெட்ராஸின் ஒவ்வொரு முக்கிய நிகழ்வுக்கும் அவருடன் சென்று வந்தபோது சேப்பாக்கத்தில் கிரிக்கெட் போட்டியொன்றில் மாகாண கவர்னருடன் அறிமுகம் கிடைத்தது.

டோரதி ஆக்ஸ்போர்டு பல்கலைக்கழகத்தில் முதுகலைப் பட்டம் வாங்கி ஆசிரியைக்கான பயிற்சியும் பெற்றவர். அதை அறிந்த கவர்னர், மெட்ராஸில் பெண்களுக்கெனப் பிரத்தியேகமான கல்லூரியைத் தொடங்கத் திட்டமிட்டிருப்பதாகக் குறிப்பிட்டார்.

பெண்கள் கல்வியை ஊக்குவித்த வரலாற்றைக் கொண்டிருந்த மெட்ராஸ், பிரிட்டிஷ் இந்தியாவில் முற்போக்கான மாகாணங்களில் ஒன்று. 1875 ஆம் ஆண்டிலேயே பெண்கள் மெட்ராஸ் மருத்துவக் கல்லூரிகளில் அனுமதிக்கப்பட்டனர். எனினும் தங்கள் பெண்களை இருபாலர் கல்லூரிகளுக்கு அனுப்பப் பெரும்பாலான பெற்றோர்கள் தயங்கினர். அதனால் பெண்களுக்கான பிரத்தியேகக் கல்லூரிகள் தான் தீர்வு என்று அரசு எண்ணிய சமயம் அது. (திருநெல்வேலியில் மட்டும் ஒரே ஒரு மகளிர் கல்லூரி செயல்பட்டு வந்தது.)

ஆசிரியராகப் பயிற்சி பெற்ற டோரதி வகுப்பறையில் பாடம் கற்பிப்பதில் ஓர் ஆர்வத்தை வளர்த்துக் கொள்ளவில்லை. எனவே, கவர்னரின் வற்புறுத்தலின் பேரில், பொதுக்கல்வி இயக்குனர், தனக்குப் புதிய பெண்களின் முதல்வர் பதவியை வழங்கியபோது, டோரதி தயக்கம் காட்டினார்.

கவர்னர் பென்ட்லேண்ட் மற்றும் சகோதரர் கிளெமென்ட் ஆகியோர் அவளிடம் முறையிட்டபின், ஒரு கல்வியாண்டுக்கு மட்டும் முயற்சி செய்ய டோரதி தயக்கத்துடன் ஒப்புக்கொண்டாள்.

ஆனால் ஆரம்பத்தில் தயங்கிய டோரதி, இருபது ஆண்டுகளுக்குப் பெண் கல்வியை மெட்ராஸில் வளர்க்க தங்கிவிட்டார். ஆனால் மெட்ராஸில் கல்வி கற்பிக்க வந்த டோரதியின் சகோதரன் கிளமென்ட், ஒரு கசப்பான சம்பவத்தில், தன் அழகான மனைவி சம்பந்தப்பட்ட அவதூறில் ஒரு மாணவனால் சுடப்பட்டார் என்பது ஒரு முரண்பாடான விஷயம்.

இப்படித்தான் 1914-ல் மெட்ராஸில் முதல் மகளிர் கல்லூரி, (மாகாணத்தில் இரண்டாவது) தொடங்கப்பட்டது. கல்லூரிக்காகத்

தேர்ந்தெடுக்கப்பட்ட நிலம், வங்கக் கடலைப் பார்த்த கண் கவர் இடமாக இருந்தது. 1800களின் முற்பகுதியில், மெட்ராஸ் ராணுவத்தின் லெப்டினன்ட் கர்னல் பிரான்சிஸ் கேப்பர் மெரினாவில் ஒரு வீட்டுக்குக் குடிபுகுந்தார். அப்போது வங்கக் கடலை எதிர்கொள்ளும் வீட்டில் வாழ அதிர்ஷ்டம் கொண்ட இன்னும் ஒருவர் நவாப் மட்டுமே. மற்றவையெல்லாம் அரசாங்கத்துக்கு சொந்தமான இடங்கள்தான். 1859ஆம் ஆண்டிலேயே, மெட்ராஸ் பிரசிடென்சியின் கையேடுகளில் இந்த இடத்தில் ஒரு சைவ ஹோட்டல் இருந்ததென்ற குறிப்பு இருக்கிறது. பல கைகள் மாறி அவ்விடமே கல்லூரியின் மையமாக மாறியது.

ஆரம்பத்தில் 'மெட்ராஸ் மகளிர் கல்லூரி' என்று அழைக்கப்பட்ட கல்லூரிக்கு, 1917 ஆம் ஆண்டு பேரரசின் ராணி, மேரி தனது பெயரை வைக்க அனுமதி வழங்கினாள். கல்லூரிக் கட்டடத்தில் ராணியின் அழகான பளிங்கு சிலை இன்றும் உள்ளது. 1905 ஆம் ஆண்டு இளவரசியாக மேரி மெட்ராஸுக்கு வந்தபோது கருப்பர் நகரத்திற்கு அவரது கணவர் ஜார்ஜின் பெயர் சூட்டப்பட்டது. மெட்ராஸில், காலனித்துவ ஆட்சியில் அரச குடும்பம் சார்ந்த பெயரிடப்பட்டு இன்றும் மீதமுள்ள அடையாளங்கள் இவை இரண்டு மட்டுமே.

டோரதி ஒரு வகுப்பறை மற்றும் 37 மாணவிகளுடன் கல்லூரியைத் தொடங்கினார். போகப் போகப் பெண்களுக்காக மட்டுமே நடக்கும் கல்லூரிக்கு மகள்களை அனுப்பப் பெற்றோர்கள் தயாராக இருந்ததால், கல்லூரி மெட்ராஸ் சமுதாயத்தில் பெரும் தாக்கத்தை ஏற்படுத்தியது.

ஆரம்பத்தில் பராமரிப்பின்றிக் கல்லூரிக் கட்டடங்கள் சிதிலமடைந்த நிலையில் இருந்தன. மாணவிகள் தங்கும் விடுதிகள் இடிந்து விழும் நிலையில் இருந்தன. கல்லூரியில் அறிவியல் ஆய்வகங்கள் உட்பட போதுமான வசதிகள் இல்லை. டோரதி, கல்லூரியின் அறிவியல் மாணவிகளை பிரசிடென்சி கல்லூரிக்கு அதிகாலை (அந்த மாணவர்கள் கல்லூரிக்கு வரும் முன்) அழைத்துச் செல்லக் குதிரை ஜட்காக்களை ஏற்பாடு செய்தார்.

டோரதியின் முயற்சியால் விரைவில் நிதியுதவி வந்தது. கல்லூரி வளாகத்தைப் பெரிதாக்க, தெற்கில் இரண்டு சொத்துக்கள் கையகப்படுத்தப்பட்டன. பென்ட்லேண்ட் ஹவுஸ், ஸ்டோன் ஹவுஸ் மற்றும் ஜெய்ப்பூர் ஹவுஸ் என்ற விடுதிகள் கட்டப்பட்டன.

20 ஆண்டுகளுக்குப் பிறகு டோரதி இந்தியாவை விட்டு வெளியேறியபோது ராணி மேரி கல்லூரி ஒரு அற்புதமான

நிறுவனமாக வளர்ந்திருந்தது. இன்றும் சென்னையில் முக்கியமான கல்வி நிறுவனமாக உள்ளது.

கடற்கரையில் இருந்ததால், மாணவர்கள் வரலாற்றைக் காணும் வாய்ப்பு அடிக்கடி கிடைத்தது. கல்லூரி ஆரம்பித்த ஆண்டு, நவராத்திரியின் போது, ஜெர்மானியக் கப்பலான எம்டன் சுடும் சத்தம் அருகிலேயே கேட்டதுடன், வெடிகுண்டுகள் தீப்பிழம்புகளாய் தரையிறங்கும் காட்சியும் தெரிந்தது. மாணவிகளை விடுதிகளுக்குள்ளேயே பாதுகாப்பாக இருக்குமாறு டோரதி உத்தரவிட்டார். ஆனால் மறுநாள் காலை, துணிச்சலானவர்களில் சிலர், தங்கள் கண்களால் சேதத்தைப் பார்க்கத் துறைமுகத்திற்குத் தங்கள் சைக்கிளில் சென்றனர்.

இரண்டாம் உலகப் போரின் போது, ஜப்பானியக் குண்டுவீச்சு அச்சுறுத்தல் இருந்தது. எனவே கல்லூரியின் டென்னிஸ் மைதானங்களைத் தோண்டி பெண்கள் பாதுகாப்புப் பதுங்கு குழிகளை அமைத்தனர். போர்க்காலக் கட்டுப்பாடுகளைச் சமாளிக்கும் விதமாகத் தங்கும் விடுதிகளைத் தன்னிறைவு அடையச் செய்ய, பெண்கள் காய்கறிகளுக்கானத் தோட்டம் அமைத்தனர். கல்லூரியின் சுவர்களை ஜப்பானிய விமானங்களின் பார்வையிலிருந்து மறைக்க, சாம்பல் வண்ணம் பூசப்பட்டது.

பிரசிடென்சி கல்லூரியில் படிக்கும் மாணவிகளுக்குக் குயின் மேரிஸில், விடுதியில் தங்கும் வசதிகள் வழங்கப்பட்டன. இதனால்தான் விடுதலை வேட்கையும், அரசியல் உணர்வும் உள் நுழைந்தன என்று நிர்வாகிகள் நினைத்தார்களாம். சுதந்திர சத்தியாக்கிரகத்தின் போது, மாணவிகள் கல்லூரிக்கு முன் இருந்த புல்வெளியில் போராட்டம் நடத்தியது வெள்ளைக்கார ஆசிரியர்களுக்குப் பெரும் சங்கடத்தை ஏற்படுத்தியது.

‘வெள்ளையனே வெளியேறு’ இயக்கம் நடக்கும்போது நிர்வாகத்துக்கும் மாணவர்களுக்கும் இடையே கருத்து வேறுபாடு ஏற்பட்டது. குயின் மேரி மாணவிகள் அதிக எண்ணிக்கையில் போராடக் கல்லூரியை விட்டு வெளியே வந்தனர். அவர்களில் இருவர், சகுந்தலா மற்றும் மாயா. வேலூர் சிறையில்கூட சில மாதங்கள் அடைக்கப்பட்டனர். இதற்கு எதிர்ப்புத் தெரிவிக்கும் வகையில், 1943ஆம் ஆண்டு கல்லூரியில் நடைபெற்ற அனைத்துக் கொண்டாட்டங்களையும் மாணவர்கள் ரத்து செய்தனர்.

ராணி மேரி பல்வேறு துறைகளில் மெட்ராஸ் சமூகத்திற்குப் பெரும் ஆதாயத்தை வழங்கியிருக்கிறது. நாட்டின் பல இடங்களிலிருந்து திறமையான மாணவர்களை ஈர்த்துள்ளது.

இந்தக் கல்லூரி அருகாமையில் இருந்ததால்தான் அடுத்தக் கட்டடத்தில் விதவைகளுக்கான இல்லமொன்று சகோதரி சுப்புலட்சுமியால் தொடங்கப்பட்டது. பல விதவைகள் இங்குப் பட்டப்படிப்பு முடித்து சமுதாயப் புரட்சியை ஏற்படுத்தினார்கள்.

பிற்காலத்தில் கல்லூரியை இடித்து சட்ட மன்றத்தையும் தலைமைச் செயலகத்தையும் அப்போதைய முதலமைச்சராக இருந்த ஜெயலலிதா இங்கு மாற்ற விரும்பினார். ஆனால் தடையாக இருந்தது கடற்கரையிலிருந்த கண்ணகி சிலை. கண்ணகி கல்லூரியின் திசையில் விரல் நீட்டியிருந்தாள். கண்ணகி இதற்கு முன்பு கோபமாகச் சுட்டிக் காட்டிய மதுரை நகரம் எரிந்து சாம்பலானது என்பது ஜோசியர்களால் ஜெயாவுக்கு சுட்டிக்காட்டப் பட்டது. கோபமான கண்ணகியின் சிலையை இரவோடு இரவாக அகற்றினார் ஜெயா.

ஆனால் மாணவிகளின் கிளர்ச்சி தலைமைச் செயலகத் திட்டத்துக்கு முற்றுப்புள்ளி வைத்தது. கல்லூரி கல்லூரியாகவே தொடர்கிறது.

10

கன்னிமாரா நூலகம்

நூலகங்கள் நகரத்து அறிவின் களஞ்சியமாகத் தொன்றுதொட்டு இருந்து வருகின்றன. ஒரு நகரத்தின் நூலக வரலாற்றை வைத்து அதன் அறிவு சார்ந்த கலாச்சாரத்தைப் பற்றி அதிகம் சொல்ல முடியும்.

பெருமைப்படக்கூடிய பல நூலகங்களை மெட்ராஸ் தன்னகத்தே கொண்டுள்ளது. ஆனால், எக்மோரில் உள்ள கன்னிமாரா நூலகம் போல் அவைகள் பிரபலமாக இல்லை.

திப்பு சுல்தான் படையெடுப்பின் பயம் விலகியதும், பல ஆங்கிலேயர்கள் கோட்டையை விட்டு வெளியேற முடிவு செய்தனர். 3 பக்கங்களிலும் கூவம் சூழப்பட்ட எக்மோர், வெள்ளையர்கள் தங்கள் தோட்ட வீடுகளைக் கட்டுவதற்குக் குளிர்ச்சியான சூழலாக இருந்தது. எக்மோர் வேகமாக வளர ஆரம்பித்தது

மருத்துவரான எட்வர்ட் பால்ஃபோர் என்பவர் மூலம் எழும்பூரில் ஒரு அருங்காட்சியகம் நிறுவப்பட்டது. ஆசியாவின் முதல் மிருகக்காட்சிசாலையையும் அவர் அங்கு அறிமுகப்படுத்தினார்

அருங்காட்சியகமும் மிருகக்காட்சி சாலையும் ஒரே வளாகத்தில் இருந்ததால், செத்த காலேஜ் மற்றும் உயிர் காலேஜ் என்ற பிரபலமான சொல் தோன்றியது.

அப்போது இங்கிலாந்தில் ஹைலிபரி என்ற கல்லூரி இருந்தது. இங்குதான் இந்தியாவை ஆளும் அரசு ஊழியர்களுக்கு ஆரம்பப் பயிற்சி அளிக்கப்பட்டது. எதிர்பார்த்தபடி கல்லூரியில் இந்தியாவைப் பற்றிய புத்தகங்கள் அடங்கிய பெரிய நூலகம் இருந்தது. கல்லூரியில் அதிகப்படியான புத்தகங்கள் உபரியாக இருப்பது கண்டறியப்பட்டவுடன் அவற்றை சென்னைக்கு அனுப்ப முடிவு செய்யப்பட்டது. புத்தகங்கள் கப்பல் மூலம் வந்தன.

1861 இல் மெட்ராஸ் அரசாங்கம் நூற்றுக்கணக்கான புத்தகங்களைப் பெற்றபோது, கோட்டையில் அவற்றை வைக்க இடமில்லை. எனவே அவை அருங்காட்சியகத்திற்கு அனுப்பப்பட்டன.

1862 ஆம் ஆண்டில் கேப்டன் ஜெஸ்ஸி மிட்செல், சென்னை அருங்காட்சியகத்தை ஒட்டி ஒரு சிறிய நூலகத்தை பிரிட்டிஷ் அருங்காட்சியக நூலகத்தின் அடிப்படையில் அமைத்தார்.

பாந்தியன் வளாகத்தில் மூன்று நூலகங்கள் இருந்தன. கோட்டை புத்தகங்களின் தொகுப்பு, மெட்ராஸ் இலக்கிய சங்கம் மற்றும் கன்னிமாரா அருங்காட்சியக நூலகம். மற்றவர்கள் விரைவில் வேறு இடங்களுக்குச் சென்றனர்.

1890 ஆம் ஆண்டு வரை கன்னிமாரா நூலகம் மெட்ராஸ் அருங்காட்சியகத்தின் ஒரு பகுதியாக மட்டும் இருந்தது. பிரபலமாகவும் இல்லை. மக்கள் அதைப் பெரிதாகப் பயன்படுத்தியதாகவும் தெரியவில்லை.

அப்போது வளர்ந்து வரும் நகருக்கு, அதுவும் புதிதாகப் பல கல்லூரிகள் நிறுவப்பட்ட நகருக்கு ஓர் இலவசப் பொது நூலகத்தின் தேவை உணரப்பட்டது.

நன்கு வடிவமைக்கப்பட்ட கட்டடத்தில் நகரம் ஒரு பெரிய நூலகத்தைக் கொண்டிருக்க வேண்டும் என்று ஆளுனர் கன்னிமாரா பிரபு விரும்பினார்.

உறவினர் ஒருவர் உயர் உத்தியோகத்தில் இருப்பது பதவி உயர்வுக்கு உதவும். ஒருவரின் மாமனார் இந்தியாவின் வைஸ்ராயாக இருந்தால், யாரும் கேட்க வேண்டியதில்லை. அதுதான் ராபர்ட் போர்க்கிற்கு நடந்தது. ராபர்ட் போர்க் இந்தியாவின் முன்னாள் வைஸ்ராய் டல்ஹவுசியின் மகளை மணந்தார். அதனால் அவரது அரசியல் வாழ்க்கை வேகமாக மேல்நோக்கிச் செல்லும் என்று கணிக்கப்பட்டது. மெட்ராஸ் கவர்னர் உலகின் பல நாடுகளை விடப் பெரிய நிலப்பகுதியை ஆட்சி செய்ததால் அது ஒரு மதிப்புமிக்க பதவியாக இருந்தது. அதை அடையப் பலத்த போட்டி நிலவும். எனினும் ராபர்ட் மெட்ராஸ் கவர்னர் ஆனது யாருக்கும் ஆச்சரியமாகத் தோன்றவில்லை. 'லார்ட் கன்னிமாரா' என்ற பட்ட பெயரில் பதவியேற்றார்.

ராபர்ட் போர்க் நல்லாட்சி செய்து பெயரெடுத்தார். பஞ்ச நிவாரண நடவடிக்கைகளை நேரடியாகச் சென்று மேற்பார்வையிட்டார். மெட்ராஸ் ரயில்வேயைக் கிழக்குக் கடற்கரை மார்க்கமாக நீட்டிக்க வற்புறுத்தினார். எப்போதும் துர்நாற்றம் வீசும் ஜார்ஜ் நகரமும் பயனடைந்தது, அவர் ஒரு சாக்கடை வடிகால் திட்டத்திற்கு உத்தரவிட்டார்.

பிரசிடென்சியின் ஆளுநரான கன்னிமாரா பிரபு, ஒரு பொது நூலகத்தின் அவசியத்தை உணர்ந்து 22 மார்ச் 1890 அன்று ஒரு பெரிய நூலகத்துக்கு அடித்தளம் அமைத்தார்.

கட்டடம் முடிந்தவுடன் நூலகத்தையும் திறந்து வைப்பார் என்ற நம்பிக்கையுடன் இருந்தார்.. ஆனால் விரைவில் அவருக்கு ஒரு கண்டம் காத்திருந்தது.

அப்போது கவர்னர் கூவம் கரையில் உள்ள அரசினர் தோட்டத்தில் தான் வசித்து வந்தார். அவரது மனைவி சூசன் ஊட்டி விடுமுறையில் இருந்து ஒருநாள் முன்னதாகத் திரும்பினார். கவர்னர் பங்களாவில் அவள் பார்த்தது அதிர்ச்சியாக இருந்தது.

அங்கே ஆளுனர் கூத்தும் கும்மாளமுமாய் இருந்தபோது கையும் களவுமாகப் பிடிபட்டார். கோபமடைந்த மனைவி தன் உடைமைகளை எடுத்துக் கொண்டு கவர்னர் மாளிகையை விட்டு வெளியேறினாள். அவள் அந்த இரவையும் அடுத்த மூன்று மாதங்களையும் இப்போது கன்னிமாரா ஹோட்டல் என்று

அழைக்கப்படும் இடத்தில் கழித்தாள். அவள் அதோடு நிற்காமல் மீண்டும் இங்கிலாந்து சென்று விவாகரத்து கோரினாள். அவ்வளவு தான். ராபர்ட்டின் அரசியல் வாழ்க்கை வீழ்ச்சியடைந்தது. ஒரு பெரிய உச்சம் அடையும் என்று அறிஞர்கள் கணித்த அவரது அரசியல் வாழ்க்கை திடீரெனப் பூஜ்ஜியமாக மாறியது.

இன்று இருக்கும் நூலகத்தின் மந்தமான கான்கிரீட் வெளிப்புறத்தால் ஒருவர் ஏமாறக்கூடாது. உள்ளே இருப்பது காலனித்துவக் கட்டடக்கலையின் புதையல் ஆகும்.

இந்தோ சாராசெனிக் கட்டடக்கலை பாணி நூலகம் இர்வினால் வடிவமைக்கப்பட்டு நம்பெருமாள் செட்டியால் கட்டப்பட்டது.

மைசூர் மகாராஜா அரண்மனையைக் கட்டியவர் இர்வின். மெட்ராஸில் அவர் மத்திய ரயில் நிலையத்தின் வடிவமைப்பை முடித்தார் (ஆரம்பத்தில் ஹார்டிங் மூலம் வடிவமைக்கப்பட்டது). மேலும் பல கட்டடங்களை வடிவமைத்தார். இருப்பினும் அவர் தனது கன்னிமாரா நூலகத்தால் மிகவும் ஈர்க்கப்பட்டார், ஜார்ஜ் டவுன் கடற்கரைச் சாலையில் உள்ள மெட்ராஸ் வங்கி கட்டடத்திலும் அதே வடிவமைப்பைப் பயன்படுத்தினார். இது இப்போது மாநில வங்கியின் தலைமையகம்.

நம்பெருமாள் செட்டி பல செங்கல் சூளைகளை வைத்திருந்தார். அந்த இடம்தான் இன்றைய சூளைமேடு. கூவம் ஆற்றின் மூலம் செங்கற்கள் படகுகளில் கொண்டு செல்லப்பட்டன. ஆழம் இல்லாத கூவம் இது போன்ற அரிதான சந்தர்ப்பங்களில் மட்டுமே படகு சவாரிக்குப் பயன்படுத்தப்பட்டது.

ஆறு ஆண்டுகளுக்குப் பிறகு நூலகம் கட்டி முடிக்கப்பட்டது. ஆனால் கன்னிமாராவின் தொலைநோக்குப் பார்வை மறக்கப்படவில்லை, நூலகத்திற்கு அவர் பெயரே சூட்டப்பட்டது.

இந்தியாவில் வெளியிடப்படும் அனைத்துப் புத்தகங்கள், செய்தித்தாள்கள் மற்றும் வார இதழ்களின் நகலைப் பெறும் நான்கு தேசிய வைப்பு நூலகங்களில் கன்னிமாரா பொது நூலகமும் ஒன்றாகும்

தேசிய நூலக அந்தஸ்து பெற்றவுடன் இந்தியாவில் வெளியிடப்படும் ஒவ்வொரு புத்தகத்தையும் சேகரித்து வைக்கப் பழைய கட்டடம் போதுமானதாக இல்லை. புத்தக வெள்ளத்துக்கு ஈடுகொடுக்க 1974 இல் ஒரு கான்கிரீட் கட்டடம் உருவானது. பார்ப்பதற்கு ஒரு நூலகத்தை விட அரசாங்க அலுவலகம் போல்

தெரியும் இந்தக் கட்டடத்துக்குள் மட்டும்தான் பொது மக்கள் அனுமதிக்கப்படுகின்றனர். பொது மக்களால் அணுக முடியாத பழைய புத்தகங்கள் பழைய கட்டடத்தில் உள்ளன. பழைய நூலகத்துக்குள் வருடம் ஒரு முறை நூலக தினம் கொண்டாடப்படும் போது எல்லோரும் செல்லலாம். சென்றவர்கள் எல்லாம் பிரமித்துப் போகும் அளவுக்கு அழகு அந்த நூலகம்.

1939 வரை நூலகம் அருங்காட்சியகத்தின் ஒரு பகுதியாக இருந்தது. பின்னர் அது ஒரு தனி நிறுவனமாகப் பிரிக்கப்பட்டது

கன்னிமாரா பிரபுவுக்கு அதிர்ஷ்டம் இல்லாவிட்டாலும், அவர் பெயரில் உள்ள நூலகம் எதிர்காலத்தில் செழித்து வளர்ந்தது.

கன்னிமாரா பொது நூலகத்தில் புத்தகங்கள், வரைபடங்கள், மற்றும் கையெழுத்துப் பிரதிகள் உட்பட 6,00,000 புத்தகங்கள் உள்ளன. இந்நூலகம் நாட்டில் ஒரு நூற்றாண்டுக்கும் பழமையான புத்தகங்களின் களஞ்சியமாகும். இதில் நாட்டின் வரலாற்றில் மிகவும் மதிப்புமிக்க படைப்புகள் மற்றும் தொகுப்புகள் உள்ளன.

11

சேப்பாக்கம் நவாப் அரண்மனை

புகழ்பெற்ற சேப்பாக்கம் கிரிக்கெட் ஸ்டேடியம் இன்று உலகம் முழுவதும் அறியப்படுகிறது. ஆனால் ஒரு காலத்தில் அது புகழ்பெற்ற ஓர் அரண்மனையின் பகுதியாக இருந்தது. மைதானத்தின் வாயில் தூண்கள் இன்றும் அரண்மனையின் கட்டடக்கலை பாணியைக் கொண்டுள்ளன.

கிரிக்கெட் மைதானம் மட்டுமல்ல. இன்றைய பொதுப்பணித்துறை வளாகம், பல்கலைக்கழகம், மற்றும் அரசினர் தோட்டத்தின் ஒரு

பகுதியும் அக்காலத்தில் அரண்மனை வளாகத்துக்குள்தான் இருந்தன.

கர்நாடக நவாபுகள் 1690 மற்றும் 1855 க்கு இடையில் தென்னிந்தியாவில் ஒரு பெரும் பகுதியை ஆண்டனர். டெல்லியின் முகலாயர்களின் கட்டுப்பாட்டின் கீழ் இருந்தது அவர்களது ராஜ்ஜியம். மெட்ராஸுக்கு வடக்கே ஆற்காட்டில் தலைநகரைக் கொண்டிருந்தனர் நவாபுகள்.

கிழக்கிந்திய நிறுவனம் தனது கோட்டையைக் கட்டிய நிலம் ஆரம்பத்தில் விஜயநகரப் பேரரசில் இருந்தது. அவர்களிடமிருந்து கோல்கொண்டாவிற்குச் சென்றது. ஔரங்கசீப் கோல் கொண்டாவைத் தோற்கடித்தபோது, மெட்ராஸ் முகலாய எல்லைக்குள் நகர்ந்தது.

முகலாயப் பேரரசு பலவீனமடைந்தபோது, தொலைதூர மாகாணங்கள் முதலில் சுதந்திரத்தை அறிவித்தன. அப்போதுதான் நவாப் தன்னைச் சுதந்திர அரசனாக அறிவித்துக் கொண்டார்.

ஆரம்பக் காலத்தில் ஆங்கிலேயர்கள் நவாபின் ஆட்சிக்கு உட்பட்டே இருந்தனர். அவர்களின் கோட்டைப் பாதுகாப்பு மற்றும் வர்த்தக உரிமைகள் நவாபால் உத்தரவாதம் அளிக்கப்பட்டன. நவாபுகள் திறமையான ஆட்சியாளராகத்தான் இருக்க முயன்றார்கள். அவர்கள் ஆற்காட்டின் சட்டதிட்டங்களை அமல்படுத்துவதில் மும்முரமாக இருந்தனர். அவர்களின் குத்தகைதாரர்களான, பிரெஞ்சுக்காரர்கள் மற்றும் ஆங்கிலேயர்கள் சண்டையிட்டால், நவாபுகள் அவர்களுக்கு இடையே வலுக்கட்டாயமாகச் சமாதானத்தை நிலைநாட்ட முயற்சிப்பார்கள்.

ஆனால் அப்படிப்பட்ட ஒரு முயற்சியில் துரதிர்ஷ்டவசமாக சரித்திரம் காணாத நிகழ்வு நடந்தது. அதுவும் அடையார் ஆற்றங்கரையில். 10,000 வீரர் பலம் வாய்ந்த ராணுவத்தின் தலைவராக இருந்த நவாபின் மகன் அன்வருதீன், 300 பேர் கொண்ட பிரெஞ்சு ராணுவத்தால் சாந்தோமில் தோற்கடிக்கப்பட்டார். பின்பொரு சந்தர்ப்பத்தில் ஆங்கிலேயரான ராபர்ட் கிளைவ் ஒரு துணிச்சலான நடவடிக்கையில் நவாபுகளின் தலைநகரையே கைப்பற்றினான்.

ஒரு தலைநகரை இழந்தபின் மக்களின் மனத்தில் நவாபுகளின் மேல் வைத்திருந்த மதிப்பானது குறையத் தொடங்கியது. நவாப் யாராலும் வெல்ல முடியாத அரசர் என்ற பிம்பம் சுக்கு நூறாக உடைந்தது.

காலம் செல்லச் செல்லக் காலனித்துவச் சக்திகளின் வளர்ச்சியின் வேகத்துக்கு நவாபுகளால் ஈடு கொடுக்க முடியவில்லை. உண்மையில் இருவருக்கும் இடையே காலத்துக்கு ஏற்ப மாறிக்கொண்டிருந்த உறவுதான் இருந்தது. சில நேரங்களில் நட்பு நிரம்பி வழிந்தது. சில நேரங்களில் பகைமை புகைந்தது. காலம் மாறியவுடன் வரலாற்றின் தராசு ஆங்கிலேயர்களுக்கு ஆதரவாகச் சாய்ந்தது.

எந்த அளவுக்கு என்றால், ஒரு காலத்தில், தான் முற்றுகையிட்ட அதே ஜார்ஜ் கோட்டைக்குள் நவாப் வாலாஜா முஹம்மது அலி தன் குடியும் குடித்தனமுமாக மாற விரும்பினார். முதலில் ஒப்புக்கொண்ட ஆங்கிலேயரால் கோட்டைக்குள் அவரது அரண்மனைக்கு இடம் ஒதுக்கப்பட்டது. அது கட்டப்படப்போகும் சாலை கூட அரண்மனைத் தெரு என்று அழைக்கப்பட்டது.

இந்தச் செயலில் ஆங்கிலேயர்கள் ஆரம்பத்தில் மகிழ்ச்சி யடைந்தனர். அவர்களைத் தினசரி கண்காணிக்க முடியும் என்பதால். நவாப் குடும்பத்தினர் அரசியல் குறும்புகளில் ஈடுபட வில்லை என்பதை உறுதிப்படுத்திக்கொள்ளவும் முடியும்.

ஆனால் கடைசி நேரத்தில் ஆங்கிலேயர்கள் மனம் மாறினர். கோட்டைக்கு வெளியே ஓரிரு மைல் தூரத்தில் நவாப் தங்கினால் பரவாயில்லை என்று தோன்றவே, சேப்பாக்கத்தில் ஓர் இடம் ஒதுக்கப்பட்டது. கூவம் ஆற்றங்கரையில் அரண்மனையும் அந்தப்புரமும் கட்ட ஏதுவான இடம்.

ஆனால் ஏற்கெனவே சேப்பாக்கத்தில் ஒரு படகோட்டிச் சமூகம் வாழ்ந்து வந்தது. மசூலிப்பட்டிணத்திலிருந்து மதராஸ் வந்த முதல் நாள், ஆங்கிலேயர்களுடன் வந்த மசூலா படகோட்டிகள் அங்குதான் வசித்து வந்தனர். அச்சமயம் அவர்கள் வீடுகளைக் காலி செய்ய வேண்டிய சூழ்நிலை. கம்பெனி அவர்களுக்காக ராயபுரத்தில் ஒரு பெரிய இடத்தை ஒதுக்கி, அவர்கள் எதிர்ப்பு இல்லாமல் சுமுகமாகச் சென்றதற்குப் பரிசாகப் புனித பீட்டர்ஸ் தேவாலயத்தையும் அவர்களுக்காகக் கட்டிக்கொடுத்தார்கள். (ராயப்பா என்பது பீட்டரின் தமிழ் பெயர் - அதனால் ராயபுரம்)

அரண்மனை, கடலை எதிர்கொள்ளும் நிலத்தில் 117 ஏக்கர் பரப்பளவில் கட்டப்பட்டது. கடலும் அப்போதைய சுத்தமான கூவம் நதியும் இந்த இடத்தை நவாப் மற்றும் அவரது குடும்பத்தினர் தங்குவதற்கு மிகவும் இதமான இடமாக மாற்றியிருக்க வேண்டும். கூவம் ஆற்றின் ஓரத்தில் ‘ஹமாம்’ என்று அழைக்கப்படும் எண்கோணக் குளியல் மண்டபம் இருந்தது.

இந்து மற்றும் முஸ்லிம் கட்டடக்கலையை ஒரு கலவையாக்கி உருவான இந்தோ-சராசெனிக் பாணியில் இந்தியாவில் கட்டப்பட்ட முதல் கட்டடங்களில் இதுவும் ஒன்றாகும். பிற்காலத்தில் இந்திய தலைநகர் புது தில்லியை உருவாக்கிய பாணியும் இதுதான்.

மரத் தூண்கள் மற்றும் உத்திரங்கள் கூரையைத் தாங்கிப் பிடித்திருந்தன. அழகிய சிற்பங்கள், அகலமான வளைவுகள், சிவப்பு செங்கல் சுவர்கள், கல் ஜன்னல்கள் ஆகியவற்றுடன் மிகுந்த கலைநயத்துடன் சேப்பாக்கம் அரண்மனை வடிவமைக்கப்பட்டது.

அரண்மனை இரண்டு தொகுதிகளைக் கொண்டுள்ளது - வடக்குத் தொகுதி 'கலாஸ் மஹால்' என்றும், தெற்குத் தொகுதி 'ஹுமாயூன் மஹால்' என்றும் அழைக்கப்படுகிறது. இரண்டும் ஒரு பாலம் மூலம் இணைக்கப்பட்டது. இந்த அழகிய அரண்மனை பொறியாளர் பால் பென்ஃபீல்டால் 1768 இல் கட்டி முடிக்கப்பெற்றது. பால் பென்ஃபீல்ட், கிழக்கிந்திய கம்பெனியின் பொறியாளர். நவாபுக்கு அவரது வேலைகள் பிடித்துப் போகவே, அரண்மனை கட்டும் ஒப்பந்ததாரராக மாறினார். இந்த அரண்மனையும் இதைத் தொடர்ந்து வந்த கருப்பர் நகர் சுற்றுச்சுவரும் பால் பென்ஃபீல்ட்டைப் பெரும் கோடீஸ்வரராக மாற்றியது.

நவாபுகள் இந்த அரண்மனையில் 87 ஆண்டுகள் வாழ்ந்தனர். சக்தியற்ற நவாப் அரசியல் ரீதியாக ஒரு வனாந்தரத்தில் இருந்தார். ஆனால் ஒரு விதத்தில் அது அவரது அரசவையில், குறிப்பாகப் பாரசீகக் கவிதைகளில் ஒரு கலாச்சார மறுமலர்ச்சிக்கு வழிவகுத்தது. நடனமும் கவிதையும் வளர்ந்தன. பாரசீகக் கவிதை முஷைராக்கள் (கவியரங்கம்) அரண்மனையில் நடக்கும்போது நவாப் பலமுறை புனைப்பெயரில் கவிதை எழுதிக் கொண்டிருந்தார்.

நவாபுகளின் ஆடம்பர வாழ்க்கைக்கு அவர் கைவசம் வைத்திருந்ததை விடக் கணிசமாக அதிகப் பணம் செலவானது. கலை ரசனைகள் அதன் விலையை இறுதியாக வசூலித்தது. அரண்மனை அவரது கடனை அடைக்க ஏலத்திற்கு வந்தது. அதை வாங்க கிழக்கிந்திய நிறுவனத்தை விடப் பெரியவர்கள் சுற்று வட்டாரத்தில் யாரும் இல்லை. அவர்கள் அதன் உரிமையாளர்களாக மாறினர்

கையகப்படுத்திய பிறகு இப்பகுதியில் பல மாற்றங்கள் ஏற்பட்டுள்ளன. ஹமாம் கட்டடம் பல்கலைக்கழகம்

கட்டுவதற்காக உடைக்கப்பட்டது. 1868 மற்றும் 1871 க்கு இடையில் வடக்குத் தொகுதி, ஹுமாயூன் மஹால், வருவாய் வாரியத்திற்கான புதிய பதிவு அலுவலகத்தை உருவாக்க ராபர்ட் சிஷோல்ம் என்பவரால் முழுமையாக மீண்டும் கட்டப்பட்டது.

முதலில் ஹுமாயூன் மஹால் ஒரு தரைத்தளத்தில் மட்டுமே இருந்தது, அதன் நடுவில் திவான்-இ-கானா தர்பார் மண்டபம் இருந்தது. அதன் மேல் ஓர் அழகான குவிமாடம் இருந்தது. சிஷோல்ம் அதைத் தட்டி மற்றொரு தளத்தைச் சேர்த்தார்

இதன் மூலம் வருவாய் வாரியத்திற்கான புதிய கட்டடத்தை உருவாக்கினார். புகழ்பெற்ற கிண்டி பொறியியல் கல்லூரி சில ஆண்டுகளாக இங்கிருந்து இயங்கியது

சுற்றுவட்டாரத்தில் பல அரசு அலுவலகங்கள் இயங்கி வந்தாலும் கட்டடங்கள் பாழடைந்து கிடக்கின்றன. தீ விபத்துகள் நிகழ்ந்து, கூரை இடிந்து விழுந்த பின்தான் அரசு களத்தில் இறங்கி இந்தக் கட்டடங்களைச் சீரமைத்தது.

12

கோகலே ஹால்

சைனா பஜாரின் கிளைச் சாலையான ஆர்மேனியத் தெரு, பிளாக் டவுனில் பாரம்பரிய நிதி மையமாக இருந்தது. ஐரோப்பாவில் துருக்கியர்களால் தங்கள் நாடு அழிக்கப்பட்ட பின்னர் ஆர்மேனிய புலம் பெயர்ந்தோர் இங்கு வாழ்ந்தனர். பின்னர், செயின்ட் மேரிஸ் ஹால் மற்றும் பின்னி தலைமையகம் போன்ற சமூக, மத மற்றும் வணிக நிறுவனங்கள் இந்தச் சாலையில் வந்தன. மேலும் வடக்கே அது யூதர்களும் பின்னர் நாட்டுக்கோட்டை செட்டியார்களும் பெரும் பணம் சம்பாதித்த பவளக்காரத் தெரு வரை

நீட்டிக்கப்பட்டது (திமுக என்ற கட்சியை ஆரம்பிக்கும் யோசனையும் இந்தச் சாலையில்தான் வந்தது).

ஆனால் இந்தச் சாலையின் அரசியல் முக்கியத்துவம் அதிகத் தாக்கத்துடன் மிகவும் முன்னதாகவே தொடங்கியது. மெட்ராஸ் நகரின் அரசியல் சிந்தனை மற்றும் கலாச்சார விரிவாக்கத்தில் இவ்வளவு பெரிய பங்கை ஆற்றிய பிறகு, ஒரு கட்டடம் இன்று மிகவும் பாழடைந்து கிடக்கிறது என்றால் அது உண்மையிலேயே கோகலே ஹால்தான்.

வரலாற்றுச் சிறப்புமிக்க ஆர்மேனியத் தெருவில் தேசியவாதியான அன்னி பெசன்ட் தன் சொந்தச் செலவில் கட்டிய அரங்கம் கோகலே ஹால். கட்டி முடிப்பதற்கும் பெருந்தலைவர் கோகலே மரணம் அடைவதற்கும் சரியாக இருக்கவே, அவர் பெயர் சூட்டப்பெற்றது.

அன்னி பெசன்ட் அயர்லாந்தில் இருந்து வந்து அடையாறில் தியோசாபிகல் சொசைட்டியை நடத்த வந்தார். அன்னி பல சர்ச்சைகளில் சிக்கிவிடவே பலரது வெறுப்பையும் சம்பாதித்தார். பாரதியார் அவரை ‘தங்க வால் கொண்ட நரி’ என்று இகழ்ந்தார். பெர்னார்ட் ஷா அவரைப் பொது வாழ்வில் திறமையான நடிகை என்று அழைத்தார்.

ஆனால் பாபநாசம் சிவன் அவளை ‘தேவி வசந்தே’ என்று அழைத்து ஒரு பிரார்த்தனைப் பாடலை எழுதி இசையமைத்துள்ளார்.

நவீன மெட்ராஸ் மற்றும் இந்தியாவை வடிவமைத்ததில் அன்னி பெசன்ட்டின் பங்களிப்புகள் குறிப்பிடத்தக்கது. அவர் 1907இல் அடையாறில் உள்ள தியோசோபிகல் சொசைட்டிக்குத் தலைவரானார். அன்றிலிருந்து மெட்ராஸ் அவரது இல்லமாக மாறியது. காசியில் ஓர் இந்துக் கல்லூரியைத் தொடங்கியது, இந்திய சாரணர் இயக்கத்திற்குத் தலைமை தாங்கியது, பெண்கள் மேம்பாட்டுப் பிரச்னைகளில் பங்கேற்பது அவரது சமூகப் பங்களிப்பாகும்.

ஆனால் திலக்குடன் சேர்ந்து தொடங்கிய ஹோம் ரூல் லீக், இந்திய சுதந்திர இயக்கத்தின் அடித்தளமாக இருந்தது. அன்னி பெசன்ட் அமைத்த வலுவான அடித்தளம் 30 ஆண்டுகளில் சுதந்திரத்திற்கு வழிவகுத்தது. பல இந்திய சுதந்திரப் போராளிகளுக்கு முன்பாகப் பிரிட்டிஷ் எதிர்ப்பு நிலைப்பாட்டிற்காக கைது செய்யப்பட்டவர் அன்னி பெசன்ட்.

1914ஆம் ஆண்டில், அன்னி பெசன்ட் இளைஞர்கள் இந்திய சங்கத்தை (YMIA) நிறுவினார். இது இளைஞர்களை உடல்

ரீதியாகவும் மன ரீதியாகவும் மேம்படுத்தி இந்திய நாட்டின் மரபுகளைப் புரிந்துகொள்ளும் திறனைப் பெறுவதற்கான ஓர் அரசியல் பயிற்சிக்கூடமாகத் திகழ்ந்தது. மாணவர்களுக்காக, அன்னி பெசன்ட், கோகலே ஹாலுக்குள் ஒரு தங்கும் விடுதி, நூலகம், கேன்டீன், மற்றும் உடற்பயிற்சிக் கூடம் அமைத்தார். இளைஞர்களுக்குப் பொதுப் பேச்சுக்களில் பயிற்சி அளிப்பதற்கான ஒரு பெரிய அரங்கத்தைக் கட்டி, அங்கு 'மாதிரி நாடாளு மன்றங்களை' ஏற்பாடு செய்தார்.

கோகலே ஹாலில் அரங்கை மறைக்கும் தூண்கள் இல்லாமல் பெரிய இடம் இருந்தது. குவிமாடத்துடன் கூடிய உயரமான கூரை, கடல் காற்று வீசும் ஜன்னல்கள், பேச்சுக் குரல்கள் எதிரொலிக்காத சுவர்கள் என்று மண்டபத்தில் பல நன்மைகள்.

அன்னியின் வரலாற்றுச் சிறப்புமிக்க சொற்பொழிவுகளுக்கு இது ஓர் ஏற்ற மேடையாக விளங்கியது. 'எழுந்திரு இந்தியா' என்ற அவரது தொடர் பேச்சு இந்தியர்களைக் கிளர்ந்தெழச் செய்தது. மேலும் பிரிட்டிஷாரை எரிச்சலடையச் செய்ததால், அவர் மீது கைது சம்மன் அனுப்பப்பட்டபோது, அவர் இங்கு விரைந்து வந்து, போலீசார் தம்மைத் தேடி வருவதற்கு முன், ஒரு பெரிய கூட்டத்தினரிடம் இன்னுமொரு பேச்சை நடத்தினார்.

இந்த மண்டபம் சென்னை சுதந்திர இயக்கத்தின் மையமாக மாறியது. பெசன்ட் மட்டுமல்ல, நேரு, காந்தி போன்ற தேசியத் தலைவர்களும் இங்குப் பேசினார்கள். அந்தச் சமயங்களில் மண்டபத்திற்குள் நுழைய முயற்சிக்கும் அளவுக்கு அதிகமான கூட்டத்தால் சாலைகள் தடைப்படும். வெள்ளையர் அரசாங்கம் எரிச்சலடைந்தாலும், இந்தப் பேச்சுக்களை நிறுத்த முடியவில்லை. அவர்கள் செய்த ஒரே விஷயம், அனுமதிக்கப்பட்ட வரம்புகளுக்கு மேல் கூட்டத்தைக் கூட்டியதற்காக அபராதம் விதிப்பதுதான். ஆனால் உயர்மட்ட வழக்கறிஞர்கள் சங்கத்தில் உறுப்பினர்களாக இருந்தனர். 2 ரூபாய் சிறிய அபராதத்திற்குக் கூட அவர்கள் நீதிமன்றத்தில் மேல்முறையீடு செய்வார்கள்.

அன்னி பெசன்ட், சென்னையின் சமூக வாழ்வில் இந்த கோகலே மண்டபம் அடைந்திருக்கும் நிலை குறித்து திருப்தி அடைந்தார். அவர் பெருமையுடன், '1914 க்குப் பிறகு நமது அரசியலில் புதிய சுறுசுறுப்பு ஏற்பட்டுள்ளது. அதற்கேற்ப, மதராஸில் கோகலே மண்டபம் இல்லை என்றால், எங்கே இப்படி ஒரு தளம் கிடைத்திருக்கும்?' என்று சொல்லுவார்.

வரலாற்றில் தனக்கான இடத்தைப் பெறக்கூடிய எந்த ஓர் இயக்கமும் சென்னையின் கோகலே மண்டபத்தில்தான் தொடங்கியது.

தொழிலாளர் இயக்கத்தைச் சேர்ந்த வாடியா புகழ்பெற்ற பின்னி வேலை நிறுத்தத்தைத் தொடங்க இந்த இடத்தைப் பயன்படுத்தினார். இந்த இடத்தில் பெரியார் சுயமரியாதையின் அவசியம் குறித்துப் பேசியிருக்கிறார். மொழி அரசியலிலும் மண்டபம் முக்கியப் பங்கு வகித்தது. ஹிந்துஸ்தானி மொழியைக் கற்றுக்கொடுப்பதில் தீவிர ஈடுபாடு கொண்ட காந்தி, இந்தி கற்கும் இயக்கத்தை இங்குத் தொடங்கினார். முதல் இந்தி வகுப்பின் ஆசிரியர் அவர் மகன் தேவதாஸ் காந்தி.

மண்டபத்தை நிதி ரீதியாகத் திடமானதாக மாற்ற, இசை நிகழ்ச்சிகளுக்காகக் கட்டடம் வாடகைக்கு விடப்பட்டது. சங்கீத சபாக்கள் ஆரம்பிக்கப்பட்டதே இதை நம்பித்தான். மியூசிக் அகாடமி மற்றும் இந்தியன் ஃபைன் ஆர்ட்ஸ் சொசைட்டி ஆகியவை ஹாலில் நிகழ்ச்சிகளைக் கொண்டிருந்தன. பெசன்ட்டின் நினைவாக கலாக்ஷேத்ரா ஆண்டுதோறும் இங்கு நடன நிகழ்ச்சியை நடத்தியது.

கர்நாடக இசை அரங்கில் தெலுங்கை மையப்படுத்தியதை எதிர்த்துப் போராடிய தமிழிசைச் சங்கமும் இம்மண்டபத்தை மனதில் வைத்து உருவானது. தமிழிசையின் இரண்டாவது மாநாடு கோகலே மண்டபத்திலேயே நடந்தபோது ஆயிரக்கணக்கான மக்கள் தங்களுக்குப் பிடித்த கலைஞர்களைத் தங்களுக்குப் புரிந்த மொழியில் கேட்பதற்காகத் தெருவெங்கும் திரண்டிருந்ததைக் கண்டபின் தமிழிசைக்குப் பெரும் எதிர்காலம் இருக்கிறது என்று பலருக்குத் தோன்றியது.

இதுபோன்ற முரண்பாடான கருத்துகள் அடிக்கடி இங்கு நிலவுவதால், கோகலே ஹால் பெசன்டின் சிந்தனைப் பயிற்சிக் கூடம் என்ற கனவை நிறைவேற்றியது.

கோகலே ஹால் விரைவிலேயே பாரபட்சம் இல்லாத இடமாக மாறியது. இருப்பினும், பெசன்ட் விட்டுச் சென்ற ஓர் ஒவ்வாமை இருந்தது. அன்னி பெசன்ட் பாரம்பரியத் தமிழ் இசைக்கலைஞர்களான இசை வேளாளர்களைத் தனது மண்டபத்தில் பாடவோ ஆடவோ விடக்கூடாது என்று வலியுறுத்துவார். அவர்களின் கலையின் காரணமாக அவர்கள் சமூகமே சீரழிந்து வருவதாக அவர் நினைத்திருக்கலாம். இளம் வயது எம்.எஸ். சுப்புலட்சுமிக்கு, சபா மூலம் முதல் பாடல் நிகழ்ச்சிக்கு வாய்ப்பு கிடைத்தாலும், இங்கு பாட முடியவில்லை என்பது குறிப்பிடத்தக்கது.

ஆனால் இதன் மூலம் சமூக ஏணியில் உயர்ந்த பிற சமூகங்கள், இந்தப் பாடல் மற்றும் நடனக் கலைகளை இசை வேளாளர்கள் சமூகத்திலிருந்து கையகப்படுத்தின என்ற குற்றச்சாட்டு எழுகிறது. அதற்கு அன்னி பெசன்டின் இந்த யோசனை முதல் காரணமாகச் சொல்லப்படுகிறது.

அன்னி பெசன்ட் 1933இல் காலமானார். நுழைவாயில் மண்டபத்தில் ஒரு சிலையுடன் அவர் நினைவுகூரப்பட்டார். அவருக்குப் பிறகு, பல பெரிய ஆளுமைகள், சங்கத்தை வழிநடத்தினர்.

ஆனால் ஜார்ஜ் டவுன் வேகமாக நெரிசல் நிறைந்த வணிக மையமாக மாறியபோது பெரும்பாலான ரசிகர்கள் தெற்கு மெட்ராஸுக்குக் குடிபெயர்ந்தனர். கோகலே ஹால் பராமரிப்பின்றி இடியத் தொடங்கியது. அதைச் சீரமைக்காமல் முழுதாக இடிக்கும் ஒரு தவறான முயற்சி உயர் நீதிமன்றத்தால் தடுத்து நிறுத்தப்பட்டது.

ஆனால் அதன் பின்னர் கட்டடம் பாழடைந்த தோற்றத்துடன் உயிர்வாழ்கிறது. அதன் எதிர்காலம் உச்ச நீதிமன்றத்தில் நிலுவையில் உள்ள மேல்முறையீட்டின் முடிவைப் பொறுத்தது.

13

இந்தி பிரச்சார சபை

மெட்ராஸ் முரண்பாடுகள் நிறைந்த நகரம்தான் என்பதில் சந்தேகமில்லை.

தியாகராய நகரின் மையப்பகுதியில், நாட்டில் வேறு எங்கும் இல்லாத அளவுக்கு இந்தி எதிர்ப்பு இயக்கத்தை வலுவாகத் தோற்றுவித்த நீதிக்கட்சித் தலைவர்களின் பெயர்கள் சாலைகளுக்குச் சூட்டப்பட்டுள்ளன.

அதே தியாகராய நகரின் மையத்தில் இந்தியைப் பரப்பும் ஓர் அமைப்பு பெருமையுடன் பெரிய வளாகத்தில் 80 ஆண்டுகளாகச்

செயல்பட்டு வருகிறது. அதைச் சுற்றியுள்ள சாலை அதன் பெயரில் திகழ்கிறது.

'நீ பேசுவதை உன் நாட்டு மக்கள் புரிந்து கொள்வதற்காகவாவது ஒரு நாளைக்கு ஒரு மணி நேரம் செலவிட மாட்டாயா?' என்று தென்னக மக்களிடம் காந்தி அடிகள் அடிக்கடி கேட்பார். சுதந்திர இந்தியாவுக்கு ஆசைப்பட்ட அளவுக்கு காந்திக்கு வேறொரு விருப்பம் இருந்தது என்றால் அது முழு நாட்டிற்கும் பொதுவான மொழிதான். ஓர் இந்திய மொழியைத் தேசிய மொழியாக்கி, அதன் மூலம் மக்களை ஒருங்கிணைத்து தேசியத்தைத் தீவிரப்படுத்த வேண்டும் என்று காந்தி நினைத்தார். காந்தியின் உந்துதலால் 'இந்தி பிரச்சாரம்' என்பது சுதந்திர இயக்கத்தின் ஒரு முக்கிய பகுதியாகக் கருதப்பட்டது.

தட்சிண பாரத இந்தி பிரச்சார சபையே இந்தத் தேடலுக்கு காந்தியின் பதில். ஆரம்பத்தில் 'இந்தி சாகித்ய சம்மேளனம்' என்று அழைக்கப்பட்டு, 1927இல், மறுபெயரிடப்பட்டு, ஒரு சுதந்திர அமைப்பாக உருவானது தட்சிண பாரத இந்தி பிரச்சார சபை. மகாத்மா காந்தி தனது இறுதி மூச்சு வரை அதன் தலைவராக இருந்தார். அவர் வகித்த மிகச் சில பதவிகளில் இது ஒன்று.

ஹிந்துஸ்தானியை பரப்ப வேண்டும் என்ற காந்தியின் பெரும் விருப்பத்தை அவரது மகன் தேவதாஸ் காந்தியை இந்தி பிரச்சாரகராகப் பயிற்றுவித்ததன் மூலம் அறிய முடிகிறது. ஜார்ஜ் டவுன் கோகலே ஹாலில், தேவதாஸ், மதராஸின் முதல் இந்தி வகுப்பை இந்தி பிரச்சார சபையின் முதல் கூட்டத்தில் கற்பித்தார். அன்னி பெசன்ட் மற்றும் காந்தி ஆகியோர் பார்வையாளர்களின் முன் வரிசையில் அமர்ந்திருந்தனர்.

காந்தியை இந்தி வெறியர் என்று அழைக்க முடியாது. மக்களிடையே தொடர்பு சிறப்பாக இருந்தால் சுதந்திர இயக்கத்தை விரைவுபடுத்த முடியும் என்று அவர் நினைத்தார்.

காந்தி அடிகள் ஒரு பன்மொழி வல்லுனர். அவர் பல இந்திய மொழிகளைப் பேச முயன்றார் என்றும் சரித்திரம் சொல்லும். அவர் நிச்சயமாக மொழியியலில் மிகுந்த ஆர்வம் கொண்டிருந்தார். அவருடைய ஆங்கிலம் பழுதற்றதாக இருந்தது. அவருடைய எழுத்து மற்றும் பேச்சுத் திறமையிலிருந்து அவர் ஆங்கிலத்தில் சிந்திக்கிறார் என்றுகூடப் பல நேரங்களில் தெளிவாகத் தெரிந்தது.

1920 வரை, சபையின் அலுவலகம் மதராஸில் உள்ள ஜார்ஜ் டவுனில் இருந்தது. சில ஆண்டுகளுக்குப் பிறகு மயிலாப்பூருக்கும், அதன்பின் திருவல்லிக்கேணியிலும் மாற்றப்பட்டு 1936 வரை

செயல்பட்டது. காலப்போக்கில், இந்தி கற்பித்தல் வேகம் எடுத்த போது, பிரச்சாரகர்களுக்கு அதிகத் தேவை ஏற்பட்டது. சபாவால் 1922ல் ஈரோட்டில் ஹிந்தி பிரசாரக் வித்யாலயா தொடங்கப்பட்டது. இது பண்டிட் மோதிலால் நேருவால் திறந்து வைக்கப்பட்டது மற்றும் பெரியாருக்குச் சொந்தமான ஒரு கட்டடத்தில் அவரது ஆதரவுடன் செயல்பட்டது. பின்னாட்களில் அவர் ஹிந்தியின் கடுமையான எதிர்ப்பாளராக மாறினார். அது வேறு கதை.

முதல் பட்டப் படிப்புத் தேர்வு 'ராஷ்ட்ரபாஷா விஷரத்' நடத்தப்பட்டது மற்றும் சபாவின் முதல் பட்டமளிப்பு விழாவும் 1931இல் நடைபெற்றது.

தியாகராயா நகர் ஒரு காலத்தில் ஐந்தரை மைல் நீளமும் ஒன்றரை மைல் அகலமும் கொண்ட ஒரு பெரிய ஏரியாக இருந்தது. மெட்ராஸ் போட்கிளப் அதன் வருடாந்திரப் படகுப் போட்டிகளை அந்த ஏரியில்தான் நடத்தியது. முதல் உலகப் போருக்குப் பிறகு, முன்னெப்போதும் இல்லாத மக்கள்தொகை வளர்ச்சியின் காரணமாக நகரத்தின் நிர்வாகிகள் ஏரியைக் குடியிருப்புப் பகுதியாக மாற்றுவதற்கு விருப்பம் கொண்டனர். தியாகராயா நகர் தோன்றியது.

சபா, சென்னையின் தியாகராய நகருக்கு 7 ஏக்கர் நிலப்பரப்பில் மாற்றப்பட்டது. கட்டடத்திற்கான அடித்தளம் ஜனாப் அப்துல் ஹமீத் கான் அவர்களால் வைக்கப்பட்டது. கட்டடம் அக்டோபர் 7, 1936 அன்று இந்திய தேசியக் காங்கிரஸின் தலைவராக இருந்த பண்டிட் ஜவஹர்லால் நேருவால் திறக்கப்பட்டது.

சபாவின் முதன்மைச் செயல்பாடு தென் மாநிலங்களில் ஹிந்தியைப் பரப்புவதாகும். 1922 முதல் மாணவர்களின் இந்தி திறமையை மதிப்பிடுவதற்குத் தேர்வுகள் தொடர்ந்து நடத்தப்பட்டன.

ஒவ்வொரு ஆண்டும் பட்டமளிப்பு உரையில் ஒரு முக்கியமான நபர் உரையை நிகழ்த்தினர். முன்ஷி பிரேம்சந்த், சரோஜினி நாயுடு, பட்டாபி சீதாராமையா, ஆச்சார்யா வினோபா பாவே, டாக்டர் ஜாகீர் உசேன் ஆகியோர்பங்கேற்றுப்பல ஆண்டுகளாகப் பட்டமளிப்புகளைநடத்தினர்.

1937 ஆம் ஆண்டு பதவியேற்ற சி. ராஜகோபாலாச்சாரி (ராஜாஜி) தலைமையிலான இந்திய தேசியக் காங்கிரஸ் அரசாங்கம் மாகாணப் பள்ளிகளில் இந்தி கற்பித்தலை அறிமுகப்படுத்தியது. 'ஹிந்தி உங்கள் தட்டில் இருக்கும் சட்டினி போல. வேண்டும் என்றால் தொட்டுக்கொள்ளுங்கள்' என்றார் ராஜாஜி. அவ்வளவுதான். இந்தித் திணிப்பை எதிர்த்து மாகாணம் முழுவதும் கலவரமாக வெடித்தது

இந்தித் திணிப்பை பெரியார் ஈ.வி. ராமசாமி மற்றும் எதிர்க்கட்சியான நீதிக்கட்சி (பின்னர் திராவிடர் கழகம்) உடனடியாக

எதிர்த்தனர். மூன்று வருடங்கள் நீடித்த இந்தப் போராட்டம், உண்ணாவிரதம், மாநாடுகள், அணிவகுப்பு, மறியல் எனப் பன்முகத்தன்மை கொண்டது. அன்றிலிருந்து மாநில அரசியலில் ஹிந்தி ஒரு பிரச்னையாக இருந்து வருகிறது. ஆனால் சபையின் செயல்பாடு பாதிக்கப்படவில்லை.

இரண்டாம் உலகப் போர் முடிவடைந்த பிறகு 1946இல் சபா ஓராண்டுக்கு ஒத்திவைக்கப்பட்ட தனது வெள்ளி விழாவைக் கொண்டாடியது. இந்தியா சுதந்திரம் அடைவதற்கு ஒரு வருடம் முன்பு, தனது கடைசி சென்னை விஜயத்தின்போது விழாவிற்கு காந்திஜி தலைமை தாங்கினார். தியாகராய நகரில் 10 நாட்கள் தங்கினார். விழாவில், தென்னாட்டில் இருந்து சுமார் 10,000 ஹிந்தி பிரச்சாரகர்கள் மற்றும் இந்தி ஆர்வலர்கள் பங்கேற்றனர்.

தட்சிண் பாரத் ஹிந்தி பிரச்சார சபை, இந்துஸ்தானி நகர் எனப் பெயர் மாற்றப்பட்டது. அரங்கம் பல அலங்கார வாயில்களைக் கொண்டிருந்தது. சம்பிரதாயமாக காந்தி அனைத்து வாயில்களையும் ஆய்வு செய்ய விரும்பியபோது அவர் தணிகாசலம் சாலையில் நடந்து சென்றார். மற்ற வாயில்கள் வெகு தொலைவில் இருப்பதைத் திடீரென்று உணர்ந்த அவர், தனது கையை அசைத்து மயிலாப்பூருக்குச் செல்லும் ஒரு கார்ப்பரேஷன் பேருந்தை நிறுத்தி அதில் ஏறினார். அவரை அடுத்த வாயிலில் இறக்கிவிடுமாறு டிரைவரைக் கேட்டுக் கொண்டார்.

இந்த மெட்ராஸ் விஜயத்தின்போதுதான் காந்தி மொழிபெயர்ப்பாளர்களை அனுமதிக்க மறுத்தார். ‘எனது ஆங்கிலத்தை ஆங்கிலேயர்களுக்காக ஒதுக்குகிறேன்’ என்றார்.

காந்திஜி பத்து நாட்கள் தங்கியிருந்த சபா வளாகத்தில் உள்ள வீட்டை, இந்தியாவில் உள்ள நாற்பது காந்தி பாரம்பரியத் தளங்களில் ஒன்றாக இந்திய அரசு சமீபத்தில் அறிவித்தது. இந்த இல்லத்தில் நிரந்தர காந்தி அருங்காட்சியகம் அமைக்க சபா திட்டமிட்டுள்ளது.

சபா தென்னிந்தியாவில் ஹிந்தி கற்பிக்கும் மிகப்பெரிய நிறுவனம் ஆதலால், சபா ஆற்றிய சேவைகளை அங்கீகரிக்கும் வகையில், சிறப்புச் சட்டத்தை இயற்றுவதன் மூலம் நாடாளுமன்றம் ‘தேசிய முக்கியத்துவம் வாய்ந்த நிறுவனம்’ என்ற அந்தஸ்தை வழங்கியது. இச்சட்டம் மற்ற பல்கலைக்கழகங்களைப் போன்று இந்தியில் பட்டங்களை வழங்க சபாவுக்கு அங்கீகாரம் அளிக்கிறது. தொடக்கத்தில் மாணவர்களைக் கவர்ந்திழுப்பதில் சிரமங்களை எதிர்கொண்ட இந்தச் சபா, இன்று நடத்தும் பல்வேறு தேர்வுகளுக்குச் சுமார் 10 லட்சம் பேர் தேர்வெழுதியுள்ளனர்.

14

நேப்பியர் பாலம்

இயற்கையின் சவால்களை முறியடிக்கும் விதத்தில் மனிதனின் முதல் முயற்சி ஆற்றின் மீது ஒரு பாலம்தான். பாலம் என்பது நகர்ப்புற வடிவமைப்பில் பெரும் தாக்கத்தை ஏற்படுத்திய முதல் கட்டடக்கலை கண்டுபிடிப்பு என்று நாம் கூறலாம். ஆற்றைக் கடந்து, அப்பால் செல்ல மட்டுமே மனிதன் பாலத்தை வடிவமைக்கவில்லை. தனது சூழலை விரிவுபடுத்துவதற்கான மனிதனின் விருப்பமே பாலம்.

ஆனால் ஆற்றின் மீது பாலம் கட்டுவது லேசுப்பட்ட காரியம் இல்லை. நதியானது ஆயிரம் யானை பலம் கொண்டு வலுவாக மட்டுமல்ல, கணிக்க முடியாததாகவும் இருந்தது.

மெட்ராஸை நிறுவுவதற்கான இடம் தேர்ந்தெடுக்கப்பட்டதற்கு கூவம் நதி ஒரு முக்கிய காரணமாக இருந்தது. அது ஓர் இயற்கை அரண் என தெற்கிலிருந்து நகரத்தைப் பாதுகாத்தது. அத்திசையில் தான் சாந்தோமிலிருந்து தொல்லை தரும் போர்த்துக்கீசியர்கள் வசித்து வந்தனர்.

கூவம் முதலில் பெயரிடப்படாத நதியாக இருந்தது. ஆனால் பின்னர் அது வரும் இடத்தின் அடிப்படையில் 'பூந்தமல்லி ஆறு' அல்லது 'ட்ரிப்ளிகேன் ஆறு' என்று ஆரம்பக்கால வரைபடங்களில் அழைக்கப்பட்டது.

கூவம் வெறும் 72 கிலோமீட்டர் மட்டுமே நீளமான ஒரு குறுகிய நதி. பல்லவர் காலத்திலிருந்தே அதன் கரைகளில் கட்டப்பட்ட ஏரிகளால் மழைக்காலங்களில் அதில் நியாயப்படி ஓட வேண்டிய பெரும்பாலான நீர் நிறுத்தப்பட்டது. இதனால் திருவள்ளூர் மாவட்டத்தில் ஏராளமான ஏரிகள் உள்ளன. அதனால் ஆற்றில் ஒருபோதும் திடீர் வெள்ளமோ அல்லது தினசரி நீரோட்டமோ இருந்ததில்லை.

ஆனால், நதி வங்காள விரிகுடாவுடன் இணைந்த இடத்தில் நிலைமை வேறுபட்டது. கடலின் தினசரி அலை இயக்கம் பாதி நாளில் உள்நாட்டடுக்குள் பாய்ந்து, மறுபாதியில் கடலுக்கு விரைந்தது. இந்தச் சலசலப்பு, அங்குள்ள பாலங்களுக்குத் தீங்கு விளைவிக்கும் என்பதனால் ஆற்றின் முகத்துவாரத்தில் பாலம் அமைப்பது கடினமாக இருந்தது.

சென்னைக்குள் கூவம் ஆற்றின் மற்ற இடங்களில் ஏற்கெனவே பாலங்கள் கட்டப்பட்டுவிட்டன. சிந்தாதிரிப்பேட்டை, புதுப்பேட்டை மற்றும் எழும்பூர் ஆகிய இடங்களில் வலுவான கல் அடிப்படையிலான பாலங்கள் கூவத்தைக் கடந்தன. இருந்தாலும், ஆற்றின் முகத்துவாரத்தின் அருகே பொறியாளர்கள் சவால்களை எதிர்கொண்டனர்.

அவர்கள் மட்டுமா? ஆழமற்ற கூவம் வழியாக மக்கள் நடக்கக்கூட முடியவில்லை. ஆற்றின் அனைத்து மாசுகளும் அங்குக் குவிந்தன. நீரோட்டங்கள், சுழல்கள் மற்றும் புதைமணல் ஆகியவை அவ்வப்போது மனித உயிர்களைப் பலிவாங்கின. அதே இயற்கை சக்திகள் பாலம் கட்ட அனுமதிக்கவும் மறுத்தன.

அதனால் 1868க்கு முன்பு ஆற்றின் முகத்துவாரத்திற்கு அருகில் பாலம் இல்லை. ஒரு பக்கம் அதிகார மையக் கோட்டை இருந்தது. மறுபுறம் வளர்ந்து வரும் நகரம். கடற்பரப்பின் இரண்டு முக்கியமான பகுதிகளை இணைக்கும் பாலம் ஆரம்பத்தில் நேப்பியர் பிரபுவின் முயற்சியால்தான் ஆரம்பிக்கப்பட்டது. 1868இல், நேப்பியர் பிரபு கோட்டைப் பகுதியில் இருந்து கூவத்தைக் கடந்து ஒரு பாலம் கட்ட முடிவு செய்தார்.

நேப்பியர் பிரபு மெட்ராஸ் கவர்னரின் பணியில் மிகவும் ஈடுபாடு கொண்டிருந்தார். அவர் தனது ஆட்சிக் காலத்தில் பென்னார் அணையைக் கட்டினார். முல்லைப் பெரியாறு அணை பற்றிய யோசனையை அவரே முன்வைத்தார். கட்டடக் கலையிலும் அதிக ஆர்வம் கொண்டிருந்தார். மதுரை திருமலை நாயக்கர் மஹால் இடிபாடுகளில் இருப்பதாக உணர்ந்தபோது, அதைச் சரி செய்தார். இன்று நாம் பார்க்கும் பிரம்மாண்ட கட்டடம் அவருடைய பங்களிப்பு.

மெட்ராஸ் நகரம் முழுவதும் அற்புதமான கட்டடங்களைக் கட்டுவதற்காக சிஷோல்ம் என்ற கட்டடக் கலைஞரை நகருக்குக் கொண்டு வந்தார்.

நேப்பியர் தனது பொறியாளர்களைக் கொண்டு கூவம் ஆற்றின் படுகையில் இரும்புத் திருகுக் குவியல்களை (screw pile) மூழ்கடித்துப் பாலத்தைச் சீராக அஸ்திவாரம் இட வைத்தார். அவற்றின் மீது நிற்கும் வகையில், இரும்புப் பாலத்தை வடிவமைத்தார். இரும்புக் கம்பிகள் பக்கங்களைப் பாதுகாத்தன.

ஆனால் உப்புக் காற்று மற்றும் கடல் நீர் இரும்பைத் துருப்பிடித்து மனிதனின் உழைப்பை அரிக்கும் திறனைக் கொண்டுள்ளன. 1909 வாக்கில் பாலம் துருப்பிடித்து மனிதர்கள் கடக்க ஆபத்தானது.

1909ஆம் ஆண்டு பாலம் 3.75 லட்சம் செலவில் பக்கவாட்டில் இரும்புக் கர்டர்கள் மூலம் மாற்றப்பட்டது. கர்டர்கள் முதல் கடைசி ஆணி வரையிலான பாலத்தின் உதிரிப்பாகங்கள் உள்நாட்டில் மெட்ராஸில் தயாரிக்கப்பட்டது. இது பெருமைக்குரிய விஷயமாக இருந்தது.

இருப்பினும் பாலத்தில் உள்ள இரும்பினால் மழைக்காலங்களில் மின்னல் பாலத்தை அடிக்கடி தாக்கியது. நாட்டின் ஆரம்பக்கால இடிதாங்கி ஒன்று பாலத்தின் வடகிழக்கு மூலையில் நிறுவப்பட்டு, இன்றும் உள்ளது.

ஆனால் இந்த முயற்சிகள் அனைத்தும் 20 ஆண்டுகளில் வீணாகின. மீண்டும் கடல் தன் வித்தையைக் காட்டத் தொடங்கி இருபது வருடங்களில் புதிய பாலத்தையும் அரித்தது.

விரிவடைந்து வரும் நகரத்திற்குக் கடற்கரைப் பாதை ஒரு முக்கியமான சாலையாக இருந்தது. ஆனால் பாலம் ஆபத்தான நிலையில் இருப்பதால், அதில் நேராகப் பயணிக்க முடியாமல் அனைவரும் மாற்றுப்பாதையில் சென்றனர். இனிமேல் மாற்றாக ஒரு கான்கிரீட் பாலம் கட்டுவதுதான் கடைசி யோசனையாக இருந்தது.

1939இல், நகர சபை பாலத்திட்டத்தைப் பற்றி யோசித்தது. 1.5 லட்சம் செலவில் ஒரு கட்டடத் திட்டம் என்பது உலகப் போர் நாட்களில் நினைத்துப் பார்க்க முடியாதது. ஆனால், எந்த நேரத்திலும் பாலம் இடிந்து விழுந்து விடுமோ என உறுப்பினர்கள் கவலையடைந்தனர். நகரின் மற்றப் பகுதிகளிலிருந்து தலைமைச் செயலகத்தைத் துண்டித்துவிடும் என்பதால், போரில் கலந்து கொண்டிருக்கும் ஒரு நகரத்தை உலக அரங்கில் அது மோசமாகப் பிரதிபலிக்கும் என்று அவர்கள் கவலைப்பட்டனர்.

கூவம் ஆறு அளித்த விசித்திரமான சூழலுக்கு ஏற்ப வித்தியாசமான அமைப்பை உருவாக்கத் திட்டமிடப்பட்டது. அஸ்திவாரம் அமைத்து அதன் மேல் தூண் எழுப்பி, பாலம் அமைக்கும் பாரம்பரியமான கட்டுமான அமைப்பைத் தலை கீழாக மாற்றினர். வளைவில் இருந்து தூண்களைத் தொங்கவிட்டால், பாலத்தின் சுமை அஸ்திவாரத்தின் மேல் இல்லாமல், எல்லாத் திசையும் பரவும் என்பது இந்த அமைப்பின் சிறப்பு.

489 அடி நீளமும் 56 அடி அகலமும் கொண்ட இந்தப் பாலம் 240 டன் எஃகு மற்றும் 500 டன் சிமெண்டை விழுங்கியது. இந்தியாவின் முதல் அழுத்தம் கொடுக்கப்பட்ட கான்கிரீட் (pre stressed concrete) பாலம் இதுதான்.

பாலம் கட்டும் ஒப்பந்தம் அந்த நேரத்தில் ஒரு பெரிய கட்டுமான நிறுவனமான கானன், டன்கர்லி & கோ நிறுவனத்திற்கு வழங்கப்பட்டது. அந்நிறுவனம் அப்போது செய்து கொண்டிருந்த மற்றொரு மகத்தான வேலை - திருப்பதி திருமலை மலைப்பாதையை அமைப்பது.

துருப்பிடித்த இரும்புப் பாலம் அகற்றும் பணி ஓராண்டு நீடித்தது. பின்னர் போர் தொடர்பான நகர மக்கள் வெளியேற்றம் காரணமாக வேலை நிறுத்தப்பட்டது.

வேலை மீண்டும் தொடங்கப்பட்டபோது, கவர்னர் ஹோப் கூட அதன் முக்கியத்துவத்தை வலியுறுத்துவதற்காக பலமுறை அறிவிக்காமல் சென்று பார்வையிட்டார்.

சென்னை துறைமுகம், பொதுப்பணித் துறை என்று எல்லோருமாய் சேர்ந்து பாலப்பணிகள் கண்காணித்தனர்.

பாலம் ஜூலை 9, 1944 அன்று சென்னை கவர்னரால் திறந்து வைக்கப்பட்டது. முதல் பாலம் கட்டிய நேப்பியர் பெயரே சூட்டப்பட்டது.

கானன், டன்கர்லி & கோ நிறுவனம் இரண்டு மடங்காக அரசிடம் காசை வசூலித்தனர். ஆனாலும் நகரமும் அரசாங்கமும் அவர்கள் கட்டட வேலையை மிகவும் பாராட்டி, மன்னரின் பிறந்தநாளில் அதன் பொது மேலாளர் கௌரவிக்கப்பட்டார்.

பிற்காலத்தில் போக்குவரத்து அதிகரித்தபோது பாலம் இரட்டிப் பாக்கப்பட்டது. இந்தப் பாலத்தின் புதுமையான வடிவமைப்பினால் அது, மெட்ராஸ் நகரத்தின் அடையாளமாக மாறியதில் ஆச்சரியம் இல்லை. உலக சதுரங்கப் போட்டியின் போதுகூட அது சதுரங்கப் பலகை போல வர்ணம் பூசப்பட்டு உலக கவனத்தை ஈர்த்தது.

15

கீழ்ப்பாக்கம் மருத்துவக் கல்லூரி

1967 ஆம் ஆண்டு ஒரு மகளிர் கல்லூரி மாணவிகள் வேலை நிறுத்தத்தில் ஈடுபட்டனர். அவர்கள் கோஷங்களை எழுப்பியவாறு செயின்ட் ஜார்ஜ் கோட்டையை நோக்கிச் சுட்டெரித்த சாலைகளில் பேரணியாகச் சென்றனர். அதன் பின் பரபரப்பான பூந்தமல்லி நெடுஞ்சாலையில் போக்குவரத்தை மறித்து தர்ணா செய்தனர்.

அவர்களது கோரிக்கையைக் கேட்டு சென்னை நகரமே திரும்பி அவர்களை ஆச்சரியத்துடன் பார்த்தது. ஏன் என்றால், ஆண்

மாணவர்களையும் அவர்கள் கல்லூரியில் சேர்க்க வேண்டும் என்பதே அரசின் முன்வைக்கப்பட்ட அவர்களது கோரிக்கை. உலகில் எங்கும் கேள்விப்படாத நிகழ்வு இது. அது நடந்தது மெட்ராஸில்தான்; ஆனால் இந்தக் கதை தொலைதூர டெல்லியில் தொடங்கியது.

1911, இந்தியாவின் தலைநகரம் கல்கத்தாவிலிருந்து புது தில்லிக்கு மாற்றப்பட்டது. இந்திய மக்கள் மீது உண்மையான அக்கறை கொண்ட ஆங்கிலேயர்களும் இருந்தனர். அவர்களில் ஒருவர் கவர்னர் ஜெனரலின் மனைவியாய் இருந்தது நாட்டுக்கு அதிர்ஷ்டம் தான்.

இந்தியாவின் கவர்னர் ஜெனரல் பிரபு சார்லஸ் ஹார்டிங்கின் மனைவி லேடி ஹார்டிங், பெண்களுக்கான மருத்துவக் கல்லூரியை நிறுவ முடிவு செய்தார். அப்போதைய பெரும்பாலான இந்தியப் பெண்கள் தங்கள் உடல்நிலையை ஆண் மருத்துவரிடம் காட்டுவதை விட இறப்பதையே விரும்புவார்கள் என்பதைப் புரிந்துவைத்திருந்த லேடி ஹார்டிங் இதைக் கண்டு மனம் வருந்தினார். இதற்கான தீர்வாக அந்த நேரத்தில் இந்தியாவுக்கு அதிகமான பெண் மருத்துவர்கள் தேவை என்று தீர்மானித்தார்.

சக்கரவர்த்தினியின் பெயரான மேரி என்று பெயர் சூட்டி மருத்துவக்கல்லூரியைத் தொடங்க விரும்பினார்.

மருத்துவக் கல்லூரிகளில் பெண்களைச் சேர்க்கும் செயல் ஐரோப்பியக் கல்லூரிகளில் கூடக் கலவரத்தை ஏற்படுத்திய காலம் அது. பெண்கள் மருத்துவம் படிக்க அனுமதித்த முதல் நகரங்களில் மெட்ராஸ் ஒன்றாகும். 1875 ஆம் ஆண்டில் அந்தப் புரட்சி நடந்தது. மற்ற இந்திய நகரங்கள் இதைப் பின்பற்றின.

எனினும் 1900களின் தொடக்கத்தில் இந்தியாவில் பெண் மருத்துவர்கள் குறைவாகவே இருந்தனர். பெண்கள் பொது வாழ்க்கையிலிருந்து தனிமைப்படுத்தப்பட வேண்டிய கோஷா அமைப்பு ஆண் மருத்துவர்களை அவர்கள் அணுகுவதைத் தடுத்தது. இந்த இரண்டு காரணிகளும் சேர்ந்து இந்தியாவில் அசாதாரணமான பெண் இறப்பு விகிதத்தை ஏற்படுத்தியது. அதனால் சீக்கிரத்தில் பிரத்தியேகமான மகளிர் கல்லூரிகள் தொடங்கப்பட வேண்டும் என்று பரிந்துரைகள் இருந்தன.

இந்தியாவின் புதிய தலைநகரான புது தில்லியில் பெண்கள் மருத்துவக் கல்லூரியைத் தொடங்க இந்திய சமஸ்தானங்கள் மற்றும் பணக்காரர்களிடமிருந்து லேடி ஹார்டிங் நிதி சேகரித்தார்.

ஆனால் துரதிர்ஷ்டவசமாக கல்லூரி திறக்கப்படுவதை அவரால் பார்க்க முடியவில்லை. கல்லூரி திறக்கப்படுவதற்கு 2 ஆண்டுகளுக்கு முன்பு அவர் இறந்துவிட்டார். கல்லூரிக்கு 'சீமாட்டி ஹார்டிங்' என்று பெயரிடுமாறு சக்கரவர்த்தினியே அதிகாரிகளிடம் கோரிக்கை விடுத்தார். சீமாட்டி ஹார்டிங் விருப்பப்படி இன்று வரை பெண்கள் மட்டும் தான் இந்தக் கல்லூரியில் படிக்கலாம்.

இங்கு படித்த சுசீலா நய்யார், காந்தியின் தனிப்பட்ட மருத்துவராகச் செயல்பட்டு, அவரது நெருங்கிய வட்டாரத்தில் முக்கிய உறுப்பினரானார். காந்தியை மரணத்தின் விளிம்பிலிருந்து அவர் பலமுறை காப்பாற்றினார்.

சீமாட்டி ஹார்டிங் கல்லூரி தொடங்கி 50 ஆண்டுகளுக்குப் பிறகு அதே வடிவத்தைப் பயன்படுத்திப் பெண் மருத்துவர்களின் எண்ணிக்கையை அதிகரிக்க, பெண்கள் மட்டுமே படிக்கும் மருத்துவக் கல்லூரியைத் தொடங்க மெட்ராஸ் அரசு முடிவு செய்தது.

மெட்ராஸில் ஏற்கெனவே இரண்டு மருத்துவக் கல்லூரிகளும் மாநிலம் முழுவதும் பலவும் இருந்தன. ஆனால் இன்னும் போதுமான பெண் மருத்துவர்கள் உருவாக்கப்படவில்லை என்று அரசாங்கம் கருதியது.

அங்கு தான், கீழ்ப்பாக்கம் மருத்துவக் கல்லூரி தொடங்கப்பட்ட அடிப்படைக் காரணத்தையே கண்டித்து, அதை இரு பாலர் படிக்கும் கல்லூரியாக மாற்றக் கோரி வேலைநிறுத்தப் போராட்டத்தில் ஈடுபட்டனர் மாணவிகள்.

மகளிர் மருத்துவக் கல்லூரிக்குத் தேர்வு செய்யப்பட்ட இடம் ஒரு சுவாரஸ்யமான வரலாற்றைக் கொண்டுள்ளது. வடக்கில் ஒரு நீரோடை மற்றும் தெற்கில் ஏரிகள் ஆகியவற்றால் சூழப்பட்ட கீல்பாக், நெரிசலான கோட்டையுடன் ஒப்பிடும்போது ஆங்கிலேயர்கள் வாழ ஓர் இனிமையான மாற்று இடமாக இருந்திருக்க வேண்டும். அவர்கள் மட்டுமல்ல, வசதி படைத்த இந்தியர்களும் கீழ்ப்பாக்கின் பெரிய தோட்ட வீடுகளையே விரும்பினர்.

செட்பேட் ஏரிக்கு அடுத்ததாக ஹைட் பார்க் என்ற பெரிய வீடு இருந்தது. அது காளஹஸ்தி ஜமீன்தாரான பனகல் ராஜா என்று அழைக்கப்படும் ராஜா சர் பனகண்டி ராமராயனிங்கருக்குச் சொந்தமானது.

நீதிக்கட்சியின் நிறுவனர்களில் ஒருவரான ராஜா அதன் தலைவராகவும் பணியாற்றினார். அவர் மெட்ராஸ் பிரசிடென்சியின் முதலமைச்சராக இருந்தபோது, தனது பதவிக்காலத்தில் பல சீர்திருத்தங்களைக் கொண்டு வந்தார். அவர் முதலமைச்சராக இருந்தபோதுதான் சென்னை தியாகராய நகர் உருவாக்கப்பட்டது.

இந்திய மருத்துவ முறைகளில் நிபுணராக இருந்த முன்னாள் ராணுவ வீரர், டாக்டர் ஸ்ரீனிவாசமூர்த்தி, பனகல் ராஜாவின் தனிப்பட்ட மருத்துவராக இருந்தார். டாக்டர் ஸ்ரீனிவாசமூர்த்தி, உள்நாட்டு மருத்துவ முறைகளைப் பற்றிய விழிப்புணர்வை ஏற்படுத்துவதில் ஈடுபட்டிருந்தார்.

மேலும் இரண்டு மெட்ராஸ் மருத்துவக் கல்லூரிகள் ஐரோப்பிய மருத்துவ முறையுடன் செயல்படும் போது, இந்திய முறைகளிலும் மருத்துவர்களுக்குப் பயிற்சி அளிக்க வேண்டிய அவசியம் என்பதால் டாக்டர் ஸ்ரீனிவாசமூர்த்தி இந்திய மருத்துவப் பள்ளியை நிறுவுமாறு மகாராஜாவிடம் கோரிக்கை விடுத்தார்.

ராஜா ஒப்புக்கொண்டு, தனது ஏரிக்கரைத் தோட்ட பங்களாவை, நன்கொடையாக வழங்கினார். ராஜாவின் குதிரை லாயம், இப்போது அனாடொமி (anatomy) துறையாகச் செயல்படுகிறது.

1925 ஆம் ஆண்டு இந்திய மருத்துவப் பள்ளி (GSIM) இங்குத் தொடங்கப்பட்டது. ஸ்ரீனிவாசமூர்த்திக்கு ‘வைத்திய ரத்தினம்’ என்ற பட்டம் வழங்கிக் கௌரவிக்கப்பட்டது. கீழ்ப்பாக்கம் மருத்துவக் கல்லூரி வளாகத்தில் அவரது சிலை நிறுவப்பட்டுள்ளது.

பல ஆண்டுகளாக இக்கல்லூரி, ஆயுர்வேதம் மற்றும் யுனானி உட்பட அனைத்து வகையான இந்திய மருத்துவத்தையும் கற்பித்தது. காலப்போக்கில் மாணவர்களுக்கு மேற்கத்திய மருத்துவமும் கற்பிக்கப்பட்டதால், இறுதியாக ஒருங்கிணைந்த மருத்துவக் கல்வி முறைக்கு வழிவிட்டது

பின்னர் அரசு இதனை முற்றிலும் மேற்கத்திய மருத்துவக் கல்லூரியாக மாற்ற முடிவு செய்து, இந்திய மருத்துவக் கல்லூரியை அண்ணாநகருக்கு மாற்றியது. கீழ்பாக்கம் கல்லூரியில் ஒரு வகுப்பிற்கு 75 பெண்கள் மட்டுமே அனுமதிக்கப்பட்டனர். ஒரு கல்லூரியில் பல பெண்களைச் சேர்த்தது ஆரம்பத்தில் நன்றாக இருந்தது. அவர்களின் விருப்பம் நிறைவேறப் போவதில் அரசாங்கம் திருப்தி அடைந்தது.

ஆனால் ஒரு வித்தியாசமான பிரச்னை எழும் என்று யாரும் எதிர்பார்க்கவில்லை. பெண் மாணவர்கள் ஆண் நோயாளிகளைக் கையாளும்போது கூச்சப்பட்டார்கள். ஒவ்வொரு நோயாளிக்கும் உதவுவதற்காக அவர்கள் அவசரமாக ஓர் ஆயம்மாவை அழைத்து வர வேண்டியிருந்தது.

இறுதியாக, பெண்கள் உட்கார்ந்து, யோசித்தார்கள். வெளி உலகில் பல நோயாளிகள் ஆண்களாக இருப்பார்கள் என்பதால் அவர்கள் துறையில் வெற்றி பெறுவது கடினம் என்றும் புரிந்தது. தங்கள் வகுப்பில் ஆண்கள் இல்லாததால்தான் அவர்களின் கூச்சம் ஏற்பட்டது என்று அவர்கள் முடிவு செய்தனர்.

அதனால்தான் அவர்களின் கல்லூரியில் ஆண்களையும் சேர்க்க வேண்டும் என்று பெண்கள் வேலை நிறுத்தம் செய்ய முடிவு செய்தனர் - இரண்டு வருடப் போராட்டத்திற்குப் பிறகு பெண்கள் வெற்றி பெற்றனர். மாணவர் எண்ணிக்கை அதிகரிக்கப்பட்டு, மொத்தம் 100 மாணவ, மாணவியர் அனுமதிக்கப்பட்டனர்.

KMC இன்று மருத்துவக் கல்வி மற்றும் ஆராய்ச்சிக்கான முன்னணி நிறுவனமாக உள்ளது.

16

மெட்ராஸ் விமான நிலையம்

மனிதனின் பழங்கால ஆசைகளில் ஒன்று பறவைகள் போல வானில் பறக்க வேண்டும் என்பது.

இந்திய புராணங்களில் பெரும்பாலான கடவுள்களால் பறக்க முடியும். புஷ்பக விமானம் என்கிற ஒரு புராண பறக்கும் இயந்திரம் - செயற்கையாகப் பறக்கும் தொழில்நுட்பத்தில் இந்தியாவின் நிபுணத்துவம் என அடிக்கடி முன் வைக்கப்படுகிறது. ஆனால், பறக்கும் தொழில்நுட்பம் அமெரிக்காவில் தேர்ச்சி பெற்றபோது

மெட்ராஸ் பின்தங்கியிருக்கவில்லை. ரைட் சகோதரர்கள் தங்கள் விமானத்தைப் பறக்கவிட்டு 6 ஆண்டுகளுக்குப் பிறகு, மெட்ராஸ் அதன் வானத்தில் ஒரு விமானத்தைக் கண்டது.

நகரத்தின் விமானப் போக்குவரத்து வரலாறு 1910இல் தொடங்கியது. நகரத்தைச் சேர்ந்த கோர்சிகா தீவைச் சேர்ந்த ஹோட்டல் அதிபர் ஜியாகோமோ டி ஏஞ்சலிஸ் ஒரு விமானத்தை உருவாக்கினார். ஜூலை 1909இல் ஆங்கிலக் கால்வாயை முதன்முதலில் பறந்து கடந்த பிரெஞ்சுக்காரரால் ஈர்க்கப்பட்ட டி'ஏஞ்சலிஸ், நகரத்தின் முன்னணித் தொழிலதிபரான சிம்ப்ஸனுடன் இணைந்து விமானத்தை உருவாக்கினார். இந்த விமானம் முழுக்க முழுக்க டி'ஏஞ்சலிஸின் சொந்த வடிவமைப்பு.

ஒரு சிறிய சக்தி எஞ்சின் பொருத்தப்பட்ட விமானத்தை 10 மார்ச் 1910 அன்று, டி'ஏஞ்சலிஸ் பல்லாவரம் புறநகரில் சோதனை செய்தார். இது ஆசியாவிலேயே முதல் விமானமாக அமைந்தது. .விமானம் சிறப்பாக செயல்பட்டதால் அவர் விமானம் பறக்கும் கண்காட்சியைத் தீவுத்திடல் மைதானத்தில் பறக்க ஏற்பாடு செய்து டிக்கெட்டுகளுக்குப் பணம் வசூலித்தார்.

விமானங்கள் போக்குவரத்தைவிட ஒரு பொழுதுபோக்காகப் பார்க்கப்பட்ட காலமது. எனவே நகரத்தின் பணக்காரர்களிடையே பறக்கும் ஆர்வத்தை உருவாக்க 1911ஆம் ஆண்டு ஐரோப்பிய விமான விற்பனையாளர்களின் குழு மெட்ராஸ் வந்தது. ஒரு விமானத்தை வாங்கும் அளவுக்குப் பணக்காரர்களாக இருந்தவரைக் கவர, அவர்கள் பறந்து காட்டினார்கள். அதுவும் பல்லாவரத்தில்தான். மலைகளால் சூழப்பட்டிருந்தாலும், புனித தாமஸ் குன்றுக்கும் பல்லாவரத்துக்கும் இடையே இருந்த பரந்த இடம் விமான ஆர்வலர்களையும் ஈர்த்தது.

விமான நிலையத்தில் பயணிகள் போக்குவரத்து தொடங்குவதற்கு நீண்ட காலத்திற்கு முன்பே, மெட்ராஸ் ஃப்ளையிங் கிளப் என்று அக்டோபர் 1929இல் சென்னையில் ஒரு தனியார் சங்கம் நிறுவப்பட்டது.

ஹாக்கர் என்ற ஆசிரியருடன், முதல் கற்பித்தல் விமானம் 1930இல் வானில் பறந்தது. அன்றிலிருந்து 90 ஆண்டுகளில், மெட்ராஸ் ஃப்ளையிங் கிளப் 1,500க்கும் மேற்பட்ட விமானிகளை உருவாக்கியுள்ளது.

மற்றொரு பறக்கும் பயிற்சியாளர் 1935இல் சென்னையிலிருந்து கொழும்புக்கு முதல் சர்வதேச விமானத்தை இயக்கினார்.

1914ஆம் ஆண்டு, நீர்நிலைப் பொறியாளரான மேட்லி, (இன்றும் மேட்லி சுரங்கப்பாதைக்கு அவரது பெயர் உள்ளது) தான் தயாரித்த விமானத்தை ரெட் ஹில்ஸ் நீர்த்தேக்கத்தின் மீது ஓட்டி விமானத்தில் இருந்து மெட்ராஸின் முதல் வான்வழி புகைப்படங்களைப் படம்பிடித்தார்

அக்காலகட்டத்தில் செட்டியார்கள் பர்மாவிலும் கிழக்கு ஆசியாவிலும் பெரும் செல்வத்தை ஈட்டியதால், அவர்களின் வாழ்க்கை முறை அரசர்களுக்குச் சமமாக இருந்தது. அவர்களின் பொழுதுபோக்கில் ஒன்று வானத்தில் பறப்பது என்பதில் ஆச்சரியமில்லை.

மெட்ராஸ் ஃப்ளையிங் கிளப் முதல் உறுப்பினர்கள் ஆவடையப்பன், எஸ்.ஏ.ஏ. அண்ணாமலை மற்றும் சோலையப்பன் ஆகிய மூன்று நாட்டுக்கோட்டைச் செட்டியார்கள். மூவரும் விமானங்களைச் சொந்தமாக வைத்திருந்ததால், சென்னைக்குத் தெற்கே 250 மைல் தொலைவில் உள்ள செட்டிநாடு கிராமத்தில் மற்றொரு பறக்கும் கிளப்பைத் தொடங்கினர். 1931ஆம் ஆண்டில், தனியார் விமானி உரிமம் பெற்ற முதல் தென் இந்தியர் ஆவடையப்ப செட்டியார்.

1932ஆம் ஆண்டில், ஜே.ஆர்.டி. டாடா, கராச்சி ஏரோட்ரோமில் இருந்து பம்பாய்க்கு அஞ்சல் கடிதங்களை ஏற்றிச் செல்லும் ஒற்றை எஞ்சின் கொண்ட டி ஹேவிலாண்ட் விமானத்தை ஓட்டினார். விமானி நெவில் வின்ட்சென்ட் என்பவரால் பம்பாயிலிருந்து பெல்லாரி வழியாக மெட்ராஸ் வரை அந்த விமானம் தொடர்ந்தது.

இரண்டாம் உலகப் போரின் போது, குறிப்பாகச் சிங்கப்பூரின் வீழ்ச்சிக்குப் பிறகு, இந்த விமான ஓடுபாதையை மேம்படுத்துவதற் கான வேலை நடந்தது. மெட்ராஸை வைத்து உலகப்போரை வென்றுவிடலாம் என்று மிகவும் ஆர்வமாக இருந்த ராயல் ஏர் ஃபோர்ஸ் (RAF), ரெட் ஹில்ஸ் நீர்த்தேக்கத்தில் கூடக் கடல் விமானங்களைத் தரையிறக்கியது. தென்னிந்தியாவில் பதின்மூன்று ஏரோட்ரோம்கள் இயக்கப்பட்டன. ஏற்கெனவே உள்ள விமான நிலையங்கள் RAF ஆல் கையகப்படுத்தப்பட்டன. பல்லாவரம் விமான ஓடுதளத்தின் பயன்பாடு இரண்டாம் உலகப் போரின் போது ராணுவ நடவடிக்கைகளுக்கு மட்டுமே பயன்படுத்தப்பட்டது. விமான நிலையம் செயின்ட் தாமஸ் மவுண்ட் பேஸ் என்று அழைக்கப்பட்டது

போர் முடிந்தவுடன், அழகப்ப செட்டியார் போர் உபரி விமானங்களை ஏலத்தில் வாங்கி, இந்த விமான நிலையத்தை மையமாக வைத்து தனது ஜூபிடர் ஏர்வேஸ் தொடங்கினார்.

1954இல் ஒரு நாகரீகமான விமான நிலையம் உருவாக்கப்பட்டது. ஆர்ட் டெகோ என்ற அப்போதைய பிரபலமான கட்டடக்கலை

வடிவமைப்பு கட்டடத்திற்கு மென்மையான வளைவுகளை வழங்கப் பயன்படுத்தப்பட்டது. விமான நிலைய நுழைவாயில் மீனம்பாக்கம் கிராமத்தில் இருந்ததால், மீனம்பாக்கம் ஏர்போர்ட் என்று அப்பெயரில் அழைக்கப்பட்டது.

1980 களில் விமான நிலையக் கட்டடங்கள் சோழர்களின் பழமையான கோயிலைக் கொண்ட திருசூலம் என்ற அடுத்த கிராமத்திற்கு மாற்றப்பட்டன. தேசிய மற்றும் சர்வதேச விமான நிலையங்களுக்குத் தமிழகத்தின் இரண்டு முன்னாள் முதல்வர்களான காமராஜ் மற்றும் அண்ணாதுரை பெயர் சூட்டப்பட்டது. மீனம்பாக்கத்தில் உள்ள பழைய விமான நிலையம் சரக்குகளைக் கையாளும் விமான நிலையமாக மாறியது.

மீனம்பாக்கம் சர்வதேச விமான நிலையத்தில் ஆகஸ்ட் 2, 1984 அன்று ஒரு குண்டுவெடிப்பு நிகழ்ந்தது. மொத்தம் 33 பேர் கொல்லப்பட்டனர் .மற்றும் 27 பேர் காயமடைந்தனர். தமிழீழ ராணுவம் (TEA) இலங்கை விமானத்தில் வெடிகுண்டை அனுப்ப முயன்றதாகத் தெரிய வந்தது. ஆனால் பெட்டி ஏற்றப்படவில்லை. விமான நிலையத்தில் வெடித்தது.

இன்று இந்தியாவில் நன்கு பயன்படுத்தப்படும் விமான நிலையங்களில் சென்னை சர்வதேச விமான நிலையத்துக்கு 5வது இடம். ஒரு வருடத்தில் இந்த விமான நிலையத்தை 1.8 கோடி பயணிகள் பயன்படுத்துகின்றனர். சர்வதேச மற்றும் உள்நாட்டு விமான நிலையங்கள் ஒன்றையொன்று ஒட்டி அமைந்துள்ள இந்தியாவின் முதல் விமான நிலையமும் இதுவாகும்.

அடையாறு ஆறு, விமான நிலையத்தின் எல்லையை ஒட்டி ஓடுகிறது. சென்னை விமான நிலையத்தில் இரண்டு ஓடுபாதைகள் உள்ளன - ஒன்று 3.5 கிமீ நீளமும் மற்றொன்று 3 கிமீ நீளமும் கொண்டது. இரண்டாவது ஓடுபாதையின் தேவையால் ஆற்றின் மேல் பாலம் அமைக்கப்பட்டது. 2015-ம் ஆண்டு அதிக மழை பெய்து ஏரிகள் திறக்கப்பட்டபோது, பாலத்தின் அடியில் இருந்த சிறிய இடைவெளியால் அடையாறு தண்ணீர் வரத்து தடைப்பட்டது. இதனால் வெள்ளம் பெருக்கெடுத்து விமான நிலையத்திலும் நகரத்திலும் பெரும் அழிவை ஏற்படுத்தியது.

மெட்ராஸில் பறக்கும் நடவடிக்கையின் ஆரம்பமான - மெட்ராஸ் ஃப்ளையிங் கிளப், போயிங் மற்றும் ஏர்பஸ் விமானங்களுடன் போட்டியிட முடியாமல், அதன் மூட்டையைக் கட்டிக்கொண்டு திருச்சிக்குப் புறப்பட்டது.

17

ராஜாஜி மண்டபம்

இயற்கை எய்திய தலைவர்களுக்கான இறுதிச் சடங்குகள் மற்றும் சினிமா படப்பிடிப்புகள்தான் பொதுமக்களுக்கு பரிச்சயமான கட்டடமாக ராஜாஜி மண்டபத்தை மாற்றியது. ஆனால் மற்ற நாட்களில் பொதுமக்கள் இங்கு அனுமதிக்கப்படுவதில்லை. பழைய அரசுக் கோப்புகள் பெரும்பாலும் இங்குக் கொட்டப் படுகின்றன. இந்தச் செயல் கட்டடத்தின் நீண்ட பாரம்பரியத்தை அவமதிப்பது போன்றது.

கூவம் ஆற்றின் தென் கரையில், மிகவும் பணக்கார போர்த்துகீசிய மடிரியோஸ் குடும்பத்திற்குச் சொந்தமான ஒரு பெரிய தோட்டம் இருந்தது. இன்றும் சிலர் இந்தக் குடும்பத்தின் பெயரால்தான் இந்த நகரமே பெயரிடப்பட்டதாகக் கூறுகின்றனர்.

மைசூர் புலிகள் திப்பு மற்றும் ஹைதர் பற்றிய பயத்தால் ஆங்கிலேய கவர்னர் 30 ஆண்டுகள் கோட்டைக்குள் தங்கிவிட்டார்.

மைசூரின் திப்பு சுல்தானுக்கு எதிரான வெற்றி, கோட்டைச் சுவர்களின் பாதுகாப்பிற்கு வெளியே தனது வீட்டை மாற்ற ஆங்கில ஆளுநருக்குத் தைரியம் அளித்தது.

கோட்டையை விட்டு வெளியேறியபோது, வாடகை கொடுத்து இந்த எஸ்டேட்டில் கவர்னர் முதலில் தங்கினார். பின்னர் அந்த நிலம் வாங்கப்பட்டு, கவர்னர் மாளிகையாக அரசினர் கட்டடம் (Government House) கட்டப்பட்டது. 1947 வரை (இந்திய கவர்னர்கள் கிண்டியில் உள்ள ராஜ் பவனுக்கு மாறும்வரை), இது மெட்ராஸ் கவர்னரின் அதிகாரப்பூர்வ மாளிகையாக இருந்தது.

சில ஆண்டுகள் கழித்து அப்போதைய கவர்னர் எட்வர்ட் கிளைவ் அரசு இல்லத்தைப் புதுப்பித்துக் கொண்டிருந்தார். விருந்தினர்கள் தனது அரண்மனைக்குள் வராமலேயே அவர்களை வரவேற்கும் வகையில் ஒரு தனி கட்டடம் கட்ட அவர் விரும்பினார். நான்காவது ஆங்கிலோ - மைசூர் போரில் திப்பு சுல்தானுக்கு எதிராக வெற்றியைக் குறிக்கும் வகையில் ஒரு நினைவுச் சின்னத்தையும் கட்ட விரும்பினர். இரு விருப்பங்களையும் இணைத்து விருந்தினர் மண்டபம் (banquet hall) கட்ட முடிவு செய்யப்பட்டது.

க்ளைவ் தனது நண்பர் கோல்டிங்காமிடம் கட்டடத்தை வடிவமைக்கும்படிக் கேட்டுக்கொண்டார். கோல்டிங்காம் கொடுத்த யோசனையோ அபாரமாக இருந்தது.

பாங்குவெட் ஹால் ஒரு தனி கட்டடமாகக் கட்டப்படும் என்றும் . கட்டடம் 120 அடி நீளம், 65 அடி அகலம் மற்றும் 40 அடி உயரம் கொண்டு ஏதென்ஸில் உள்ள பார்த்தீனானின் மாதிரியாக ஒரு கிரேக்கக் கோயிலின் வடிவத்தில் இருக்கும் என்று சொன்னார்.

மெட்ராஸில் உள்ள கிரேக்கக் கோயிலை ஒத்த கட்டடங்களில் இதுவே முதன்மையானது. பின்னாளில் கருப்பர் நகரில் பச்சையப்பன் மண்டபம் மற்றும் நினைவு மண்டபம் (Memorial Hall) கட்டப்பட்டது.

டென்மார்க்கைச் சேர்ந்த ஜான் கோல்டிங்காம் மெட்ராஸ் வானியல் ஆய்வகத்தின் முதல் தலைவராக இருந்தார், கணிதத்தில் பயிற்சி பெற்ற அவர் கட்டடக்கலை, வானியல் மற்றும் பொறியியலையும் வேகமாகக் கற்றுக்கொண்டார். கோல்டிங்காம் மெட்ராஸ் சர்வே பள்ளிக்குத் தலைமை தாங்கியது ஒரு முக்கிய செய்தி. இதுவே காலப்போக்கில் கிண்டி பொறியியல் கல்லூரியாகவும், பின்னர் அண்ணா பல்கலைக்கழகமாகவும் வளர்ந்தது.

நுங்கம்பாக்கத்தில் இருந்துகொண்டு கோல்டிங்காம், கோட்டை பீரங்கிகளின் கர்ஜனை சப்தத்தின் மூலமாக ஒலியின் வேகத்தை அளக்கப் பரிசோதனை செய்தவர். 1802ஆம் ஆண்டில், கோல்டிங்காம் மெட்ராஸ் ஸ்டான்டர்ட் நேரத்தை வகுத்தார். இது GMTக்கு 5 மணி நேரம் 21 நிமிடங்கள் முன்னதாக இருந்தது. கோல்டிங்ஹாமுக்கு ஒரு நூற்றாண்டுக்குப் பிறகு 1906 இல் ஏற்றுக்கொள்ளப்பட்ட இந்திய ஸ்டான்டர்ட் நேரத்தின் முன்மாதிரி இதுவே.

1800ஆம் ஆண்டில், அவர் விருந்து மண்டபத்தை வடிவமைத்தார், கட்டடத்தின் விரிவான திட்ட வரைபடங்கள் இன்னும் அருங்காட்சியகத்தில் உள்ளன.

மண்டபத்தின் கட்டுமானத்திற்குச் சுமார் இரண்டரை லட்சம் ரூபாய் செலவானது. கோல்டிங்காம் மிகவும் புத்திசாலி. கட்டடத்தை வடிவமைக்க நிர்ணயிக்கப்பட்ட கட்டணத்தை மறுத்து, அதைக் கட்டும் செலவில் 15 சதவிகிதம் கமிஷன் கேட்டார். ஆங்கிலேயர்கள் ஒப்புக்கொண்டனர். ஆனால் கட்டடம் கட்டி முடிக்கப்பட்டதும், அவர் பெரும் தொகைக்கு (22,500 பகோடாக்களுக்கு) தகுதியானவர் என்பதை உணர்ந்து, பணம் செலுத்துவதை நிறுத்திவிட்டு, நுங்கம்பாக்கத்தில் உள்ள வானியல் ஆய்வு மையத்திற்கு அவரைத் திருப்பி அனுப்பினர்.

1802ஆம் ஆண்டில் ஆட்டம் பாட்டம் கொண்ட கோலாகலமான விழாவுடன் மண்டபம் திறக்கப்பட்டு, அன்றிலிருந்து சமூக நிகழ்ச்சிகளுக்காகத் தொடர்ந்து பயன்படுத்தப்பட்டது.

1855ஆம் ஆண்டிலேயே, விவசாயம் மற்றும் தொழில்துறையை ஊக்குவிக்கும் நோக்கத்துடன் அரசாங்கம் விருந்து மண்டபத்தில் மெட்ராஸ் கண்காட்சியை ஏற்பாடு செய்தது.

26,000 பார்வையாளர்கள் இந்தக் கண்காட்சியைக் கண்டு ரசித்தனர்.

முக்கியமாக, கண்காட்சிகளில் மெட்ராஸில் நடந்த முதல் புகைப்படக் கண்காட்சியாக லின்னேயஸ் ட்ரைப்பின் 70

படைப்புகளும் இருந்தது. தென்னிந்திய கோயில்கள் பல இந்த நிகழ்விற்காக முதல் முறையாக புகைப்படம் எடுக்கப்பட்டன.

மெட்ராஸ் பல்கலைக்கழகத்தின் பட்டமளிப்பு விழா 1857 முதல் 1879 வரை இந்த மண்டபத்தில் நடைபெற்றது. கிட்டத்தட்ட 22 மாதங்கள் மெட்ராஸ் மாகாணத்தின் சட்டமன்றம் இங்குக் கூடியது. இங்குதான் ராஜாஜி, 21 ஏப்ரல் 1938 அன்று மாகாணத்தில் உள்ள 125 மேல்நிலைப் பள்ளிகளில் இந்தியைக் கட்டாயம் கற்பிக்க வேண்டும் என்ற அரசாணையை நிறைவேற்றினார். இன்றுவரை மாநிலத்தின் அரசியல் இந்த ஓர் அரசாணையால்தான் தீர்மானிக்கப்படுகிறது.

சென்னை வந்த முக்கியத் தலைவர்கள் இங்கு அரசு விருந்தில் கலந்து கொண்டனர். ராணி எலிசபெத் மெட்ராஸுக்கு வந்தபோது, அவருக்கு இங்கே விருந்து அளிக்கப்பட்டது. அவரது தந்தையின் ஆட்சியின் கீழ் பல ஆண்டுகள் சிறையில் இருந்த பல இந்தியத் தலைவர்கள் கடந்த காலத்தை மறந்து அவரை இங்கு வரவேற்றனர். தற்செயலாக அன்று அவரது மகன் ஆண்ட்ரூஸின் பிறந்தநாள் என்பதால் அவர் மெட்ராஸ் போசோட்டோ பேக்கரியில் செய்யப்பட்ட ஒரு கேக்கை வெட்டினார்.

இந்த பாங்குவெட் ஹால் என்று அழைக்கப்பட்ட மண்டபத்தில் கடைசி நிகழ்வு என்றால் அது காந்தியின் அஸ்தி பொதுமக்களின் அஞ்சலிக்காக இங்கு வைக்கப்பட்டதுதான். அதன்பின்னர் அது 'ராஜாஜி மண்டபம்' எனப் பெயர் மாற்றப்பட்டது.

1948ஆம் ஆண்டு காந்தியின் அஸ்தி, சிறப்பு விமானம் மூலம் கொண்டுவரப்பட்டு இந்த மண்டபத்தில் பொதுமக்கள் பார்வைக்காக வைக்கப்பட்டது. அதிலிருந்து இங்கு இறந்த தலைவர்களின் உடல்களை பொதுமக்கள் பார்வைக்காக வைப்பதும், அஞ்சலி செலுத்துவதும் வழக்கமாகிவிட்டது. அண்ணாதுரை, பெரியார், காமராஜ், எம்.ஜி. ராமச்சந்திரன், ஜெயலலிதா, கருணாநிதி ஆகிய தலைவர்களின் உடல்கள் இறுதியாக இங்குதான் வைக்கப்பட்டிருந்தது. கட்டடத்தின் முகப்பு - வராண்டா மற்றும் பரந்த படிகள் இந்த இறந்த தலைவர்களின் சடலங்களை வைத்து, கூட்ட நெரிசலைச் சமாளிக்க ஏதுவாக இருந்தது.

ஜெயலலிதா அரசு புதிய தலைமைச் செயலகம் அமைக்க முடிவு செய்தபோது, அரசினர் தோட்டத்தில் இருந்த பல புராதனக் கட்டடங்கள் இடிக்கப்பட்டன. அதிர்ஷ்டவசமாக இந்த மண்டபம் தப்பியது.

18

தியோசோபிகல் சொசைட்டி

மெட்ராஸ் தெற்கில் விரிவடைந்து, அடையாறு ஆற்றைக் கடக்கக் கிட்டத்தட்ட மூன்று நூற்றாண்டுகள் ஆனது. ஆனால் அது பொதுஜன வசிப்பிடமாக மாறுவதற்கு முன்னரே இங்கு ஒரு சொசைட்டி இயங்கிக் கொண்டிருந்தது.

கிழக்கிந்திய நிறுவனத்திற்குப் பிறகு, அதிகபட்ச வெளிநாட்டினரை மெட்ராஸுக்குக் அழைத்து வந்தது தியோசோபிகல் சொசைட்டி தான். ஆனால் ஒரு வித்தியாசம் இருந்தது. அவர்களில்

பெரும்பாலோர் இந்திய கலாச்சாரத்தை மதித்து, அதன் வளர்ச்சிக்கும் சுதந்திரத்திற்கும் பங்களித்தவர்கள்.

அடையாறு ஆற்றைக் கடந்ததும் ஒரு பெரிய காடு. ஓர் உக்ரைன் நாட்டுப் பெண்மணியும் ஓர் அமெரிக்க உள்நாட்டுப் போர் வீரரும் உலகின் ஆசியாவின் ஆன்மீகத்தில் மயங்கி 1882 ல் இங்கு வந்தனர்.

மேடம் பிளாவட்ஸ்கி மற்றும் கர்னல் ஓல்காட் ஆகியோர் ஆரம்பத்தில் நியூயார்க்கில்தான் தியோசோபிகல் சொசைட்டியைத் தொடங்கினர். அங்கு உலகளாவிய சகோதரத்துவத்தின் செய்தியைப் பரப்புவதும், ஆசியாவின் பழம்பெரும் மதங்களில் ஆன்மீக உண்மையைத் தேடுவதும் அவர்களின் லட்சியங்களாக இருந்தன.

பின் அவர்கள் அடையாறு ஆற்றின் தென் பகுதியில் 27 ஏக்கர் ஹடில்ஸ்டோன் தோட்டம் என்ற பண்ணை வீட்டை வாங்கினார்கள். அடுத்தடுத்து சுற்றியுள்ள நிலங்களை வாங்கி, இறுதியாகக் கிழக்கில் கடல் மற்றும் வடக்கே நதியுடன் 270 ஏக்கராக இருந்தது.

100 ஆண்டுகளாக இந்த இடம் ஒரு காந்தம் போல அனைத்து வகையான மக்களையும் ஈர்ப்பதன் மூலம் நகரம் மற்றும் தேசத்தின் அரசியல், கல்வி மற்றும் கலாச்சாரத்தைப் பாதித்தது. அது மட்டுமா? சர்ச்சைகளையும் ஈர்த்தது.

ஆரம்ப ஆண்டுகளில் சொசைட்டி மிக உயர்ந்த லட்சியங்களைக் கொண்டிருந்தது. ஆனால் நீண்ட காலத்திற்கு முன்பே இறந்த துறவிகள் மற்றும் யோகிகளின் ஆன்மாவுடன் தன்னால் தொடர்பு கொள்ள முடியும் என்று பிளாவட்ஸ்கி கூறினார். இது பெரிய அளவில் கூட்டத்தையும் நன்கொடைகளையும் ஈர்த்தது. ஆனால் அவளைக் கூர்ந்து கவனித்த ஒரு வேலைக்காரன் அவள் மோசடி செய்வதைக் கண்டுபிடித்து அவளை மிரட்ட ஆரம்பித்தான். குட்டு உடைந்துவிடும் என்று பயந்து பிளாவட்ஸ்கி, சொசைட்டியை விட்டு வெளியேறி ஐரோப்பாவிற்குப் புறப்பட்டார்.

இந்த முரண்பாடு சமூகத்தைக் கிட்டத்தட்ட மூழ்கடித்தது. ஆனால் அதிர்ஷ்டவசமாக அன்னி பெசன்ட் சரியான நேரத்தில் வந்தார். அதன் பின் நீண்ட காலம் அதிபராக இருந்த அன்னி பெசன்ட் சொசைட்டியை புதுப்பித்துள்ளார்.

பெசன்டை பலருக்கும் பிடிக்கவில்லை. பாரதி கூட அவரை 'தங்க வால் கொண்ட நரி' என்று அழைப்பார். ஆனால் சுதந்திரப்

போராட்டத்தில் அவர் செய்த சாதனைகள் மகத்தானவை. அன்னி பெசன்ட்டின் 'ஹோம் ரூல் இயக்கம்' நவீன சுதந்திர இயக்கத்திற்கு அடித்தளமாக அமைந்தது. உள்நாட்டு ஆட்சியைக் கோரியதற்காகச் சிறைக்குச் சென்ற முதல் மூவர் தியோசபிஸ்டுகள் - பெசன்ட், அருண்டேல் மற்றும் வாடியா. அனைத்து முக்கிய இடங்களிலும் காந்தியை அறிமுகப்படுத்தி அவரை சுதந்திர வேட்கையின் புதிய தலைவராக அறிவித்தவரும் பெசன்ட்தான்.

காங்கிரஸின் நிறுவனர் அலெக்சாண்டர் ஹியூம் ஒரு தியோசோபிகல் உறுப்பினராக இருந்தார். தியோசோபிகல் வருடாந்திர மாநாட்டுக்கு வந்திருந்த உறுப்பினர்கள் மயிலாப்பூரில் கூடி, ஆங்கிலேயர்களுடன் பேச்சுவார்த்தை நடத்த ஒரு சங்கத்தை ஆரம்பிக்க முடிவு செய்தபோது, காங்கிரஸை உருவாக்கும் எண்ணம் மெட்ராஸில் முளைத்தது. நேரு ஒரு தியோசோபிகல் உறுப்பினர் என்பது குறிப்பிடத்தக்கது.

மதராஸின் அனைத்து முக்கிய நிகழ்வுகளிலும் சொசைட்டி பங்கேற்றது. பின்னி நூற்பு ஆலை வேலை நிறுத்தம் அதன் உறுப்பினர்களால் முன்னால் இருந்து வழிநடத்தப்பட்டது. பரத நாட்டியம் ருக்மணி தேவி அருண்டேலால் அதன் வளாகத்திற்குள் உருவாக்கப்பட்டது.

ஆனால் சமூகத்திற்குள் சர்ச்சைகள் வளர்ந்தன. ஜிட்டு கிருஷ்ணமூர்த்தி என்று ஒரு சிறிய தெலுங்குச் சிறுவன்தான் அடுத்த உலக ஆச்சாரியரின் வரவைக் குறிக்கும் முன்னோடி என்று பெசன்ட்டால் அடையாளம் காணப்பட்டான். மிக விரைவில் அவருக்குப் பெரிய அளவில் பக்தர்கள் கூடிவிட்டார்கள். நன்கொடைகளும் ஏராளம்.

ஆனால் கிருஷ்ணமூர்த்தி திடீரென்று பெசன்ட் கூறியது போல், தான் இல்லை என்றும் அவர் மற்றவர்களைப் போல ஒரு சாதாரண மனிதர் என்றும் அறிவித்தார். இந்த முரண்பாடு பெசன்டின் மன உறுதியை உடைத்தது. அவர் விரைவில் இறந்தார்.

பெசன்ட்டுக்குப் பிறகு, அருண்டேல் ஒரு சவாலும் இல்லாமல் சமுதாயத்தின் தலைவரானார். காரணம், அன்னி பெசன்ட் அவரைப் பல ஆண்டுகளாக அந்தப் பதவிக்குத் தயார்ப்படுத்தியிருந்தார். அவருக்குத் தன்னை விட 26 வயது இளைய இந்தியப் பிராமண மனைவி ருக்மணி இருந்தாள் என்பது மற்றுமொரு சர்ச்சை.

நகரத்தின் வளர்ச்சிக்காகத் தன்னால் முடிந்ததை எப்போதும் அருண்டேல் செய்து கொண்டிருந்தார். கல்வியின் மீது தனி ஈடுபாடு

கொண்டிருந்தது சொசைட்டி. அருண்டேல் இந்திய சாரணர்கள் சங்கத்தை நிறுவினார். ஆரம்பக் கல்வியைக் கையாள்வதில் வித்தியாசமான வழியைக் கண்டறிந்த மாண்டிசோரி மரியா, தியோசோபிகல் சொசைட்டியில் தங்க வந்தார். ஆனால் இங்கிலாந்துடன் போரில் ஈடுபட்டிருந்த எதிரி நாடான இத்தாலியில் இருந்து வந்ததற்காக அவரை அரசாங்கம் கைது செய்ய விரும்பியபோது, அருண்டேலின் செல்வாக்கு அதைத் தடுத்து நிறுத்தியது.

தியோசோபிகல் சொசைட்டி பல பள்ளிகளை நடத்துகிறது. ஓல்காட் பள்ளி மீனவர்களின் குழந்தைகளுக்காக வடிவமைக்கப்பட்டது. நாட்டின் முதல் மதிய உணவுத் திட்டத்தைத் தொடங்கிய பெருமை அதற்குண்டு.

கவிஞர் ரவீந்திரநாத் தாகூர் தியோசோபிகல் சொசைட்டிக்கு அடிக்கடி விஜயம் செய்பவர். அடையாரின் இடம் மற்றும் சூழலால் அவர் மிகவும் ஈர்க்கப்பட்டு, இங்கு ஓர் உலகப் பல்கலைக்கழகத்தைத் தொடங்க முடிவு செய்தார். ஆனால் சில ஆண்டுகளுக்குப் பிறகு அவர் அதைச் செயல்படுத்த முடியவில்லை என்பதால் விஸ்வபாரதியைத் தொடங்க கல்கத்தா சென்றார்

தேசிய கீதத்துடன் இன்னொரு தொடர்பும் கொண்டுள்ளது தியோசோபிகல் சொசைட்டி. ஜனகன மன என்ற தேசிய கீதத்தை இசையமைத்த பெண்மணி மார்கரெட் கசின்ஸ் தனது கடைசி ஆண்டுகளில் இங்கு வாழ்ந்தார்.

ருக்மணி, தலைவரின் மனைவி என்பதால் தன் செல்வாக்கைப் பயன்படுத்தி நடனம் போன்ற பிற செயல்பாடுகளை சமூகத்திற்குள் அனுமதித்தார். சங்க வளாகத்திற்குள் முக்கியமான உறுப்பினர்களிடமிருந்து நிறைய முணுமுணுப்புகள் இருந்தன. ருக்மணி அந்த நேரத்தில் ஓர் உயர்ந்த சமுதாயப் பெண்ணுக்கு நினைத்துப் பார்க்க முடியாத ஒரு செயலைச் செய்தார். பொதுப் பார்வையாளர்கள் முன் நடனமாட விரும்பிய அவளால் அருண்டேலுக்கு சங்கடங்கள் ஏராளம்.

அருண்டேலுக்குப் பிறகு அவரது மனைவி ருக்மணி ஓர் அதிகாரப் போராட்டத்தில் வெளியேற்றப்பட்டார். அடுத்த ஒரு தேர்தலில் ருக்மணியும் அவரது சகோதரர் ஸ்ரீராமும் ஒருவரையொருவர் எதிர்த்துப் போட்டியிட்டனர். போட்டியில் ஜெயித்த ஸ்ரீராமுக்குப் பின் அவர் மகள் ராதாவும் சொசைட்டியின் தலைவராய் இருந்தார்.

புதுக்கோட்டையிலிருந்து சாதாரண உறுப்பினராக வந்து சேர்ந்த நீலகண்டன் (ருக்மணியின் தந்தை) குடும்பம் சொசைட்டியின் மீது அரை நூற்றாண்டாக வைத்திருந்த உடும்புப் பிடியை இது காட்டுகிறது

இன்று சமூகத்தில் என்ன இருக்கிறது?

இன்றும் மெட்ராஸின் மிகப் பெரிய நில உரிமையாளர் தியோசோபிகல் சொசைட்டியினர்தான். அடர்ந்த காடுகளுக்குள் அழகான வீடுகள் மற்றும் அரங்குகள் ஆகியவற்றைக் காணலாம். சில வனவிலங்குகளும். முக்கியமாக வளாகத்தின் நடுவில் ஒரு பிரம்மாண்டமான ஆலமரம் உள்ளது. ஒருமுறை அதுவொரு சூறாவளியின் போது கீழே விழுந்து மீண்டும் நடப்பட்டது.

கோயில்கள், மசூதிகள், சீக்கியர்களின் குருத்வாரா மற்றும் ஒரு தென் அமெரிக்க கடவுள் கோயில் கூட உள்ளே உள்ளன. மெட்ராஸின் பல விஐபிக்கள் இங்குத் தினசரி நடைப்பயிற்சி செய்கிறார்கள்.

மிகச் சமீபத்தில் 500 கோடி முதலீட்டில் ஷிவ் நாடார் ஓர் உயர்நிலைப் பள்ளியைத் தொடங்க சங்கம் அதன் வளாகத்தில் 14 ஏக்கர் நிலத்தைக் குத்தகைக்கு வழங்கியுள்ளது.

19

மெட்ராஸ் உயர்நீதி மன்றம்

மெட்ராஸ் நீதிமன்ற வளாகம், 107 ஏக்கர் பரப்பளவைக் கொண்ட, உலகின் மிகப் பெரிய நீதிமன்ற வளாகங்களில் ஒன்றாகும். (நீதிமன்ற வளாகம், அதன் சொந்த அஞ்சல் குறியீட்டு எண் (pin code), கொண்டுள்ளது என்றால் பார்த்துக்கொள்ளுங்கள்).

இந்த நெரிசல் மிகுந்த மெட்ராஸ் நகரின் மையத்தில் நீதிமன்றத்திற்கு இவ்வளவு நிலம் எப்படிக் கிடைத்தது?

பூர்வீகக் குடிமக்கள் வசிக்கும் மெட்ராஸின் முதல் கறுப்பு நகரம் ஜார்ஜ் கோட்டையின் சுவர்களுக்கு அருகில் தொடங்கியது. 1747இல் பிரெஞ்சுக்காரர்கள் தாக்கியபோது, அவர்கள் கோட்டைச் சுவர்களை அடையும் வரை எதிரிகள் வருவதை ஆங்கிலேயர்கள் உணரவில்லை. ஏனென்றால் பிரெஞ்சுக்காரர்கள் கறுப்பின நகரத்தின் வழியாகத் திருட்டுத்தனமாக நகர்ந்தனர். கோட்டையை யும் கைப்பற்றினர்.

கடலூரில் அகதிகளாக இருந்த ஆங்கிலேயர்கள் தங்கள் மதிப்புமிக்க கோட்டையை எவ்வளவு எளிதாக இழந்தோம் என்று யோசித்தனர்.

மூன்று ஆண்டுகளுக்குப் பிறகு, ஆங்கிலேயர்கள் கோட்டையின் கட்டுப்பாட்டை மீண்டும் பெற்றபோது, அவர்கள் செய்த முதல் விஷயம் கறுப்பு நகரத்தை அகற்றுவதுதான்.

ஆங்கிலேயர்களின் அனைத்து ஐரோப்பியக் கோட்டைகளும் எஸ்பிளனேட் என்ற, எதிரிகளை முன்கூட்டியே காட்டிக்கொடுக்கும் திறந்தவெளி வளையத்தைக் கொண்டிருந்தன.

மெட்ராஸில் இவ்வமைப்பை ஏற்படுத்தக் கறுப்பர் நகரத்தை அகற்ற வேண்டும். ஆனால் கறுப்பர் நகரின் மையத்தில் அமைந்திருந்த சென்ன கேசவர் கோயிலை இடிப்பது குறித்து வெள்ளையர் களுக்குக் கவலையாக இருந்தது. இதனால் உள்ளூர்வாசிகளின் இதயம் புண்பட்டால் என்ன செய்வது?

ஆனால் துபாஷ் மணலி முத்து கிருஷ்ணா அவர்கள் உள்ளூர் உணர்வுகளைத் திறம்படச் சமாளித்து, இடித்த ஒரு கோயிலுக்குப் பதிலாக 2 கோயில்களைச் சற்றுத் தூரத்தில் கட்டினார். அதன் பின் மெட்ராசில் எஸ்பிளனேட் முறையாக உருவாக்கப்பட்டது.

காலம் ஓடியது. ஆனால் ஒரு கட்டத்தில், அவர்களின் அனைத்து எதிரிகளும் தோற்கடிக்கப்பட்டனர். அல்லது பலவீனமடைந்தனர். ஆங்கிலேயர்கள் நிலத்தின் வல்லரசுகளாக இருந்தபோது அவர்கள் எந்த எதிரிக்கும் அஞ்சவில்லை. ஒரு காலத்தில் கோட்டையின் பாதுகாப்பிற்கு இன்றியமையாததாக இருந்த எஸ்பிளனேட் இப்போது நகரின் நடுவில் ஒரு பெரிய நில வங்கி. மறுமேம் பாட்டிற்குத் தயாராக இருந்தது.

எஸ்பிளனேட்டின் கிழக்கு மூலையில் ஒரு கடலோர இடம் இருந்தது, அங்குதான் சென்ன கேசவப் பெருமாளின் கோயில் ஒரு காலத்தில் இருந்தது. அவ்விடத்தில் கல்லால் கட்டப்பட்ட

கலங்கரை விளக்கம் வானளாவ நின்றது. ஆங்கிலேயர்கள் அதன் அருகில் ஒரு நீதிமன்றத்தைக் கட்ட முடிவு செய்தனர்.

சரி. அதுவரை ஊரில் எப்படி நீதி வழங்கப்பட்டது? சட்டம் ஒழுங்கை அமல்படுத்துவது எப்படி நிகழ்ந்தது?

ஆற்காடு நவாபின் கட்டுப்பாட்டில் இன்னும் இருந்த பகுதிகளுக்கு ஆழ்வார்பேட்டையில் சதர் நீதிமன்றம் இருந்தது. இங்கு மரண தண்டனை விதிக்கப்பட்ட குற்றவாளிகள் ஆழ்வார்பேட்டை மூலையில் உள்ள புளியமரத்தில் தூக்கிலிடப்பட்டனர். கம்பெனி கட்டுப்பாட்டில் இருந்த மற்றவர்களுக்குத் தற்போது கலெக்டர் அலுவலகம் இருக்கும் கடற்கரைச் சாலையில் சென்னையின் சுப்ரீம் நீதிமன்றம் செயல்பட்டு வந்தது.

1857இல் சிப்பாய் கலகத்திற்குப் பிறகு, பிரிட்டிஷ் அரச குடும்பம் கிழக்கிந்திய நிறுவனத்திடம் இருந்து நாட்டை நிர்வகிப்பதைக் கைப்பற்றியது. அதன்பிறகு, விக்டோரியா ராணி, சென்னை அரசு உயர் நீதிமன்றத்தை நிறுவ அனுமதிக்கும் சாசனக் கடிதத்தை வெளியிட்டார்.

அதன் மூலம் ஜூன் 26, 1862 பழைய சுப்ரீம் கோர்ட் மற்றும் சதர் திவானி அதாலத் ஆகியவற்றை இணைத்து சென்னை உயர்நீதிமன்றம் உருவாக்கப்பட்டது. ஒரு பெரிய இந்திய நிலப்பகுதி மற்றும் அதில் வாழும் மக்களுக்கு நீதிமன்றம் சட்டத்தைப் பாதுகாத்தது. இப்போதுள்ள ஒரிசாவின் ஒரு பகுதி உட்பட 6 மாநிலங்கள் மீது அப்போது நீதிமன்றத்தின் அதிகார வரம்பு இருந்தது.

கல்கத்தா உயர்நீதிமன்றம் மற்றும் பம்பாய் உயர்நீதிமன்றத்திற்கு அடுத்தபடியாக இந்தியாவின் மூன்றாவது பழமையான உயர்நீதிமன்றம் மெட்ராஸ் உயர்நீதிமன்றம் ஆகும். இந்த மூன்று நீதிமன்றங்களும் பிரிட்டிஷ் சட்டத்தால் நிறுவப்பட்டவை. நாட்டின் மற்ற அனைத்து நீதிமன்றங்களும் இந்திய அரசியலமைப்பின் கீழ் நிறுவப்பட்டது. சுதந்திரத்திற்குப் பிறகு இந்த மூன்று நீதிமன்றங்கள் மற்றும் அதுவரை அவர்கள் வழங்கிய தீர்ப்புகளின் செல்லுபடியை அங்கீகரிக்கும் வகையில் ஒரு சிறப்பு ஏற்பாடு செய்யப்பட்டது.

உயர் நீதிமன்றக் கட்டடம் இந்தோ-சராசெனிக் கட்டடக்கலைக்கு ஓர் எடுத்துக்காட்டு. அக்டோபர் 1888இல் கட்டுமானம் தொடங்கப்பட்டு 1892இல் வல்லுனர் பிராசிங்டன் தயாரித்த வடிவமைப்பில் தொடங்கி, பின்னர் கட்டடக் கலைஞர் ஹென்றி இர்வின் வழிகாட்டுதலின் உதவியுடன் முடிக்கப்பட்டது.

இர்வின் தனது தொழில் வாழ்க்கையின் உச்சத்தில் இருந்தார். மெட்ராஸ் அரசு அருங்காட்சியகம், மைசூர் அரண்மனை, அம்பா விலாஸ் மற்றும் இந்தியாவின் வைஸ்ராய் தங்கும் சிம்லா வைஸ் ரீகல் லாட்ஜ் போன்ற கட்டடங்களைக் கட்டியிருந்தார். ஆனால் இங்குச் செயல்பட்ட ஓர் ஆங்கிலேய நீதிபதி தனது சுய சரிதையில் கட்டடத்தைப் பார்த்தால் 'துருக்கிய கழிப்பிடக் கட்டடம்' போல் இருக்கும் என்று சொல்லியிருந்தார்.

சென்னை உயர் நீதிமன்றத்திற்குப் பக்கத்தில், கோட்டையில் இறந்த வெள்ளைக்காரரை ஒரு காலத்தில் புதைத்த இடம் இருந்தது. அதில் ஹென்றி இர்வின் இந்தோ-சார்செனிக் கட்டடமான அரசு சட்டக் கல்லூரியை உருவாக்கினார்.

ஏற்கெனவே தளத்தில் இருந்த 125-அடி உயரமுள்ள தனித்த கலங்கரை விளக்கம் போதுமானதாக கருதப்படாததால், நீதி மன்ற கட்டடத்தின் 142-அடி உயரமுள்ள பிரதானக் கோபுரத்தில் ஒரு டையோப்ட்ரிக் விளக்கு பொருத்தப்பட்டு, கோபுரத்தின் உயரத்தை 175 அடியாக உயர்த்தி புதிய கலங்கரை விளக்கை எரிய விட்டார்கள்.

எஃகு கர்டர்கள் தவிரக் கட்டுமானத்திற்கான அனைத்துப் பொருள்களும் உள்நாட்டில் வாங்கப்பட்டன. பெரும்பாலான அலங்காரப் பொருள்கள் எக்மோர் கலைப் பள்ளியில் பயிற்சி பெற்ற உள்ளூர் கைவினைஞர்களால் செய்யப்பட்டன.

கட்டடங்கள் 1892 ஜூலை 12 அன்று அதிகாரப்பூர்வமாகத் திறக்கப்பட்டது, அப்போதைய மெட்ராஸ் கவர்னர் வென்லாக், தலைமை நீதிபதி சர் ஆர்தர் காலின்ஸிடம் சாவியை ஒப்படைத்தார்.

ஆரம்ப நீதிபதிகள் ஆங்கிலேயர்கள் மட்டும் தான். திருவாரூர் முத்துசுவாமி ஐயர் சென்னை உயர் நீதிமன்ற நீதிபதியாக நியமிக்கப்பட்ட முதல் இந்தியர். சில காலம் உயர் நீதிமன்றத்தின் தலைமை நீதிபதியாகவும் செயல்பட்டார். மெட்ராஸில் சிலை நிறுவப்பட்ட முதல் இந்தியர் அவர் தான். சென்னை உயர் நீதிமன்றத்துடன் சேப்பாக்கத்தை இணைக்கும் சாலை டி. முத்துசாமி சாலை என்று அழைக்கப்படுகிறது.

முதல் உலகப் போரில் போர்க்கால இருட்டடிப்பு விதிமுறைகளை மீறி நீதிமன்ற வளாகத்தில் இரண்டு கலங்கரை விளக்கங்களும் அணைக்கப்படவில்லை. எனவே நீதிமன்றம் எதிரிகளின் பார்வைக்குத் தெளிவான இலக்காக இருந்தது. 22 செப்டம்பர் 1914 அன்று ஜெர்மானியக் கப்பல் எஸ்.எம்.எஸ் எம்டன் மூலம் சென்னை குண்டுவெடிப்பில் உயர்நீதிமன்றக் கட்டடம் சேதமடைந்தது.

1996ஆம் ஆண்டு சென்னை எனப் பெயர் மாற்றம் செய்யப் பட்டாலும், நீதிமன்றம் மெட்ராஸ் உயர் நீதிமன்றமாகத் தொடர்ந்தது.

2004இல் நிறுவப்பட்ட, சென்னை உயர்நீதிமன்றத்தின் மதுரை பெஞ்ச், தமிழ்நாட்டின் பதினான்கு தென் மாவட்டங்களில் உள்ள வழக்குகளைக் கையாளுகிறது,

இங்கு பணியாற்றிய பல வழக்கறிஞர்கள் உயர்ந்த நிலைக்குச் சென்றனர். திவான்களாகவும், அரசியலமைப்புச் சட்டத்தை உருவாக்கியவர்களாகவும், அமைச்சர்களாகவும், முதலமைச்சர் களாகவும் ஆனார்கள்.

பழங்காலத்திலிருந்தே நீதிக்கு நாட்டின் மரியாதையைக் காட்டும் வகையில், நீதிமன்றத்திற்குள் உள்ள நிலத்தில் மனுநீதிச் சோழனின் சிலை இன்று உள்ளது.

20

அண்ணா நகர் டவர்

அண்ணா நகர் இன்று சென்னையில் வாழ்வதற்கு மிகவும் வசதியான குடியிருப்புப் பகுதி. ஆனால், அதைக் குடியிருப்புப் பகுதியாக மக்களிடம் பிரபலப்படுத்த அரசு மேற்கொண்ட முயற்சி பெரும்பாலானோருக்குத் தெரியாது.

அன்றைய ஊருக்குக் கடைசியில்தான் அண்ணா நகர் அமைக்கப்பட்டது. அங்கு முதலில் சென்று குடியேறியவர்களுக்கு ஆரம்ப இரவுகளில் நரிகள் ஊளையிடும் சத்தம் பயங்கரமாகக்

கேட்கும். மழைக்காலங்களில் கூவம் பெருக்கெடுத்து ஓடும்போது ஆற்றங்கரையில் இருந்து பாம்புகள் குடியிருப்புகளுக்குள் நுழையும். இதனால் மக்கள் அங்குச் செல்வதற்கே மிகவும் தயங்கினர். அந்தப் பகுதி தனித்துவிடப்பட்டதுபோல இருந்ததும் மற்றொரு காரணம். உப்பு வாங்குவதற்குக்கூட ஓரிரு மைல்கள் நடக்க வேண்டியிருக்கும். அவசரம், ஆபத்தென்றால் உதவிக்கு வருவதற்குக்கூட அருகாமையில் ஆளிருக்க மாட்டார்கள்.

நகரத்தின் மக்கள் தொகை திடீரென அதிகரித்தபொழுது, மெட்ராஸ் நகரத்தின் விளிம்பு வரை மக்கள் கூட்டம் நிரம்பும் நிலை உண்டானது. அங்கு வசிக்கும் அனைவருக்கும் இடம் பிரச்சனையான பொழுது, கூட்ட நெரிசலைக் கட்டுப்படுத்தும் முயற்சியை அரசாங்கம் மேற்கொள்ளத் தொடங்கியது. அப்போது நகரத்தின் குறுக்கே சென்ற இரண்டு ஆறுகள் வளர்ச்சிக்கு முட்டுக்கட்டையாக இருந்தன. அமிஞ்சிக்கரையில் கூவம் ஆற்றுக்கு அப்பால் மக்கள் நடமாட்டம் இல்லாத பெரிய இடம் ஒன்று இருந்தது. போதிய பாலங்கள் இல்லாமல் வளர்ச்சிக்கு இடையூறாக இருந்த நடுவக்கரை என்ற அப்பகுதி நிறைய செங்கல் சூளைகளைக் கொண்டிருந்தது.

‘குடியிருப்புப் பகுதியாக மாற்றப்பட்டாலும் மக்கள் அங்குச் செல்லவார்களா?’ என்று திட்டமிடுபவர்களின் மனதில் பெரிய கேள்வி ஒன்று இருந்தது. இருப்பினும், நடுவக்கரையில் தன்னிறைவு பெற்ற நகரத்தை உருவாக்கும் பணி, தமிழ்நாடு வீட்டு வசதி வாரியத்திடம் ஒப்படைக்கப்பட்டது. 1950களின் பிற்பகுதியில் ‘மேற்கு மெட்ராஸ் வீட்டுத் திட்டம்’ என்ற பெயரில் அதன் வேலை தொடங்கியது. (பின்னர் திமுக வெற்றிக்குப் பிறகு அந்த இடம் அண்ணாநகர் என்று பெயர் மாற்றம் செய்யப்பட்டது.)

வீடுகள், அடுக்குமாடி குடியிருப்புகள், வணிக வளாகங்கள், அகண்ட சாலைகள், பள்ளி கல்லூரிகள், கோயில்கள், பேருந்து நிலையங்கள், பெரிய பூங்காக்கள் ஆகியவற்றைக் கொண்ட தன்னிறைவு பெற்ற நகரத்தின் விரிவான திட்டமாக அது இருந்தது. ஆனாலும் மக்கள் ஆர்வம் காட்டவில்லை. அதிக மானியங்கள், தவணை முறைகளைக் கொண்டே அந்தப் பகுதியின் விற்பனையை அதிகரிக்கவேண்டிய சூழ்நிலை. ஆனால் அந்தப் பகுதி எதிர்காலத்தில் குடியிருப்பாளர்களுக்கு மிகவும் விருப்பமான பகுதியாக மாறும் என்று யாருமே அப்போது நினைத்துப் பார்த்திருக்கவில்லை.

ஆரம்பத்தில் ஒரு கிரவுண்டு நிலம் கொண்ட வீட்டு மனைகள் ரூ.4500க்கு மானிய விலையில் வழங்கப்பட்டன. இன்றோ அவை கோடிகளில் மதிப்புகளைக் கொண்டுள்ளன. அண்ணாநகரின் வெற்றிக்குப் பல காரணங்கள் கூறப்பட்டாலும், முக்கியமான காரணங்கள் அப்போது நடத்தப்பட்ட வர்த்தகக் கண்காட்சியும், அதற்காகக் கட்டப்பட்ட ஓர் உயரமான கட்டடமும் தான்.

மெட்ராஸ், பொதுமக்களுக்கான கண்காட்சிகளை நடத்துவதில் ஒரு நூற்றாண்டு வரலாற்றைக் கொண்டிருந்தது. இருப்பினும் 1968இல் நடத்தப்பட்ட சர்வதேச வர்த்தகம் மற்றும் தொழில்துறைக் கண்காட்சியானது தொழில் சார்ந்து நடத்தப்பட்ட முதல் கண்காட்சியாகும். சுதந்திரத்திற்குப் பிந்தைய இந்தியத் தொழில்துறை வளர்ச்சியைக் எடுத்துக்காட்டுவதற்காக, அகில இந்திய உற்பத்தியாளர்கள் அமைப்பால் ஏற்பாடு செய்யப்பட்ட இந்தக் கண்காட்சி, ஆசியாவிலேயே மிகப்பெரிய சர்வதேச வர்த்தகக் கண்காட்சியாக அமைந்தது.

முதலில் இந்தக் கண்காட்சியை 1967இல் தொடங்க திட்டமிடப் பட்டது, ஆனால் அது மெட்ராஸ் அரசியலின் முக்கிய ஆண்டாக இருந்ததால், புதிய அரசாங்கம் அதன் முன்னுரிமைகளைப் கவனிக்கும் பொருட்டுக் கண்காட்சியை ஓர் ஆண்டுக்கு ஒத்திவைத்தது.

ஜனவரி 21, 1968இல், 'கூட்டாண்மை மூலம் செழிப்பு' என்ற கருப்பொருளுடன் தொடங்கப்பட்ட அந்தக் கண்காட்சி, இந்தியாவின் தொழில்துறை வளர்ச்சியை வெளிப்படுத்தவும், வெளிநாட்டு முதலீட்டாளர்களைக் ஈர்க்கும் வகையிலும் ஏற்பாடு செய்யப்பட்டிருந்தது.

தொடக்க விழா மேடை ராசியானதுதான். மேடையில் இருந்த இரண்டு பேர் பின்னர் இந்தியாவின் குடியரசுத் தலைவர்களாக ஆனார்கள். மேடையில் இருந்த மற்றொருவரின் பெயர் அப்பகுதிக்கே பின்னாட்களில் அண்ணா நகர் என்று பெயர் சூட்டுவதற்குப் பயன்பட்டுள்ளது.

வி.வி.கிரி, நியான் அடையாளத்தை ஒளிரச் செய்ய ஒரு பொத்தானை அழுத்தினார். நாடு முழுவதும் மொழிப் பதற்றம் இருந்தபொழுதும், முதல்வர் அண்ணா மேடையில் இறுக்கமான முகத்தைக் கடைப்பிடித்தார். கண்காட்சியில், இருபத்தி மூன்று பொதுத்துறை நிறுவனங்கள், பதினொரு அமைச்சகங்கள், பல்வேறு மாநிலங்கள் பங்கேற்றன. சர்வதேச அளவில் கம்யூனிஸ்ட் தொகுதி மட்டுமே பங்கேற்றது. மேற்கு ஜெர்மனியும் தாய்லாந்தும் மட்டுமே

அவர்களைத் தவிர கண்காட்சியில் பங்கேற்ற மற்ற நாடுகள். ஸ்டால்கள் வெவ்வேறு வடிவங்களில் இருந்தன. ஏர்-இந்தியாவுக்கு முகலாயக் குவிமாடம் கொடுக்கப்பட்டிருந்தது. பின்னிக்குப் பிரமிடு போன்ற அமைப்பும், உரத் தொழில் நிறுவனம் இந்துக் கோயில் போன்ற தோற்றத்திலும், பாட்டா மிருகக்காட்சிச் சாலை போன்ற வடிவத்திலும் காணப்பட்டன.

ரயில்வே நிறுவனம் ரயில் இன்ஜின்கள், மாதிரி ரயில் பாதைகளைக் காட்சிப்படுத்தியது. அவர்களின் மினி ரயில் மிகவும் பிரபலமானது. கண்காட்சியின் அனைத்து பகுதிகளுக்கும் இரட்டை அடுக்குப் பேருந்துகள் பார்வையாளர்களை அழைத்துச் சென்றன.

அந்தக் கண்காட்சியில் சில சுவாரஸ்யமான காட்சிப் பொருட்களும் இடம்பெற்றன. இந்தக் கண்காட்சியில் முதல் தொலைக்காட்சியைப் மக்கள் பார்த்தனர். பலரும் லிஃப்ட்டில் முதல் முறை ஏறினர். பார்வையாளர்கள் போர் விமானங்களையும் தொடலாம் என்ற நிலை இருந்தது. திருப்பதிக்குப் பக்தர்கள் நன்கொடையாக வழங்கிய தலைமுடியால் செய்யப்பட்ட விக்குகளைக் கூட மாநில வர்த்தகக் கழகம் காட்சிப்படுத்தியது. கனரா வங்கி 50 நாடுகளின் நாணயத்தை வைத்திருந்தது. இருப்பினும், ஏராளமான பார்வையாளர்கள் அதுவரை பார்த்திராத ரூ.5,000, ரூ. 10,000 இந்திய ரூபாய் நோட்டுகளைப் பார்க்கவே கூட்டமாகக் கூடினர்.

வர்த்தகக் கண்காட்சியில் இடம்பெற்ற 135 அடி உயரம் கொண்ட விஸ்வேஸ்வரய்யா கோபுரம் அதிக மக்கள் கவனத்தை ஈர்த்தது. கண்காட்சிக்காகப் பிரத்யேகமாகக் கட்டப்பட்ட இந்தக் கோபுரம் எல்.ஐ.சி கட்டடத்துக்குப் பின் நகரத்தின் இரண்டாவது உயரமான அமைப்பாகும். (இரண்டுக்கும் 6 அடி உயரம்தான் வித்தியாசம்). 10 பைசா கட்டணத்தில் இந்த கோபுரத்தின் மேலே சென்று நகரின் பரந்தக் காட்சியைப் பார்க்க முடியும். வியாபாரம் செய்வதை விட நகரத்தின் உச்சியில் இருந்து வேடிக்கை பார்க்கவே அதிக மக்கள் வருகைப் புரிந்தனர். அதில் ஏறியவர்களுக்கு எதிர்கால அண்ணா நகர், தாய் நகரத்திலிருந்து வெகு தொலைவில் இல்லை என்ற உணர்வு ஏற்பட்டது.

கண்காட்சியின் நடுவில் உள்ள காட்சிக் கோபுரத்தை வடிவமைக்கப் பம்பாயைச் சேர்ந்த கட்டடக் கலைஞர் யாக்யா மர்சன்ட் நியமிக்கப்பட்டிருந்தார். அவர் அண்ணா நகர் கோபுரம் அமைக்கப்பட்ட அதே காலத்தில்தான் பாகிஸ்தானில் கராச்சியில் உள்ள முகமது அலி ஜின்னாவின் கல்லறையையும்

வடிவமைத்தவர். ஜின்னா 1948இல் இறந்துவிட்டாலும், அரசாங்கமும் அவரது குடும்பத்தினரும் ஒரு கல்லறைக்கான வடிவமைப்பை முடிவு செய்வதற்கு அவ்வளவு காலம் எடுத்துக்கொண்டனர்.

நடிகர் சிவாஜி, ஜெயலலிதா உள்ளிட்டோர் நடித்த 'கலாட்டா கல்யாணம்' போன்ற திரைப்படங்கள் கண்காட்சி மைதானத்தில் தான் படமாக்கப்பட்டன. அந்தத் திரைப்படங்கள் இன்றும் அந்நிகழ்வின் பதிவாக விளங்குகின்றன.

வர்த்தகக் கண்காட்சி முடிந்ததும் சில பெவிலியன்கள் ஏலம் விடப்பட்டன. அந்தப் பெவிலியன்களின் தற்போதைய பயன்பாடுகள் கண்டறியப்பட்டுள்ளன. அன்றைய தாய்லாந்து பெவிலியன் இன்றைய அண்ணாநகர் லேடிஸ் கிளப்பாகவும், கேரளப் பெவிலியன் இன்றைய அண்ணாநகர் கிளப்பாகவும் மாறிவிட்டன. அங்கே ஐயனார் சிலை உட்பட சில எச்சங்கள் இன்றும் உள்ளன.

வர்த்தகக் கண்காட்சி முதலீட்டைக் கொண்டு வந்ததா, பொருட்களை விற்பனை செய்ததா என்பது விவதத்துக்கு உட்பட்டது. ஆனால் அது நிச்சயமாக அண்ணா நகர் மீது கவனத்தைத் திருப்பியது. கண்காட்சி முடிந்ததும் கோபுரத்தை உடைப்பதற்குத் திட்டம். ஆனால் அதற்கு மனம் வாராமல் அப்படியே விட்டுவிட்டனர். விஸ்வேஸ்வரய்யா கோபுரம் அண்ணா நகரின் சின்னமாக மாறியது. சமீபகாலமாக, பல தற்கொலை முயற்சிகள் அதன் மேல் நடைபெறுவதால் இப்போது நுழைவதற்குத் தடைசெய்யப்பட்டுள்ளது.

21

பிரசிடென்சி கல்லூரி

மெட்ராஸில் உள்ள ஒரு கல்லூரியுடன் நோபல் பரிசு பெற்ற இருவர் தொடர்பு கொண்டுள்ளனர். ஒருவர் மாணவராகவும் ஒருவர் ஆசிரியராகவும்! இந்தியாவில் பாரத ரத்னா பெற்ற முதல் மூன்று பேர் இந்தக் கல்லூரியுடன் தொடர்புடையவர்கள்.

ஆனால் அவர்களுக்கு எல்லாம் அங்குச் சிலை இல்லை. கல்லூரி மைதானத்தில் உள்ள ஒரே சிலை, அங்குக் கல்வி கற்பித்த தமிழ் பேராசிரியருக்கு மட்டுமே. அது தான் உ.வே.சுவாமிநாத ஐயர் சிலை.

தென்னிந்தியாவின் மிகப் பழமையான கல்லூரி என்றால் அது பிரசிடென்சி கல்லூரிதான். இதன் வயது 183. இந்தியாவில் ஆங்கிலேயர்களால் நிறுவப்பட்ட இரண்டு பிரசிடென்சி கல்லூரிகளில் இதுவும் ஒன்று, மற்றொன்று கொல்கத்தாவில் உள்ளது.

1838-ல் புதிய கவர்னர் ஜான் எல்பின்ஸ்டோன் மெட்ராஸ் வந்தார். இந்திய அரசாங்கம் 'இந்தியாவின் பூர்வீக மக்களிடையே ஐரோப்பிய இலக்கியம் மற்றும் அறிவியலை மேம்படுத்துவதே அரசாங்கத்தின் நோக்கமாக இருக்க வேண்டும்' என்று பகிரங்கமாக அவர் கூறியதை ஏற்றுக்கொண்டது. கவர்னரிடம், அப்போது அட்வகேட் ஜெனரலாக இருந்த ஜார்ஜ் நார்டன் மற்றும் சில முக்கியப் பிரமுகர்கள், உயர்கல்வி நிறுவனங்களை ஏற்படுத்தக் கோரி 70,000 'உள்ளூர் மக்கள்' கையெழுத்திட்ட மனுவை அளித்தனர். அவர்களின் மனுவின் ஒரு பகுதியாக, 'நாட்டின் செழுமைக்கான உண்மையான அடித்தளத்தை மக்களின் அறிவுசார் முன்னேற்றத்தில் காண்கிறோம்'. என்று இருந்தது

ஒரு மாதத்திற்குப் பிறகு, எல்பின்ஸ்டோன் இரண்டு துறைகளுடன் ஒரு 'பல்கலைக்கழகத்தை' முன்மொழிந்து சாதகமாகப் பதிலளித்தார். ஓர் உயர்நிலைப் பள்ளி ஆங்கில இலக்கியம், பிராந்திய மொழி, தத்துவம் மற்றும் அறிவியல் ஆகியவற்றில் கல்வியை வழங்கும்.

இது ,மாணவர்களை இந்தப் பாடங்களின் உயர் நிலைகளில் அறிவுறுத்தலை வழங்கும் இரண்டாம் துறையான கல்லூரிக்குத் தயார்ப்படுத்தும். இதைச் செயல்படுத்த நார்டன் தலைமையில் ஒரு பல்கலைக்கழக வாரியம் ஜனவரி 1840இல் நியமிக்கப்பட்டது.

1840இல், இது மெட்ராஸ் பிரசிடென்சி கல்லூரி தொடக்கப் பள்ளியாக நிறுவப்பட்டது. ஆனால் அது தொடங்கும்போது கடற்கரை எதிர்கொள்ளும் கட்டடத்தில் இல்லை. முதலில் எழும்பூரில் ஒரு வாடகை கட்டடமான டி'மான்டே ஹவுஸில் திறக்கப்பட்டது (இங்குத் தற்போது தலைமை மாஜிஸ்திரேட் நீதிமன்றம் உள்ளது). எல்பின்ஸ்டோன், பள்ளியைத் திறந்து வைத்து, பள்ளியின் முதல் 67 மாணவர்களை உள்ளடக்கிய கூட்டத்தில், 'புதிய பள்ளியைத் திறப்பதற்கான விழா மட்டும் அல்ல இது. ஒரு புதிய சகாப்தத்தின் விடியலுக்கு நீங்கள் சாட்சியாக இருக்கிறீர்கள்'என்றார்.

அதை விட உண்மையான வார்த்தைகள் இருந்திருக்க முடியாது. தமிழகம் இன்று உலக அரங்கில் பிரகாசிக்கிறது என்பது, அதன்

கல்வி முறையால் தூண்டப்பட்ட அறிவினால்தான். அது அன்றுதான் தொடங்கியது.

பள்ளி பின்பு கறுப்பர் நகரில் பிராட்வேக்கு மாற்றப்பட்டது. பின்னர் அது ஓர் உயர்நிலைப் பள்ளியாகவும், பின்னர் ஒரு பட்டதாரி கல்லூரியாகவும் உயர்ந்தது.

1864 ஆம் ஆண்டு மதராஸ் அரசாங்கம் தென் மாகாணத்தில் முதல் கல்லூரிக்கான கட்டடங்களை வடிவமைப்பதற்கான போட்டியைச் சர்வதேச அளவில் விளம்பரப்படுத்தியது. மதராஸ் நகரில் பொதுவெளி கட்டடக்கலையை மேம்படுத்தத் தனது நோக்கத்தைப் பிரதிபலிக்கும் வகையில் வடிவமைப்புகளைத் தேடுவதாக அரசாங்கம் சுட்டிக்காட்டியது.

பதினேழு கட்டடக்கலை வல்லுனர்கள் இதற்காகப் போட்டிப் படங்களை அனுப்பினர். பரிசுத் தொகை மூவாயிரம் ரூபாய். அதில் ஒருவரான ராபர்ட் சிஷோல்ம் ஒரு கட்டடக் கலைஞராகக் கல்கத்தாவில் வேலை செய்து கொண்டிருந்தார். இந்தக் கல்லூரியை வடிவமைக்கும் போட்டியில் அவர் வெற்றி பெற்று மூவாயிரம் ரூபாய் பரிசை பெற்றார். மேலும் அரசு ஊழியராக இருந்ததால், 1865ல் சென்னைக்கு மாற்றப்பட்டார். ஒரே ஒரு கட்டடத்தை மட்டுமே மேற்பார்வையிட வந்தாலும், சென்னையின் பொது கட்டட அமைப்பை முற்றிலுமாக மாற்றும் வரை அவர் இங்கு நீண்ட காலம் தங்கினார்.

பிரசிடென்சி கல்லூரி கட்டடங்கள் மெட்ராஸ் மாகாணத்தில் இந்தோ-சராசெனிக் கட்டடக்கலைக்கு முன்னோடியாக இருந்தது மட்டுமல்லாமல், விரைவில் இந்தியா முழுவதும் பரவியது. புதிய தலைநகர் டெல்லியின் கட்டடங்கள் பெரும்பாலும் இந்தக் கட்டடக்கலை பாணியில் தான் இருந்தன.

பிரசிடென்சி கல்லூரி கட்டடத்தின் வேலை 1867இல் தொடங்கிய போது கல்லூரிக்கென தேர்ந்தெடுக்கப்பட்ட இடத்தின் பின்புறத்தில் நவாப் காலத்து மூன்று கல்லறைகள் இருந்தன. அவற்றை அகற்றாமல் கட்டடம் வடிவமைக்கப்பட்டது. அவை இன்றும் ஆண்டு விழாக்களுடன் நன்கு பராமரிக்கப்படுகின்றன.

கல்லூரியின் கட்டுமானம் முழுவதும் பாரம்பரிய இந்திய கட்டட நுட்பங்களைப் பயன்படுத்தியே முடிக்கப்பட்டது. உள்ளூர் கட்டுமானப் பொருட்களைப் பயன்படுத்திய முதல் காலனித்துவக் கட்டடம் இது. செயின்ட் தாமஸ் மவுண்டில் கிடைக்கும் கிரானைட் பாறைகளைக் கட்டடக் கலைஞர் தேர்வு செய்தார். நன்கு சுடப்பட்ட

சிவப்பு செங்கற்கள் சூளைமேட்டில் இருந்து வாங்கப்பட்டு, கூவம் நதி வழியாக படகில் அனுப்பப்பட்டது. கட்டடத்தின் சுவர் பூச்சுக்குக் கட்டட நிலத்தில் சுண்ணாம்பை மாடுகளைக் கொண்டு அரைத்தனர். தூண் வேலைகளை எழும்பூர் ஸ்கூல் ஆஃப் ஆர்ட்ஸ் செய்தது.

வகுப்பறைகள் ஏராளமான சூரிய ஒளி, மெரினாவில் இருந்து கடல் காற்று மற்றும் அனைத்து வகுப்பறைகளில் இருந்து கடல் மற்றும் வானத்தின் காட்சி ஆகியவற்றைக் கொண்டு வடிவமைக்கப்பட்டன . 1890 ஆம் ஆண்டு கல்லூரியின் பொன்விழாவைக் குறிக்கும் வகையில், இன்று பார்வையாளர்களுக்குக் கல்லூரியின் மிகவும் புலப்படும் குவிமாடம், பின்னர் சேர்க்கப்பட்டது.

பின்புறத்தில் புதிதாகக் கட்டப்பட்ட பக்கிங்ஹாம் கால்வாய் அதன் பாய்மரப் படகுகளுடன் இயற்கையின் அழகைக் கூட்டியது.

இவை அனைத்தும் பிரசிடென்சி கல்லூரியை, படிப்பதற்கு மிகவும் கவர்ச்சிகரமான ஒன்றாக ஆக்கியது. மேலும் சிறந்த பேராசிரியர்கள் பயிற்சி அளித்தனர்.

1870இல், இது அப்போதைய எடின்பர்க் பிரபுவால் திறக்கப்பட்டது. கல்லூரி 1870-71இல் மெரினாவில் அதன் புதிய கட்டடங்களுக்கு மாற்றப்பட்டது. 1857இல் மெட்ராஸ் பல்கலைக்கழகம் நிறுவப்பட்டபோது, பிரசிடென்சி கல்லூரி அதனுடன் இணைக்கப் பட்டது. அதன் மாணவர்கள் மெட்ராஸ் பல்கலைக் கழகப் பட்டங்களைப் பெற்றனர்.

ஒரு கட்டத்தில் சேப்பாக்கம் மைதானத்திற்கு அருகில் உள்ள விக்டோரியா விடுதி (கிண்டிக்கு செல்லும் முன்) பொறியியல் கல்லூரியின் விடுதியாக இருந்தது. பின்னர் காலியாக இருந்த விடுதி பிரசிடென்சி கல்லூரி மாணவர்களிடம் ஒப்படைக்கப்பட்டது. மாணவிகள் ராணி மேரி கல்லூரி விடுதியில் தங்கினர்.

நூற்றாண்டு கொண்டாட்டத்தின் ஒரு பகுதியாக நான்கு திசைகளை எதிர்கொள்ளும் நான்கு டயல்கள் கொண்ட கடிகாரம் மத்தியக் குவிமாடம் மீது கட்டப்பட்டது. . கோட்டையில் இருந்து சுடப்பட்ட பீரங்கியை நம்பியிருந்த மக்கள் தங்கள் நேரத்தை அறிய இப்போது பிரசிடென்சி கல்லூரி கோபுரங்களில் பார்க்க முடிந்தது

மெரினா கிரிக்கெட் மைதானம் பிரசிடென்சி கல்லூரியின் விளையாட்டு மைதானமாகக் கருதப்படும் ஒரு பெரிய திறந்தவெளி. பல முறை அதன் மீது பெரிய கட்டடங்களைக் கட்ட

அமைப்பாளர்கள் ஆசைப்பட்டனர். இங்கு ஆண்டுதோறும் நடைபெறும் ஐரோப்பிய-இந்திய கிரிக்கெட் போட்டியின் புரவலராக இருந்த ஆளுநரிடம் ஆர்வமுள்ள விளையாட்டு ஆர்வலர்கள் மனு அளித்தனர். நிலம் காப்பாற்றப்பட்டது.

வெள்ளையனே வெளியேறு இயக்கத்தின் போது பல அரசியல் கட்சிகள் ஆங்கிலேயர்களின் பக்கம் நின்றபோது, காங்கிரஸ்காரர்கள் அனைவரும் சிறையில் அடைக்கப்பட்டபோது, அந்த முக்கியமான இயக்கம் இங்கு தோல்வியடையும் என்று தோன்றியது. பிரசிடென்சி கல்லூரி மாணவர்கள் போராட்டத்தை முன்னின்று நடத்தி சென்னையின் மானத்தைக் காப்பாற்றினர்.

கவர்னர் ஜெனரல் ராஜாஜி உட்பட அரசியல்வாதிகள், பல நீதிபதிகள், விஞ்ஞானிகள் (சிவி. ராமன், சுப்ரமணியம் சந்திரசேகர் உட்பட) மற்றும் படைப்பாற்றல் துறையினர் இங்கு படித்தனர்.

தமிழ் தாத்தா உ.வே. சுவாமிநாத ஐயர் 1903 முதல் 1919 வரை இங்குக் கற்பித்தவர்.

கடந்த 2015-ம் ஆண்டு கடற்கரைச் சாலையை அழகுபடுத்தும் பணிக்காகப் பாரம்பரியமிக்க கல்லூரியின் சுற்றுச்சுவர் உடைக்கப் பட்டது. தற்போது கட்டடத்தின் பல பகுதிகளும் இடிந்து விழும் நிலையில் உள்ளதால், அவசரமாகச் சீரமைக்க வேண்டிய சூழ்நிலை உள்ளது.

22

கீழ்ப்பாக்கம் நீர் வினியோகக் கட்டடம்

ஒரு நாகரிகத்தின் உயிர்வாழ்விற்கான மிக முக்கியமான தேவைகளில் ஒன்று நிலையான நீர் வழங்கல் ஆகும்.

போர் மற்றும் நோய் காரணமாக மெட்ராஸ் நகர மக்கள் அதை விட்டுச் சில சந்தர்ப்பங்களில் வெளியேறியிருக்கின்றனர். ஆனால் தண்ணீர்ப் பற்றாக்குறையால் அவர்கள் ஒருபோதும் புலம் பெயர்ந்ததில்லை. இயற்கையான நன்னீர் ஆதாரங்கள் முற்றிலும் இல்லாத மெட்ராஸ் நகரத்தில் அது குறிப்பிடத்தக்கது.

மெட்ராஸ் பாரம்பரியமாக நிரந்தரத் தண்ணீர்ப் பற்றாக்குறையால் அவதிப்பட்டு வருகிறது. அதற்கு இரண்டு காரணங்களைக் கூறலாம். பிரான்சிஸ் டே தனது கோட்டைக்குத் தேர்ந்தெடுத்த இடம் மிகக் குறைவான குடிநீர் ஆதாரங்களைக் கொண்டிருந்தது. முக்கியமாக அதையொட்டி வற்றாத ஆறுகள் ஏதும் இல்லை.

அப்போதும் கூட, பிரிட்டிஷாரின் முதலில் திட்டமிட்ட நகரத்தின் ஜனத் தொகையை நிர்வகிக்கக் கிடைத்த கொஞ்சம் தண்ணீர் போதுமானதாக இருந்தது. (கோட்டை மற்றும் பிளாக்டவுனில் வசிப்பவர்கள் கிணறுகளில் இருந்து நீரைப் பெற்றனர்.)

ஆனால் நகரம் பூதாகரமாக வளர்ந்தது. அதன் வளர்ச்சியின் வேகம் அனைவரையும் ஆச்சரியத்தில் ஆழ்த்தியது. நகரைத் திட்ட மிடுபவர்கள் மற்றும் நிர்வாகிகள் தடுமாறினர். நகரத்தின் செழுமையால் தூண்டப்பட்ட கணிசமான இடம்பெயர்வுகள் தண்ணீர் பிரச்னையை நிரந்தரமாக வைத்திருந்தது.

நகரைத் திட்டமிடுபவர்கள் குடிநீருக்கான புதிய ஆதாரங்களை மேலும் தேடத் தொடங்கினர். இதற்காக கோட்டையிலிருந்து இன்னும் தொலைவிலும் அவற்றைத் தேடத் தயங்கவில்லை.

ஆனால் மெட்ராஸ் நிலப்பரப்பின் சரிவு இயற்கையாகவே வடமேற்கிலிருந்து தென்கிழக்காக இருந்தது. மின்சாரப் பம்புகள் இல்லாத நிலையில், அவர்கள் நீரின் இயற்கையான ஓட்டத்தைப் பயன்படுத்த வேண்டியிருந்தது. அதனால்தான் வடக்கே உள்ள கொசஸ்தலையாறு மெட்ராஸின் தாகம் தீர்க்கத் தேர்ந்தெடுக்கப் பட்டது. இன்றும் இந்த நதி சென்னை மக்களுக்குப் பெரிய அளவில் துணை நிற்கிறது.

சிப்பாய் கலகம் வட இந்தியாவில் அப்போதுதான் முடிவுக்கு வந்த நேரம். அதில் பெரும் பாதிப்படையாத மெட்ராஸ் தன் வளர்ச்சியைப் பற்றி மட்டுமே கவலைப்பட்டுக்கொண்டிருந்தது. 1860களின் பிற்பகுதியில், மெட்ராஸ் இன்ஜினியர்ஸ் கார்ப்ஸின் ஜேம்ஸ் ஃப்ரேசர் அரசாங்கத்திடம் ஒரு திட்டத்தை முன்வைத்தார். அதையேற்று முதல் அணை மெட்ராஸில் திட்டமிடப்பட்டது. கொசஸ்தலையாற்றின் குறுக்கே தாமரைப்பாக்கத்தில் அணை கட்டப்பட்டு அதன் தண்ணீர் புழல் ஏரிக்குத் திருப்பி விடப்பட்டது. புழலிலிருந்து 7லீ அடி ஆழம், 6 அடி அகலம், 6லீ மைல்கள் நீளம் எனப் பரிமாணங்கள் கொண்ட திறந்த வாய்க்கால் வழியாக நகரத்திற்குள் நீரைக் கொண்டு வந்தார்கள்.

அந்த நீருக்கு மெட்ராஸில் அவர்கள் முதலில் முன்மொழிந்த சேமிப்பு இடம் ஸ்பர்டாங்க் என்று அழைக்கப்படும் ஏரி. ஸ்பர்டேங்க் இப்போது இல்லை. அதை மூடி பங்களாக்கள் கட்டியாயிற்று.

உயரமான இடத்திலிருந்து நீரை வினியோகிப்பது சுலபம் என்பதாலும் கீழ்ப்பாக்கத்தில் அடிநில உயரம் அதிகமாக இருந்த காரணத்தாலும், திட்டம் கீழ்ப்பாக்கத்திற்கு மாற்றப்பட்டது.

மெட்ராஸ் நகராட்சிக்கு நீர் வழங்கும் கிடங்கு கீழ்ப்பாக்கத்தில் முறைப்படி 1872 இல் தொடங்கப்பட்டது.

1907 இல், கீழ்ப்பாக்கத்தில் நீரேற்று நிலையத்திற்காக ஒரு புதிய கட்டடம் திட்டமிடப்பட்டது. மெட்ராஸ் கவர்னர் ஜான் சின்க்ளேர் சிவப்பு நிற இந்தோ சாராசெனிக் கட்டடங்களைத் திறந்து வைத்தார்.

1914 ஆம் ஆண்டு, மெட்ராஸ் கார்ப்பரேஷன் மூலம் அறிவியல் பூர்வமாக வடிவமைக்கப்பட்ட நீர் விநியோக முறை தொடங்கப் பட்டது.

திட்ட செலவு 14 லட்சம். எனவே வீட்டு வாடகைக்கு 4 சதவிகிதம் தண்ணீர் வரி விதிக்கப்பட்டது. ஆனாலும் அரசு குடிநீர் விநியோகத்திற்கு மானியம் அளித்து வருகிறது.

கீழ்ப்பாக்கம் நீர் நிலையத்தில் பெரிய தொட்டிகள் கட்டுதல் முதல் வேலை. 18 மீட்டர் உயர்த்தப்பட்ட தொட்டி இந்தியாவில் மிகப் பெரிய தொட்டியாக வெகு நாள் சாதனை கொண்டிருந்தது. மெட்ராஸின் பெரிய பரப்பளவு இந்த 18 மீட்டர் உயரத்துக்கு அடியில் தான் இருந்தது.

எஃகினால் செய்யப்பட்ட 56 லட்சம் லிட்டர் தண்ணீர் கொள்ளளவு கொண்ட தொட்டியானது நிலையான நீர் விநியோகத்தைப் பராமரிக்க உதவியது.

தொட்டியில் நீரை ஏற்ற கரியால் இயங்கிய உயர் சக்தி நீராவி இயந்திரத்தை நிறுவினார்கள்

அரை நூற்றாண்டுக்குப் பின் எல்ஐசி கட்டடம் கட்டும் வரை மெட்ராஸில் மிக உயரமான அமைப்பாக இருந்தது 177 அடி உயரமான ஒரு புகைபோக்கி . நிலக்கரி பயன்படுத்தும் நீராவி இயந்திரங்களில் இருந்து வரும் புகையை மக்களுக்கு இடர்ப்பாடில்லாமல் வெளியேற்ற இந்தப் புகைபோக்கி பயன்படுத்தப்பட்டது.

பிற்காலத்தில் பல கட்டமைப்புகள் வந்துள்ளன, ஆனால் அவை அனைத்தும் பாரம்பரியச் சிவப்புக் கட்டடத்தை ஒத்திருக்க, கவனமாகத் திட்டமிடப்பட்டது.

இவ்வளவு முன்னேற்றங்களுக்கெல்லாம் சில பொறியாளர்கள் தான் காரணம். 1903 இல், ஒரு இந்திய பாரசீக வம்சாவழிப் பொறியாளர் ஹோர்முஸ்ஜி நவ்ரோஜி, 1903 ஆம் ஆண்டில், தண்ணீர் பணிகளைத் திட்டமிட்டு மறுவடிவமைப்பு செய்யும்படி கேட்டுக் கொள்ளப்பட்டார். தட்டையான நிலப்பரப்பு கொண்ட மெட்ராஸ் நகரத்திற்குக் குழாய் நீர் விநியோகத்தின் விரிவான வலையமைப்பைத் திட்டமிடுவது கடினமாக இருந்தது. எனினும் அதை சாதித்தார்.

இங்கிலாந்தின் மான்செஸ்டரைச் சேர்ந்த ஜேம்ஸ் மேட்லி மெட்ராஸில் நீர் விநியோகத்தை மேம்படுத்திய பெருமைக்குரியவர். மேட்லி ஒரு விமானம் பறக்கும் ஆர்வலர். அவர் மூன்று நீர்த்தேக்கங்களின் மீதும் தினமும் பறந்து வானத்தில் இருந்து ஆய்வு செய்தார்

1907இல் பெரிய மாற்றங்களைத் தொடங்குவதற்கு முன், மேட்லி நகரத்தின் நீர்த் தேவைகளை ஆய்வு செய்தார். முந்தைய 25 ஆண்டுகளில் மழை அளவு. ஒவ்வொரு குடிமகனுக்கும் சராசரியாக ஒரு நாள் தண்ணீர் தேவை என்ன என்றெல்லாம் அவர் மதிப்பீடு செய்தார்.

மேட்லியின் கூற்றுப்படி, 1961 ஆம் ஆண்டில் எதிர்பார்க்கப்பட்ட 6.6 லட்சம் மக்கள் தொகைக்கு ஒரு நாளைக்கு தலைக்கு 25 கேலன்கள் என்ற அளவில் அப்போது செய்த வேலைகள் போதுமானதாகக் கருதப்பட்டது. ஆனால் 1936ம் ஆண்டிலேயே அவை போதவில்லை. பற்றாக்குறையானது. அப்படி ஓர் அசுர வளர்ச்சி மெட்ராஸ் ஜனத்தொகையில்.

ஜான் ஆல்பிரட் ஜோன்ஸ் நிர்வாகப் பொறியாளர் பதவியில் இருந்தபோது, நீரின் தரத்தை மேம்படுத்தி மாசுபாட்டைக் குறைத்த பல முன்னேற்றங்களைச் செய்தார்.

மெட்ராஸ் அதன் நீர் பொறியாளர்களின் பெயர்களைச் சாலைகளுக்குச் சூட்டியுள்ளது. மேட்லி மற்றும் நவ்ரோஜிக்கு சாலைகளும் புழலில் உள்ள முக்கிய நீர் உட்கொள்ளும் கோபுரத்திற்கு ஜோன்ஸ் பெயரும் சூட்டப்பட்டது.

புதிய கீழ்ப்பாக்கம் நீர்நிலை திறக்கப்பட்டபின், அதற்குமுன் 10 ஆண்டு கால சராசரி மக்கள் மரணங்களை ஒப்பிடும்போது இறப்பு எண்ணிக்கை ஆண்டுக்கு 4000 குறைந்துள்ளது என்று கண்டுபிடிக்கப்பட்டது.

காலரா போன்ற நீரினால் பரவும் தொற்று நோய்கள் குறைந்ததே அதற்குக் காரணம். இந்தப் பொறியாளர்கள் செய்த மேம்பாடுகள் நீண்ட காலம் நீடித்தன. பல பழைய அசல் குழாய்கள் மற்றும் கட்டமைப்புகள் இன்னும் பயன்பாட்டில் உள்ளன.

தண்ணீர்த் தொட்டிகள் மாற்றப்படுவதற்கு முன்பு 100 ஆண்டுகள் சென்னைக்குச் சேவை செய்தன. 2000 ஆம் ஆண்டு வரை நுண்ணிய மணல், கூழாங்கற்கள் மற்றும் செங்கற்களைப் பயன்படுத்தி நீர் சுத்திகரிப்பு தொழில்நுட்பம் பயன்படுத்தப்பட்டது. தேவை அதிகரித்ததால், இந்த முறையானது ரசாயனங்களைப் பயன்படுத்தும் தொழில்நுட்பத்தால் மாற்றப்பட்டது.

இன்று, மெட்ராஸ் வாசிகளுக்குப் பல இடங்களில் இருந்து தண்ணீர் வருகிறது. கிருஷ்ணா நதியிலிருந்தும், வீராணம் ஏரியிலிருந்தும், கடலிலிருந்தும் கூட. ஆனால் மெட்ராஸ் குடிமக்களுக்கு ஆரோக்கியம் மற்றும் போதுமான தண்ணீர் வழங்குவதற்கான முதல் படி கீழ்ப்பாக்கத்தில் தான் தொடங்கியது.

23

மெட்ராஸ் கலங்கரை விளக்கு

உலகின் ஏழு புராதன அதிசயங்களில் ஒன்று எகிப்தில் உள்ள அலெக்ஸாண்ட்ரியாவின் கலங்கரை விளக்கம். அந்த அளவுக்குக் கலங்கரை விளக்கம் ஒரு முக்கியமான கடல் வர்த்தகம் சார் அமைப்பாக இருந்தது. பழங்காலத்திலிருந்தே கலங்கரை விளக்கங்கள் ஆபத்தான ஆழமற்ற கடலையும் அபாயகரமான பாறைகளையும் குறித்து கப்பல் மாலுமிகளை எச்சரிக்க உதவியதால் பல்லாயிரம் உயிர்களைக் காப்பாற்றியிருந்தன. இதனால் வர்த்தகம் விரிவடைந்தது. நாடுகளுக்கிடையேயான

தொடர்பு அதிகரித்தது. அதன் காரணமாக மனிதச் சமுதாயத்தின் பரிணாம வளர்ச்சியில் பல நன்மைகள் இருந்தன.

மெட்ராஸ் கரடுமுரடான கடற்கரையைக் கொண்டிருந்தது. 1639இல் கோட்டையைக் கட்டுவதற்கான தொடக்கக் காலங்களில் மெட்ராஸ் வந்த மூன்று கப்பல்களில் இரண்டு கப்பல்கள், முதல் சில நாட்களில் ஒரு சூறாவளியில் தரை தட்டி மூழ்கின. இரவுக்குப் பிறகு சென்னையை நெருங்கும் கப்பல்கள் கோவளம் பாறைகளின் அபாயத்தை எதிர்கொண்டன. வடக்கில், புலிக்காட்டில் ஆழமற்ற கடலின் மணல் திட்டுகள் கப்பல் தரை தட்டும் அபாயத்தைத் தந்தது. ஆரம்ப நாட்களில் மீனவப் பெண்கள் கடற்பகுதியில் மாலுமிகளை வழிநடத்துவதற்காகக் கடற்கரையில் நெருப்பு மூட்டினர் என்ற செவி வழிச் செய்தியும் உள்ளது.

மெட்ராஸ் போலக் கடல் வணிகத்தை நம்பியிருந்த ஒரு நகரத்திற்குக் கலங்கரை விளக்கு மிக முக்கியமான தேவையாக இருந்தது. ஜவுளியில் நிலையான வர்த்தகம் வேண்டுமானால், கலங்கரை விளக்கம் தேவை என்பதைக் கிழக்கிந்திய நிறுவனம் உணர்ந்தது.

ஒரு கலங்கரை விளக்கத்தின் முக்கியத் தேவை கட்டடத்தின் உயரம். அன்றைய நிலையில் ஜார்ஜ் கோட்டையில் உள்ள மிக உயரமான கட்டடம் செயின்ட் மேரி தேவாலயம். தினசரி இரவு விளக்கை ஏற்றுவதற்காக அதன் கோபுரத்தைப் பயன்படுத்து வதற்குக் கம்பெனி, தேவாலயத்திடம் அனுமதி கோரியது. தேவாலயம் மறுத்ததால், பரிமாற்றக் கட்டடத்தின் மொட்டை மாடி தேர்வு செய்யப்பட்டது. (இந்தக் கட்டடம் தற்போதைய கோட்டை அருங்காட்சியகமாகும். அதில் இப்போது இரண்டு ரவிவர்மா ஓவியங்கள் இருக்கின்றன.)

1796இல் வணிகர்கள் அதன் கீழ்த் தளங்களில் காலையில் வியாபாரம் செய்து கொண்டிருப்பார்கள். கப்பல்களுக்கு வழிகாட்டும் விளக்கு ஒவ்வொரு இரவும் அதன் மொட்டை மாடியில் எரியும்.

கடல் மட்டத்திலிருந்து 99 அடி உயரம் கொண்ட மரச் சட்டம் கொண்ட கோபுரம். அதில் பொருத்தப்பட்ட 12 விளக்குகளும், அதில் பொருத்தப்பட்ட ராட்சசத் திரிகள் கொண்டு தேங்காய் எண்ணெய்யில் எரிந்த தீபங்கள், கடற்கரையிலிருந்து 17 மைல் தொலைவில் உள்ள வணிகக் கப்பல்களுக்குச் சமிக்ஞை செய்ய உதவியது. உள்நாட்டில் தயாரிக்கப்பட்ட கண்ணாடிகள் ஒளியைப் பிரதிபலிக்கவும் அதிகரிக்கவும் பயன்படுத்தப்பட்டன.

விளக்கில் பயன்படுத்தப்பட்ட தேங்காய் எண்ணெய் கசிந்து, சுடர் சுற்றியிருந்த கண்ணாடியை நிறமாற்றம் செய்தது. குறைந்த தூரம் மட்டுமே வெளிச்சம் தெரிந்தது. 1807ஆம் ஆண்டின் சூறாவளி, கட்டமைப்பைச் சேதப்படுத்தியதால் தொழில்நுட்ப ரீதியாக மேம்பட்ட கலங்கரை விளக்கத்தின் தேவை உணரப்பட்டது. இதன் விளைவாக, கிழக்கிந்திய கம்பெனியின் இயக்குநர்கள், ஒரு புதிய கலங்கரை விளக்கத்தை வடிவமைத்துக் கட்டும்படி பொறியாளர் கேப்டன் ஜான் தாமஸ் ஸ்மித்துக்கு உத்தரவிட்டார்கள்.

கிளைவ் பிரபு அனைத்து வணிகங்களையும் கோட்டையிலிருந்து வெளியே அனுப்பியிருந்த சமயம் அது. வணிகர்கள் சென்ற கருப்பு நகரத்திற்கு நேரே கடலில் கப்பல்கள் நங்கூரமிட்டுக் கொண்டிருந்தன. எனவே புதிய விளக்கும் அதற்கு அருகில் செல்ல வேண்டியிருந்தது.

கோட்டைக்கும் கறுப்பு நகரத்துக்கும் இடையே எஸ்பிளனேட் என்று அழைக்கப்படும் ஒரு பெரிய திறந்தவெளி இருந்தது. புதிய கலங்கரை விளக்கம் அதன் கிழக்கு விளிம்பில் கட்டப்பட்டது.

கிரேக்கக் கோயில்களில் தூண்களை வடிவமைப்பதில் டோரிக் பாணி கட்டடக்கலை மிகவும் பிரபலமானது. அந்தப் பாணியில் உள்ளே படிகளைப் பொருத்தி ஒரு தனித்த கோபுரத்தை வடிவமைத்து ஸ்மித் கலங்கரை விளக்கத்தைக் கட்டினார். 125 அடி உயரக் கலங்கரை விளக்கம் (அடிவாரத்தில் 16 அடி அகலம் மற்றும் மேல் முனையில் 11 அடி) பல்லாவரம் மலையில் வெட்டப்பட்டப் பாறையில் இருந்து உருவாக்கப்பட்ட. 210 படிகள் மேலே இட்டுச் சென்றன. மொத்தக் கட்டுமான செலவு ரூ. 60,000. மேலே உள்ள புதிய ஒளி அதிநவீனமானது என்பதால் உற்பத்தி செய்யச் சிறிது நேரம் பிடித்தது. சில காலம் பழைய தேங்காய் எண்ணெய் விளக்கு முந்தைய லைட் ஹவுஸில் இருந்து கொண்டு வந்து பயன்படுத்தப்பட்டது.

(சிமினி விளக்கைக் கண்டுபிடித்த) குவின்குவெட் வடிவமைத்த ஆர்காண்ட் விளக்குகள் 15. அவற்றை 6 வேலையாட்கள் பராமரித்து வந்தனர். 208 ஆழாக்கு எண்ணெய் உட்பட மாதாந்திர செயல் பாட்டுச் செலவு ரூ. 227 மற்றும் 3 அணாக்கள் ஆனதாம்.

புதிய டோரிக் தூண் கலங்கரை விளக்கம் 50 ஆண்டுகள் வேலை செய்தது. விக்டோரியா மகாராணி மெட்ராஸுக்கு ஒரு புதிய உயர் நீதிமன்றத்தை அனுமதித்தபோது, அரசாங்கம் உலகிலேயே மிகப்பெரிய நீதிமன்றம் ஒன்றைக் கட்ட விரும்பியது. பிரிட்டிஷ்

ஆதிக்கத்தால் பயனற்றதாகிவிட்ட எஸ்பிளனேடில் அதைக் கட்ட முடிவு செய்தனர். இந்தோ சாராசெனிக் கட்டட பாணி கோர்ட், செயல்பட்டுக்கொண்டிருந்த கலங்கரை விளக்கத்திற்கு அருகில் வந்தது.

கணக்கு சற்றுத் தவறிவிட்டது.

உயரமான நீதிமன்றம் கலங்கரை விளக்கத்தின் பிரகாசத்தைச் சில கோணங்களில் மறைப்பதாகக் கப்பல்களில் இருந்து உடனடியாகப் புகார்கள் வந்தன. இந்த ஒரு தவறு காரணமாக அரசாங்கம் புதிய கலங்கரை விளக்கத்தைக் கட்ட விரும்பவில்லை. உயர் நீதிமன்றத்தின் உயரமான கோபுரத்தின் மீது விளக்கு வைக்க முடிவு செய்தது.

இருப்பதில் மிகவும் உயரமான குவிமாடத்தின் மேற்பகுதி திறக்கப்பட்டு புதிய தளம் கட்டப்பட்டது. மெட்ராஸின் மூன்றாவது கலங்கரை விளக்கம் புதிய உயர் நீதிமன்றக் கட்டடத்தின் ஒரு பகுதியாக, கடல் மட்டத்திலிருந்து 175 அடி உயரத்தில் (முந்தைய கலங்கரை விளக்கத்தை விட 50 அடி உயரத்தில்) நிறுவப்பட்டது. இது மண்ணெண்ணெய்யை எரித்து அதிகப் பிரகாசம் கொண்ட ஒளியை உருவாக்கியது. (பிரகாசமானது 18,000 மெழுகு வர்த்திகளுக்குச் சமம்.)

முதலாம் உலகப் போரின்போது இந்தக் கலங்கரை விளக்கம் ஒரு ஜெர்மன் போர்க்கப்பலின் கவனத்தை ஈர்த்ததில் ஆச்சரியமில்லை. அந்தக் காலகட்டத்தில் போர்க்கால இருட்டடிப்பு இருந்தது. கலங்கரை விளக்கம் சட்டத்தை உதாசீனம் செய்து, வேலை செய்து கொண்டிருந்தது. செப்டம்பர் 22, 1914 அன்று உயர் நீதிமன்ற வளாகத்தில் குண்டுவீசித் தாக்கி நகரத்தை அச்சத்தில் ஆழ்த்திய ஜெர்மன் போர்க் கப்பலான எஸ்.எம்.எஸ் எம்டனை மெட்ராஸுக்கு அழைத்து வந்தது, உயர் நீதி மன்றத்தின் மீது எரித்த விளக்குதான் என்று கூறப்படுகிறது.

1966இல் ரிசர்வ் வங்கி சுரங்கப்பாதை கடற்கரைச் சாலையில் உள்ள ரயில் பாதையின் கீழ் வந்தபோது அது கலங்கரை விளக்கச் சுரங்கப்பாதை என்றுதான் அழைக்கப்பட்டது.

உலகில் பல கலங்கரைகள் மின்சார விளக்குக்கு மாறிய போதும் மெட்ராஸ் மட்டும் கெரசின் (மண்ணெண்ணெய்) எண்ணெய்யைப் பயன்படுத்திக் கொண்டிருந்தது.

1970களில், கலங்கரை விளக்கத் துறை, புதிய கலங்கரை விளக்கம் கட்ட சென்னைப் பல்கலைக்கழகக் கட்டடங்களுக்கு எதிரே ஓர் இடத்தை (அப்போது வந்திருந்த அண்ணா சமாதிக்கு அருகில்) தேடியது. ஆனால், இந்தக் கோரிக்கையை மாநில அரசு நிராகரித்தது. அதற்குப் பதிலாக 1976இல் மெரினாவின் தெற்கு முனையில் ஒரு புதிய கலங்கரை விளக்கம் கட்டப்பட்டது. 11 மாடிகள் கொண்ட முக்கோணக் கோபுரத்திலிருந்து 187 அடி உயரத்தில் சக்திவாய்ந்த 3000 வாட் இன்காண்டசென்ட் விளக்கு 27 மைல் தள்ளியிருக்கும் கப்பல்களுக்கு விளக்குகள் தெரியும்படிச் செயல்பட்டது.

இது, நாட்டின் மிக உயரமான கலங்கரை விளக்கங்களில் ஒன்றாகும். இந்தியாவின் நகர எல்லைக்குள் உள்ள ஒரே கலங்கரை விளக்கமும் இதுதான்.

1991-ம் ஆண்டு ஏற்பட்ட பயங்கரவாத அச்சுறுத்தலைத் தொடர்ந்து இதன் உள்ளேசெல்லப் பார்வையாளர்களுக்கு அனுமதி மறுக்கப்பட்டது. 2013இல் இருந்து பார்வையாளர்களுக்காக மீண்டும் திறக்கப்பட்டது. மெட்ராஸ்வாசிகள் ஒரு முறையாவது இதன் மேல் சென்று கடலையும் நகரையும் ரசிக்க வேண்டும். கண்கொள்ளாக் காட்சி.

24

பச்சையப்பன் மண்டபம், சைனா பஜார்

'சூழ்ச்சி நிறைந்த இந்தியன். இவன்தான் இருண்ட திட்டங்களுக்குத் தலைசிறந்த ஆலோசகர். புத்திக்கூர்மையில் ஓர் ஆசிய மாக்கியவெல்லி. அவனது முகத்தில் முதிர்ச்சிக்குத் தோன்றுவதைவிட அதிகமான சுருக்கங்கள் உள்ளன. இது மனசாட்சியின்றி, தனிப்பட்ட அனுகூலத்தை அடைவதற்குப் பல சூழ்ச்சிகளைச் செய்ததற்காக அவனுக்குக் கிடைத்த பரிசு!'

ஒரு துபாஷை இவ்வாறு விவரிக்கும் நபர் தலைசிறந்த ஆங்கில எழுத்தாளர் வால்டர் ஸ்காட் .

கிழக்கிந்திய கம்பெனியின் ஆட்சிக்கு உட்பட்டபோது ஏராளமான கப்பல்கள் மெட்ராஸ் துறைமுகத்தில் இருந்து தொலைதூரச் சந்தைகளுக்கு ஜவுளிச் சரக்குகளுடன் சென்றன. அக்காலத்தில் ஆசிய துணிப்பொருள்களுக்குப் பெறக்கூடிய லாபம் மிகப்பெரியது.

இந்தப் பரிவர்த்தனையில் பலர் பணக்காரர்களாக ஆனார்கள். நெசவாளர், வர்த்தகர் மற்றும் கப்பல் உரிமையாளர்கள். ஆனாலும் இந்த வணிகப் பரிவர்த்தனையில் நம்பமுடியாத அளவுக்குச் செல்வத்தைக் குவிக்கும் வாய்ப்பை இடைத்தரகர்கள் கொண்டிருந்தனர்.

ஒரு துபாஷ் (தோ பாஷ்). இரண்டு மொழிகளைப் பேசுவதில் தேர்ச்சி பெற்றவர். வெள்ளைக்காரனுக்கும் இந்தியனுக்கும் இடையே பாலமாகச் செயல்பட்டதால். குபேரனைக் கைக்குள் அடக்கி வைத்தது போலொரு சந்தர்ப்பம் அவர்களுக்கு.

பல துபாஷ்கள் மலையெனப் பணம் குவித்தாலும். இன்று அவர்களுள் பச்சையப்பரைப் போல யாரும் மக்கள் நினைவில் இல்லை. சைனா பஜார் சாலையில் உள்ள ஒரு கிரேக்கப் பாணிக் கட்டடத்தின் காரணமாகப் பச்சையப்பா தமிழ் மக்களின் இதயங்களில் நிரந்தரமாக இடம்பிடித்தார்.

இதில் ஆச்சரியம் என்னவென்றால் அவர் பெயரிடப்பட்ட இந்தக் கட்டடம் அவரால் கட்டப்படவில்லை. இந்தக் கட்டடத்தையோ அல்லது கல்வியை ஒருவகையான பரோபகாரமாகவோ என்றும் அவர் நினைக்கவில்லை. அவர் இறந்து பல ஆண்டுகளுக்குப் பிறகு அவரது பெயரில் கட்டப்பட்டது.

அதேசமயம், அரசர்களின் ஆதரவின்றி இடிந்து விழும் நிலையில் இருந்த சிதம்பரம் கோயில் கிழக்குக் கோபுரத்தை சீரமைக்கும் பணியில் பச்சையப்பன் ஈடுபட்டார். ஆனால் அவர் கட்டிய சிதம்பரத்தின் பாழடைந்த கிழக்கு கோபுரத்திற்கு அவர் பெயரிடப்படவில்லை.

சைனா பஜார் சாலையில் பிராட்வே சந்திப்புக்கு அருகில் ஒரு கிரேக்க பாணி கட்டடம் உள்ளது. கறுப்பர் நகரில் பெரிய அளவில் கட்டப்பட்ட இந்தியக் கட்டடங்களில் இதுவே முதலாவதாக இருக்க வேண்டும். இன்றும் கூட அதன் வித்தியாசமான கட்டடக்கலைப் பாணியின் காரணமாகக் கறுப்பு நகரத்தில் உள்ள

அதன் அண்டையக் கட்டடங்களில் இருந்து மண்டபம் தனித்து நிற்கிறது.

இங்கு செயல்படும் ஆங்கில வழிப் பள்ளி, இந்தியர்களால் தொடங்கப்பட்ட முதல் பள்ளியாகவும், அரசு அல்லது கிறிஸ்தவப் பாதிரியார்கள் ஆதரவு இல்லாத முதல் பள்ளியாகவும் இருக்க வேண்டும். அதனால் தானோ என்னவோ இந்து அல்லாத மாணவர்கள் நீண்ட காலமாக அனுமதிக்கப்படவில்லை. இங்கு தோற்றுவிக்கப்பட்டப் பள்ளியின் விதையிலிருந்துதான் பிற்காலத்தில் புகழ்பெற்ற பச்சையப்பா கல்லூரி உதயமானது.

1770 வாக்கில், பெரியபாளையத்தில் இருந்து பச்சையப்பன் என்னும் ஓர் இளம் அனாதைச் சிறுவன், பிரிட்டிஷ் மெட்ராஸ் நகரத்திற்குக் குடிபெயர்கிறான்.. நகரம் அப்போதுதான் அதை முற்றுகையிட்ட பிரெஞ்சுக்காரர்களைத் துரத்தி அடித்து விட்டு மீண்டும் ஒரு மாபெரும் வர்த்தகப் பாதையில் அடியெடுத்து வைக்கிறது

வணிகராக இருந்த ஒரு வழிகாட்டியின் கீழ், பச்சையப்பன் அவர்களையெல்லாம் வழிநடத்தும் ஆங்கிலேயரின் வர்த்தகச் செயல்முறைகளைக் கற்றுக்கொண்டான்.. ஆயிரக்கணக்கான அவனது நாட்டு மக்கள் தங்கள் காலனித்துவ எஜமானர்களை அணுகும் முறைகளைப் பற்றி முற்றிலும் அறியாதவர்களாக இருந்த காலத்தில், பச்சையப்பா ஆங்கிலம், பிரெஞ்சு ஆகியவற்றைக் கற்று 16 வயதில் அங்கீகரிக்கப்பட்ட துபாஷ் ஆனான்.

தொடக்கத்தில் அவர் பிரிட்டிஷ் தொழிலதிபர் மற்றும் இந்திய நெசவாளர் அல்லது வர்த்தகர் இடையே மொழிபெயர்க்க முயற்சித்திருக்க வேண்டும். ஆனால் விரைவில் அவர் தனது வேலையில் மிகவும் திறமையானவராக மாறியதால், அவரது சேவைகள் அரசாங்கத்தாலும், தஞ்சை மன்னராலும் கூட நாடப்பட்டன. அவரது வீட்டில் குவிந்திருந்த செல்வத்தை மீண்டும் வியாபாரத்தில் ஈடுபடுத்த வேண்டியதாயிற்று.

அதனால் அவர் பலருக்கும் அதிக வட்டிக்குப் பணம் கடனாகக் கொடுத்தார். ஒரு காலத்தில் பச்சையப்ப முதலியார் தஞ்சாவூர் செர்போஜிக்கு ஒரு லட்சம் பகோடாக்களைக் கடனாகக் கூடக் கொடுத்தார். (அதில் அவரது துபாஷ் கமிஷன் 15 சதவிதமும், வட்டியான 24 சதவிகிதத்தையும் முதலில் கழித்துக் கொண்டு தான் கொடுத்தார்.)

விரைவில் குபேரனின் கருவூலத்தின் திறவுகோல் அவரிடம் இருப்பதாகத் தோன்றும் அளவுக்கு பச்சையப்பன் மகா

செல்வந்தரானார். ராமானுஜ கவிராயர் (இவர் ஜார்ஜ் உக்லோ போப்பின் குரு) பச்சையப்ப முதலியார் மீது ஒரு ‘பஞ்சரத்னமாலை' பாடினார்.

இரண்டு மனைவிகள் இருந்தபோதிலும், பச்சையப்பா வாரிசுகளை விட்டுச் செல்லவில்லை. ஆனால் அவர் இறப்பதற்கு முன், அவர் தனது அபரிமிதமான சொத்துக்களுக்கான உயிலை எழுதினார். (ஓர் இந்தியரின் முதல் உயிலாக இது இருக்கலாம்.) முதலியார் தனது செல்வத்தைக் கோயில் அறப்பணிகளுக்கும் புனரமைப்புக்கும் பயன்படுத்த விரும்பினார். ஆனால் பச்சையப்பாவின் கருணைக் குணம் அவரது சொத்துக்களைக் கட்டுப்படுத்தும் நபர்களிடம் இல்லை

மேலும் அது முதல் உயில் என்பதால், அதன் புதுமையைப் பயன்படுத்திக் கொண்ட அடுத்தடுத்த வாரிசுகள் அதைத் தங்கள் விருப்பப்படிப் பயன்படுத்தினர். அவரது மனைவிகள் சொத்துக் களுக்காகச் சண்டையிட்டனர், மேலும் பலர் அடுத்தடுத்தத் தலைமுறைகளிலும் சொந்தம் கொண்டாடி ஏறக்குறைய ஓர் அரை நூற்றாண்டு காலமாக அவரது சொத்துக்கள் நீதி மன்றத்தில் சிக்கித் தவித்தன.

பச்சையப்பாவின் சொத்துக்களை முறைகேடாக அபகரிப்பதற்கான சட்டப் போராட்டங்கள் பற்றிக் கேள்விப்பட்ட சென்னை மாகாணத்தின் அட்டர்னி ஜெனரல் ஜார்ஜ் நார்டன், பல லட்சம் ரூபாய் மதிப்புள்ள ரொக்கம், அரசுப் பத்திரங்கள் மற்றும் நகைகளுக்கு நிரந்தரப் பாதுகாப்பை உருவாக்க விரும்பினார்.

பச்சையப்பாவின் சாசனத்தில் கல்வி நிறுவனங்களை நடத்துவதற்கும் பயன்படுத்தப்பட வேண்டும் என்று கூறியிருந்ததைக் கருதி நார்டன் விண்ணப்பத்தின் பேரில், 1841ஆம் ஆண்டில் மதராஸ் உச்ச நீதிமன்றம் ஓர் ஆணையை அனுமதித்தது, மத வழிபாடுகளை நிறைவேற்றிய பிறகு மிச்சம் இருக்கும் உபரிப் பணத்தைக் கல்வி கற்பிப்பதற்குப் பயன்படுத்த வேண்டும் என்று உத்தரவிட்டது

பிழைப்பு தேடி ஓர் ஏழை அனாதையாக சென்னைக்கு வந்த பச்சையப்பா இந்த ஆதரவான நகரத்தில் பெரும் செல்வத்தைக் குவித்திருந்தார். அந்த அதீதச் செல்வம் அப்போது நாட்டின் பணக்கார அறக்கட்டளையாக மாற்றப்பட்டது.

பச்சையப்பா கல்வி நிறுவனங்கள் முதலில் பிராட்வேயில் தொடங்கப்பட்டன. பின் அவர்கள் எஸ்பிளனேட் சாலையில்

அவர்களுக்கெனக் கட்டப்பட்ட பெரிய கட்டடத்துக்கு மாற்றப்பட்டனர். நார்டன் புதிய கட்டடத்திற்கு அடிக்கல் நாட்டியபோது, விக்டோரியா மகாராணியைப் பற்றி தமிழ், தெலுங்கு மற்றும் சமஸ்கிருதக் கவிதைகள் வாசிக்கப்பட்டன.

கிரேக்க கட்டடக் கலையில் தீசஸ் ஏதெனியன் கோயிலை மாதிரியாகக் கொண்ட கட்டடம் கேப்டன் லுட்லோவால் வடிவமைக்கப்பட்டது.

நூற்றாண்டின் தொடக்கத்தில், மாணவர்களின் எண்ணிக்கையும், பிராட்வேயில் திரண்டிருந்த கூட்டமும், அறங்காவலர்களைக் கல்லூரிக்கு மற்றொரு வசதியான இடத்தைத் தேடச் செய்தது.

1933இல், 50,000 ரூபாய்க்கு பொது மக்களிடம் லாட்டரி நடத்தி, கூடுதல் அரசு மானியத்துடன், பச்சையப்பா கல்லூரி பூந்தமல்லி நெடுஞ்சாலையில் உள்ள 43 ஏக்கர் நிலத்திற்கு மாற்றப்பட்டது.

காந்தி 16 முறை மதராஸுக்கு வந்துள்ளார். இங்கே அவருடைய பிற்காலப் பேச்சுகள் ஆயிரக்கணக்கானவர்களைச் சுதந்திரப் போராட்டத்தில் குதிக்கத் தூண்டியது. ஆனால் தென்னாப்பிரிக்காவைச் சேர்ந்த வழக்கறிஞராக அவர் பச்சையப்பன் அரங்கில் தென்னாப்பிரிக்காவில் உள்ள இந்தியர்களின் அவல நிலை குறித்து முதல் முதலாகப் பேசியது மிகவும் வித்தியாசமானது. ஐரோப்பிய பாணி கோட் மற்றும் சூட் அணிந்து 90 நிமிடங்கள் நீடித்த உரையை வாசித்தார். கூட்டம் சலிப்பாக இருந்தாலும் பொறுமையாக இருந்தது. இந்த நகரத்தில் அவரது எதிர்கால வரவேற்புகள் மிகவும் வித்தியாசமாக இருக்கும் என்று காந்தி கூட நினைக்கவில்லை

கல்லூரியின் முன்னாள் மாணவர்கள் (கணித மேதை சீனிவாச ராமானுஜனைப் போல) சிகரத்திற்கு உயர்ந்துள்ளனர்.

1960களின் பிற்பகுதியில், பக்கத்து மாநிலங்களான ஆந்திரப் பிரதேசம் மற்றும் தமிழ்நாடு முதலமைச்சர்கள் (பிரம்மானந்த ரெட்டி மற்றும் அண்ணாதுரை) இருவருமே இங்கு பச்சையப்பன் கல்லூரியில் படித்துள்ளனர் என்பது இந்த அமைப்பின் அரசியல் முக்கியத்துவத்தைக் காட்டுகிறது.

25

ஆர்மீனியர் தேவாலயம்

மெட்ராஸில் உள்ள பழமையான தெருக்களில் ஒன்றுக்கு மத்திய ஆசியாவில் உள்ள ஒரு நாட்டின் பெயரிடப்பட்டது என்பது பலருக்கு ஆச்சரியமாக இருக்கும்.

ஆனால் உலகில் குறைந்தது 50 நகரங்களில் ஆர்மீனியாவின் பெயரிடப்பட்ட தெரு உள்ளது. ஏனென்றால் ஆர்மீனியாவுக்கு உள்ளே இருக்கும் ஜனத்தொகையைவிட வெளியே இருக்கும் ஆர்மீனியர்கள் 3 மடங்கு அதிகம். இந்த விந்தைக்குச் சரித்திரமே காரணம்.

ஆர்மீனியா மத்திய ஆசியாவில் இதர நாடுகளால் சூழப்பட்ட தேசம். அது ஒரு சபிக்கப்பட்ட நாடு என்று கூடச் சொல்லலாம். அதைச் சுற்றியிருந்ததெல்லாம் சாம்ராஜ்ஜியங்கள். எப்போதெல்லாம் நிலப்பசி எடுக்கிறதோ, அப்போதெல்லாம் ஆர்மீனியாவை நோக்கிப் படையெடுப்பார்கள். பெரும்பாலும் துருக்கி அல்லது ரஷ்யாவால் பிடிக்கப்பட்டது ஆர்மீனியா.

பல நேரங்களில் ஆர்மீனியா என்ற வார்த்தை வரைபடங்களில் இருந்து அழிக்கப்பட்டபோது ஆர்மீனியர்கள் பாதுகாப்பான நிலங்களைத் தேடி நாட்டை விட்டு வெளியேறினர். ஆனால் அவர்கள் எங்கு சென்றாலும் அவர்கள் செழிப்பைப் பரப்பித் தங்கள் புதிய தாயகத்திற்காக உழைத்தனர்.

ஆர்மீனியர்கள் சிறந்த வணிகர்கள். அவர்கள் தங்கள் தாய் நாட்டை இழந்திருந்தாலும், உலகின் பல்வேறு நாடுகளில் அவர்களது நண்பர்கள் மற்றும் உறவினர்கள் குடியேறியதால் அவர்களது வணிக வளர்ச்சிக்கு உதவியது.

உதாரணமாக, மதராஸின் பிரிட்டிஷ் வணிகர்கள் தங்கள் பொருள்களை ஏற்றி ஒரு கப்பலில் இங்கிலாந்துக்கு அனுப்புவார்கள். இந்தக் கப்பல் ஆப்பிரிக்காவைச் சுற்றி ஐரோப்பாவின் இலக்கை அடைய 6 மாதங்கள் ஆகும். ஆனால் கப்பலில் உள்ள பொருள்களின் பட்டியல் ஒன்று ஆர்மீனியத் தொடர்புகள் மூலம் நிலம் வழியாக அனுப்பப்படும். ஆர்மீனியர்களின் நில இணைப்புகள் மூலம் இந்தப் பட்டியல் ஒரு மாதத்திற்கு முன்பே இங்கிலாந்தை அடையும். வரக்கூடிய பொருள்கள் என்னவென்று முன்கூட்டியே தெரிந்ததனால் அனைத்துப் பொருள்களுக்கும் சிறந்த விலை நிர்ணயிக்கபட்டு விற்கப்பட்டது. பெரும்பாலானவைத் தரையிறங்குவதற்கு முன்பே விற்கப்பட்டன.

இது தவிர, ஆர்மீனியர்கள் வணிகம், வங்கி மற்றும் கப்பல் போக்குவரத்து ஆகியவற்றில் ஈடுபட்டனர். போர்த்துகீசியர், டச்சு மற்றும் பிரெஞ்சுக்காரர்களைப் போலல்லாமல், ஆங்கிலேயர்களை அரசியல் ரீதியாக அச்சுறுத்தாமல் பொருளாதாரத்தை மேம்படுத்தியதால் அவர்கள் மெட்ராஸ் வளமைக்குப் பெரிதும் பங்களித்து மிகவும் மதிக்கப்பட்டனர்.

அவர்கள் வணிகத்திலும் ஆங்கிலேயர்களுக்குப் போட்டியாக இருக்கவில்லை. ஆங்கிலேயர்கள் பருத்தி துணியை வர்த்தகம் செய்தபோது, ஆர்மீனியர்கள் சிறந்த பட்டு, விலையுயர்ந்த மிளகு மற்றும் ரத்தினங்களைக் கையாண்டனர்.

16ஆம் நூற்றாண்டில் ஆர்மீனியர்கள் சென்னைக்கு வரத் தொடங்கினர். ஆர்மீனியர்கள் ஏற்கெனவே அண்டை நகரமான மெட்ராஸுக்கு வடக்கே மூன்று மைல் தொலைவில் செழித்துக் கொண்டிருந்த சாந்தோமின் போர்த்துக்கீசிய காலனியில் குடியேறியிருந்தனர். சாந்தோம் படிப்படியாகச் சுருங்கத் தொடங்கிய சமயத்தில் மெட்ராஸ் அசுர வளர்ச்சிக்கான அறிகுறிகளைக் காட்டியது.

மெட்ராஸ் ஒரு சர்வதேச வர்த்தக மையமாக வேகமாக மாறியதைக் கண்டு, சில ஆரம்பகால ஆர்மீனியர்கள் செயின்ட் ஜார்ஜ் கோட்டை மற்றும் கருப்பர் நகரத்தில் குடியேற முடிவு செய்தனர்.

மிகக் குறுகிய காலத்தில் அவர்கள் நகரத்தின் பணக்காரச் சமூகமாக மாறினர். மெட்ராஸின் ஆர்மீனியச் சமூகம் மிகவும் மரியாதையும் பெற்று கணிசமான அளவு அதிகாரத்தையும் கொண்டிருந்தது.

எந்த அளவுக்கென்றால் கிழக்கிந்தியக் கம்பெனிக்கு மூலதனம் தேவைப்படும்போது ஆர்மீனியர்கள் அவர்களுக்குப் பலமுறை நிதியுதவி செய்தனர்.

மெட்ராஸ் நகராட்சியாக உருவானவுடன் புலம்பெயர்ந்தோரை அனுமதிக்கும் விதிகள் தளர்த்தப்பட்டன. கிழக்கிந்திய நிறுவனம் நகரத்தின் ஆர்மீனிய வணிகர்களுக்கு ஆங்கிலேயர்களுக்கு இணையான உரிமைகளை வழங்கும் சாசனத்தை வழங்கியது. ஆனால் இதையெல்லாம் விட அவர்களின் பரோபகார மனப்பான்மை அவர்களின் அனைத்து வணிகத் திறன்களையும் தாண்டி மதிக்கப்பட்டது.

முதன்முதலில் ஆர்மீனிய அச்சகம் 1772இல் மெட்ராஸில் அமைக்கப்பட்டு, அங்கு முதல் ஆர்மீனிய செய்தித்தாள் வெளியிடப் பட்டது. கூடுதலாக, அதன் ஆசிரியர் ஷஹாமிர் ஷஹாமிரியன், என்றாவது ஆர்மீனியா விடுதலை பெற்றால் தேவைப்படுமே என்று குடியரசுக் கொள்கையின் உந்துதல் கொண்ட அரசியல் சாஸனத்தை அச்சிட்டார்.

மெட்ராஸில் ஒரு சாலை இன்னமும் அவர்களின் பெயரால் ஆர்மீனியன் தெரு என்றே அழைக்கப்படுகிறது. (தற்போது அரண்மனைக்காரன் தெரு என்று வழங்கப்பட்ட போதிலும் மக்கள் மத்தியில் ஆர்மீனியன் தெரு என்கிற பெயர் மறக்கப்படவில்லை.) பாரீஸ் கார்னரிலிருந்து இரண்டாவது சாலை. அவர்களின் முக்கிய தேவாலயம் இங்கே இருப்பதால் இப்பெயர்.

பழைய கறுப்பர் நகரத்தில் ஆர்மீனியர்களுக்கு மரத்தால் ஆன தேவாலயம் இருந்ததாம். அதை போர்காலத்தில் தட்டியதும் அவர்கள் தற்போதைய இடத்திற்கு நகர்ந்தனர்.

மதராஸில் ஆர்மீனியர்கள் இன்று இல்லாததால், இந்தத் தேவாலயம் கல்கத்தாவில் உள்ள ஆர்மீனிய சர்ச் கமிட்டியால் பராமரிக்கப்படுகிறது. சுமார் 350 ஆர்மீனியர்களின் கல்லறைகள் தேவாலயம் முழுவதும் அமைக்கப்பட்டுள்ளன . அதைத் தவிர அவர்களை அக்காலத்தில் புதைக்கும் பிரத்தியேக இடம் பல்லவன் சாலையில் தீவுத்திடலில் இருக்கிறது.

பிளாக் டவுனில் உள்ள ஆர்மீனியத் தேவாலயம், மதக் கூட்டங்களுக்கு மட்டுமின்றி ஒரு களஞ்சியமாகவும் நூலகமாகவும் இருந்தது. தாய்நாட்டிலிருந்து கொண்டுவரப்பட்ட புத்தகங்களின் தொகுப்பு இங்கு தான் பத்திரமாகச் சேமிக்கப்பட்டது.

ஆர்மீனியச் சமூகத்தில் முக்கியமான குடிமகன் பெட்ரஸ் உஸ்கான். அவர் வலிமைமிக்க வெலிஜியன் குடும்பத்தைச் சேர்ந்தவர். அவரது தாராளத்தில் இந்த நகருக்குப் பல முக்கிய நன்மைகள் கிடைத்தன.

1728, செயின்ட் தாமஸ் மலைக்குச் செல்லும் யாத்ரீகர்களுக்கு அடையாறு ஆற்றின் குறுக்கே பாதுகாப்பான பாதையை வழங்குவதற்காக, உஸ்கான், அடையாறு ஆற்றின் குறுக்கே 30,000 பகோடாக்கள் செலவில் மர்மலாங் (மாம்பலம்) பாலத்தைக் கட்டினார்.

இதைப் பற்றிய ஒரு மிக அழகான கல்வெட்டில், பாலத்தின் ஓரத்தில் மூன்று மொழிகளில் ‘இந்தப் பாலம் கோஜாவால் பொது நலனுக்காகக் கட்டப்பட்டது’ என்று பொறிக்கப்பட்டது (ஆர்மீனியன், பாரசீகம், லத்தீன்).

பாலம் நீண்ட காலத்திற்குப்பின் மாற்றப்பட்டது, ஆனால் பலகை இன்னும் உள்ளது. செயின்ட் தாமஸ் மலையின் படிகளையும் உஸ்கான் கற்களால் கட்டி முடித்தார். பொதுமக்கள் பார்வைக்காக சாந்தோமில் தாமஸ் கல்லறை திறக்கப்பட்ட போது இருந்தவர்களில் உஸ்கான் இருந்தார். ஆனால் அவர் தாய் நாட்டையும் மறக்கவில்லை.

சாந்தோமில் செயின்ட் ரீட்டா என்று அழைக்கப்படும் தேவாலயம் உள்ளது. அதைச் சீர் செய்த போது, அதன் வெளிப்புறச் சுவர்களில் ‘ஆர்மீனியாவின் நினைவாக’ என்று குறிப்பிடப்பட்டுள்ளது.

ஆனால் இதையெல்லாம் விட மெட்ராஸுக்கு அவர் செய்த உதவி மிகப் பெரியது. மெட்ராஸைக் கட்டுப்படுத்த விரும்பும் தென்னிந்திய மன்னர்களுடன் கம்பெனி பேச்சுவார்த்தை நடத்த வேண்டியிருந்தபோது அவர்கள் உஸ்கானை அனுப்பினார்கள்.

1740இல், மராத்தியர்கள் மெட்ராஸை ஆக்கிரமிக்க யோசனை கொண்டபோது படையெடுப்பாளருடன் சமாதானப் பேச்சுவார்த்தை நடத்தப் பிரிட்டிஷ் தூதராக பெட்ரஸ் உஸ்கான் நியமிக்கப்பட்டார். உஸ்கானின் ராஜதந்திரம் மெட்ராஸ் நகரத்தைச் சாம்பலாக்காமல் காப்பாற்றியிருக்கலாம், அதற்கு வெகுமதியாக, அவர் பிரிட்டிஷ் நிறுவன கவுன்சிலராக நியமிக்கப்பட்டார்.

காலம் செல்லச் செல்ல ஆங்கிலேயர்கள் வணிகத்தில் கவனம் செலுத்தாமல் நாட்டை ஆள்வதில் கவனம் செலுத்தத் தொடங்கினர். மெட்ராஸ் அதன் வணிக முக்கியத்துவத்தை இழந்தது. ஆர்மீனியர்கள் மெதுவாக நகரத்தை விட்டு வெளியேறினர்.

இன்று மதராஸில் ஆர்மீனியர்கள் இல்லை. ஆர்மீனியத் தேவாலயத்திற்கு வருபவர்கள் மிகக் குறைவு.

பிரதான தேவாலய அமைப்பிற்கு அருகில் மணி கோபுரமானது, ஆறு பெரிய மணிகளைக் கொண்டுள்ளது. இவை வாரத்திற்கு ஒருமுறை மட்டுமே ஒவ்வொரு ஞாயிற்றுக்கிழமையும் காலை 9:30 மணிக்கு பராமரிப்பாளரால் ஒலிக்கப்படும். கறுப்பு நகரம் இந்த இரைச்சலுக்கு அதிர்கிறது. ஆர்மீனியர்களின் வரலாறு அந்த ஒரு கணத்தில் உயிர் பெறுகிறது.

26

கிர்க் எனப்படும் ஆண்ட்ரூஸ் தேவாலயம்

ஏழு வெவ்வேறு சாலைகளை இணைத்து மவுண்ட் ரோட்டை உருவாக்கிய டி ஹேவில்லேண்ட் ஒரு பொறியாளர். மெட்ராஸுக்கு அவர் செய்திருந்தது கொஞ்சம் நஞ்சம் இல்லை. ஆற்காடு மற்றும் ஸ்ரீரங்கப்பட்டினத்தில் நடந்த பல போர்களில் பங்கேற்ற பிறகு, கட்டடக்கலையில் இருந்த தனது ஆர்வத்தில் நேரத்தைச் செலவிட விரும்பினார்.

மெட்ராஸ் நகரத்திற்கு அவர் ஆற்றிய பல பொறியியல் பங்களிப்புகளில் பெரும்பாலானவை இன்னும் உள்ளன. ஒன்று மட்டும் இல்லை.

1820இல் கட்டி முடிக்கப்பட்ட கடல் அரண் (bulwark) மெட்ராஸின் வளர்ச்சியில் முக்கியமானது. நகரத்தின் ஆரம்ப நாட்களில் கடல் மிகவும் சீற்றமாக இருந்தது. கடற்கரை அகலத்தில் மிகவும் சிறியதாக இருந்ததால் மோசமான வானிலையில் கடல் நீர் நகரத்தை ஆக்கிரமித்து 100 மீட்டர் வரை ஊடுருவியது. நகரின் வீடுகள் மற்றும் ஏற்றுமதி செய்யத் துணிகளைச் சேமித்து வைத்திருந்த கிடங்குகள் மிகவும் சேதத்தைச் சந்தித்தன.

மற்ற பொறியாளர்களின் விமர்சனங்களுக்கு எதிராக, டி ஹேவில்லேண்ட் கோபமான கடலில் இருந்து கோட்டை மற்றும் கருப்பு நகரத்தைப் பாதுகாக்க 2 மைல் நீளமான சுவரைக் கட்டினார். பல்லாவரத்திலிருந்து பல்லாயிரம் கற்களைக் கொண்டுவந்து சுவர் கட்டப்பட்டது. இந்தச் சுவர் இயற்கையிலிருந்து மெட்ராஸ் மக்களின் பாதுகாப்பிற்கும் வணிகத்திற்கும் பங்களித்து, அதன் விரைவான வளர்ச்சிக்கு ஊக்கமளித்தது. துறைமுகம் உருவானவுடன் கடற்கரை வளர்ந்தது. கடல் அடக்கப்பட்டதால் சுவரும் மறைந்தது.

டி ஹேவில்லேண்ட் சென்னையின் பழமையான 2 தேவாலயங்களைக் கட்டினார். திப்பு சுல்தான் தோற்கடிக்கப்பட்டபோது ஆங்கிலேயர்களுக்கு நிம்மதி. அவர்கள் தைரியமாகக் கோட்டையை விட்டு வெளியேறி சௌல்ட்ரி சமவெளியில் மகிழ்ச்சியுடன் வாழத் தொடங்கினர். ஆனால் அவர்கள் ஒவ்வொரு ஞாயிற்றுக்கிழமையும் கோட்டையின் தேவாலயத்திற்குச் செல்வது கடினமாக இருந்தது. எனவே அவர்கள் மாம்பலம் ஏரிக்கு அருகில் ஓர் அழகான தேவாலயம் கட்ட முடிவு செய்தனர் (இன்று ஏரி தி.நகராக இருக்கிறது.)

செயின்ட் ஜார்ஜ் தேவாலயம் ஹேவில்லேண்டால் கட்டப்பட்டது. 136 அடி தேவாலயம் பலரைக் கவர்ந்தது, ஹேவில்லேண்ட் சற்றுத் துரதிர்ஷ்டசாலிதான். தேவாலய கல்லறைக் கூடத்தில் அவரது மனைவிதான் அடக்கம் செய்யப்பட்ட முதல் நபர்.

ஸ்காட்லாந்தில் இருந்து வந்தவர்கள் மெட்ராஸில் தங்களுக்கென ஒரு தனி தேவாலயத்தைக் கட்ட விரும்பினர். பல நாடுகளில் இருந்து மக்கள் ஆரம்பக்காலச் சென்னைக்கு வந்தனர். எல்லோருமே நகரத்தில் ஒரு வலுவான தாக்கத்தை விட்டுச்

சென்றனர். அவர்களில் முதன்மையானவர்கள் ஸ்காட்லாந்து நாட்டைச் சேர்ந்த ஸ்காட்ஸ். கிழக்கிந்திய கம்பெனியின் அதிகாரிகளில் கிட்டத்தட்ட கால் பகுதியினர் ஸ்காட்லாந்துக்காரர்கள். அவர்கள் ஒவ்வொரு மட்டத்திலும் செயலாற்றினர். ஆளுனர்களில் இருந்து சாதாரண வீரர்கள் வரை.

எப்படி எண்ணற்ற ஸ்காட் நாட்டவர்கள் மெட்ராஸை நோக்கிப் புலம் பெயர்ந்தனர்?

பிரிட்டிஷ் தீவுகளின் வடக்கில் ஸ்காட்லாந்து மூன்றில் ஒரு பங்கைக் கொண்டுள்ளது. சில சமயங்களில் சுதந்திரமாக, சில சமயங்களில் அடிபணிந்து, சில சமயங்களில் இங்கிலாந்தின் கூட்டாளியாக இருந்தது அதன் வரலாற்று நிலை.

ஐரோப்பாவின் மற்ற எல்லா நாடுகளும் ஒரு பேரரசைக் கொண்டிருப்பதைக் கண்ட ஸ்காட்டுகள் பேராசை கொண்டு, தங்களுடைய பணத்தில் பெரும்பகுதியைத் தென் அமெரிக்காவில் உள்ள ஒரு காலனியில் முதலீடு செய்தனர். அதன் பெயர் புதிய கேலடோனியா. ஸ்காட்லாந்துக்கே ஒரு புதைகுழியாகத் திகழ்ந்தது அது.

நிலத்தின் தேர்வு மோசமாக இருந்தது. பெரும்பாலான குடியேறிகள் மலேரியாவால் இறந்தனர். வருவாய் ஏதும் வராத நிலையில் கையில் இருந்த இருப்புத் தொகையும் கரைந்து போனது. காலனி கைவிடப்பட்டது. இந்தப் பைத்தியக்காரத் திட்டம் ஸ்காட்லாந்தில் புழக்கத்தில் இருக்கும் பணத்தில் 20 சதவிகிதத்தைச் சூறையாடி விட்டது. நாடு திவாலாகும் நிலையில், ‘நாங்கள் உங்களுடன் சேர்ந்து கொள்ளலாமா?’ என்று இங்கிலாந்திடம் மன்றாடினர்.

ஸ்காட்லாந்தில் வருமானம் இல்லாமல் பல இளைஞர்கள் கிழக்கிந்திய நிறுவனத்தில் சேர்ந்து இந்தியாவிற்கு வந்தனர்.

குமாஸ்தாக்கள், சிப்பாய்கள், வர்த்தகர்கள், பொறியியலாளர்கள், மத போதகர்கள், தேயிலை மற்றும் இண்டிகோ தோட்டக்காரர்கள், வியாபாரிகள் மற்றும் ஆசிரியர்களாக ஸ்காட்டுகள் இந்தியாவிற்குள் வந்தனர். ஒரு சில ஆண்டுகளில் அவர்களுள் சிலர் வைஸ்ராய்கள், கவர்னர்களாக உயர்ந்தார்கள்.

மெட்ராஸ் கவர்னராக இருந்து, மக்கள் நலன் சார்ந்த வரிவிதிப்பு முறைகளை உருவாக்கி, திருப்பதி மற்றும் மந்திராலயம் கோவிலின் இயக்கத்தைச் சீர்திருத்தினார், மன்றோ என்று அழைக்கப்படும் மிகவும் மரியாதைக்குரிய ஸ்காட் கவர்னர்.

இந்தியர்களுக்கு தகுந்த மரியாதை வர வேண்டும் என்று காங்கிரஸை உருவாக்கியவர் ஹூம் என்ற ஸ்காட். உலகமே எதிர்த்தபோது, மெட்ராஸ் மருத்துவக் கல்லூரியில் பெண்களைச் சேர்த்தவர் மருத்துவர் பால்ஃபர் என்ற ஒரு ஸ்காட். கூடுதலாக, அவர் இங்கு முதல் உயிரியல் பூங்கா மற்றும் அருங்காட்சியகத்தைத் தொடங்கினார்.

சென்னையிலுள்ள ஸ்காட் மக்களின் மதத் தேவைகளைப் பூர்த்தி செய்ய, பாதிரியாராக டாக்டர் ஜான் ஆலன் அனுப்பப்பட்டார். அவர் ஸ்காட்லாந்து கிறிஸ்தவர்களை ஒன்று சேர்த்து நகரத்தில் ஸ்காட்லாந்து சபையின் கூட்டுப் பிரார்த்தனையை நிறுவினார். எல்லோருக்கும் தமக்கென ஒரு தேவாலயம் கட்டப்படவேண்டும் என்று ஆசை

மெட்ராஸின் இதர பகுதிகளை விட எக்மோர் மிகவும் முன்னதாகவே முக்கியத்துவம் பெற்றது. புகை சமிக்ஞைகள் மூலம் எதிரிகள் நெருங்குவதைப் பற்றி பிரதானக் கோட்டையை எச்சரிக்க ஆங்கிலேயர்கள் ஒரு சிறிய கோட்டையை அங்குக் கட்டினார்கள். எழும்பூர் சாலையும் பூந்தமல்லி சாலையும் சந்திக்கும் இடத்தில் தேவாலயத்துக்கு நிலம் அடையாளம் காணப்பட்டது.

ஆன்ட்ரூஸ் தேவாலயத்திற்கான திட்டங்கள் வரையப்பட்டன.

அதன் வடிவமைப்பு இங்கிலாந்தில் உள்ள செயின்ட் மார்ட்டின்-இன்-தி-ஃபீல்ட்ஸ் தேவாலயத்தை மாதிரியாகக் கொண்டது.

தேவாலயத்திற்கான நிலம் சதுப்பு நிலமாக இருந்தது. ஓர் உயரமான கட்டடம் அதன் மீது நிற்க வாய்ப்பு இல்லை. அடித்தளம் அமைப்பதும் கடினமாக இருக்கும் . அதனால் சுட்ட மண் வளையங்கள் நிலத்தில் புதைக்கப்பட்டு செங்கல்லும் சுண்ணாம்பும் ஒரு கலவையாய் நிரப்பப்பட்டன.

கிர்க் எனப்படும் ஆன்ட்ரூஸ் தேவாலயம் டி ஹேவிலாண்ட் மற்றும் கர்னல் ஜேம்ஸ் கால்டுவெல் ஆகியோரால் வடிவமைக்கப்பட்டுக் கட்டப்பட்டது. தேவாலயத்தின் வடிவம் ஒரு வட்டம். இது கிழக்கு மற்றும் மேற்கில் செவ்வகக் கட்டடங்களைக் கொண்டிருந்தது.

24.5 மீ அகலம் கொண்ட வட்டப் பகுதி, வானத்தின் நீல நிறத்தில் ஒரு குவிமாடத்தால் முடி சூட்டப்பட்டுள்ளது. மாடத்தின் உட்கூரையில் தங்க நட்சத்திரங்களால் வரையப்பட்டிருப்பதால், வானத்தின் கீழ் பிரார்த்தனை செய்யும் உணர்வை ஒருவர் பெறுகிறார்.

கான்கிரீட் இல்லாத காலங்களில் குவிமாடம் ஒரு கட்டடக்கலை அற்புதம். குவிமாடத்தை ஆதரிக்க வட்டமாக 16 தூண்களால் அமைக்கப்பட்டன. அவற்றின் மேல் பல வளைவுகள் அமைத்து ஒரு சட்டத்தை உருவாக்கினர். இந்தக் கட்டமைப்பானது பெரிய குவிமாடத்தை ஆதரிக்கும் என்று கட்டடக் கலைஞர்கள் தெரிவித்தனர். அதன் மீது குவிமாடம் அமைக்கச் செங்கற்கள் அடுக்கப்பட்டன.

வானத்தை ஒத்திருக்க அதன் நீல உட்புறமானது, ஆப்கானிஸ்தானில் மட்டுமே காணப்படும் ஒரு விலையுயர்ந்த கல்லான லேபிஸ் லாசுலியுடன் கலக்கப்பட்ட நொறுக்கப்பட்ட கடல் சிப்பிப் பொடியால் வர்ணம் பூசப்பட்டது.

இவ்வளவு பெரிய குவிமாடத்தை ஆதரிக்க முடியும் என்று ஆரம்பத்தில் மக்கள் நம்பவில்லை. அதனால் அவர்கள் மத்தியப் பகுதியை மரத்தாலும் ஓலையாலும் மூடிவிட்டனர். டி ஹேவில்லேண்ட் அது சாத்தியம் என்பதை நிரூபிக்கத் தோட்ட மைதானத்தில் ஒரு மாதிரி குவிமாடம் கட்ட வேண்டியிருந்தது.

1821 பிப்ரவரி 25 அன்று புனித ஆண்ட்ரூஸ் தேவாலயமாக வழிபாட்டிற்காகத் திறக்கப்பட்டது.

இருநூறு ஆண்டுகளாக இந்தத் தேவாலயம் பிரார்த்தனைக்காகப் பயன்படுத்தப்படுகிறது. மதராஸில் ஸ்காட்கள் இல்லை என்றாலும், தேவாலயம் இன்னும் மிகவும் பிரபலமான பிரார்த்தனை இடமாக உள்ளது.

மெட்ராஸ் கிறிஸ்டியன் கல்லூரி ஒரு பள்ளியாக இங்கே தொடங்கப்பட்டது. அந்த முதல் கட்டடத்தின் இடிபாடுகளை இப்போதும் தேவாலய வளாகத்திற்குள் நாம் காணலாம்.

27

ராயபுரம் ரயில் நிலையம்

கறுப்பர் நகரம், மெட்ராஸ் சமூகம் மற்றும் வணிகத்தின் மையமாக இருந்தது. ஆனால் மெட்ராஸுக்குள் ரயில் வரவேண்டும் என்றபோது அதற்குப் போதிய இடமில்லை. (170 ஆண்டுகளுக்குப் பிறகு மண்ணடி மெட்ரோ ரயில் நிலையம் கருப்பர் நகருக்கு அடியில் வரும்) கோட்டையின் வடக்குப் பகுதியில் பாதுகாப்புச் சுவர் கட்டடப்படுவதற்கு முன்பே மக்கள் மறுபுறம் குடியேறத் தொடங்கினர். சுங்கச் சாவடியைக் கோட்டையிலிருந்து கருப்பர் நகருக்கு மாற்றியதால், சேப்பாக்கத்தில் தங்கியிருந்த மசூலா

மீனவர்கள், தினந்தினம் செல்ல முடியாத தொலைவில் இருந்தனர். அவர்கள் கப்பல்கள் நங்கூரமிடும் இடத்திற்கு அருகில் ஒரு பகுதியை ஒதுக்கச்சொல்லிக் கம்பெனியிடம் கோரினர். அவர்களுக்குக் கறுப்பு நகருக்கு வடக்கே சில ஏக்கர் நிலம் கொடுக்கப்பட்டது. கூடவே, அவர்கள் ஒரு செயின்ட் பீட்டர் தேவாலயத்தைக் கட்ட கம்பெனியர் நிதியுதவியும் செய்தனர். இயேசுவின் சீடர், பீட்டர் தமிழில் ராயப்பா என்று அழைக்கப் பட்டதால், அந்த நகரம் ராயபுரம் ஆனது. அங்கு நெரிசலான பிளாக்டவுன் போலல்லாமல் ஒரு ரயில் நிலையத்திற்கு நிறைய இடம் கிடைத்தது. ராயபுரம் பகுதி, நகரம் மற்றும் துறைமுகத்திற்கு அருகிலும் இருந்தது கூடுதல் ஆதாயம்.

இந்தியாவின் முதல் ரயில் பம்பாயில்தான் ஓடியது என்று பெரும்பாலான மக்கள் நினைக்கிறார்கள். இருப்பினும், அதற்கு 10 ஆண்டுகளுக்கு முன்பு, கல் ஏற்றிச் செல்லும் சிறிய ரயில் ஒன்று சென்னை ரெட்ஹில்ஸ் முதல் சைதாப்பேட்டை சின்னமலை வரை இயக்கப்பட்டது. அதற்கும் முன்பு, சிந்தாதிரிப்பேட்டையில் ரயில் பாதையின் திறனைக் காட்ட செயல் விளக்கம் செய்யப்பட்டது. ஒரு வண்டி 2 காளைகளால் தண்டவாளத்தில் இழுக்கப்பட்டது. அவையே இந்தியாவின் முதல் தண்டவாளங்கள்.

1856ஆம் ஆண்டு ராயபுரம் ரயில் நிலையம் மெட்ராஸ் கவர்னர் ஹாரிஸால் திறந்து வைக்கப்பட்டது. இது நகரின் முதல் ரயில் நிலையம்.

ராயபுரம் ரயில் நிலையம் அரண்மனை போல் அமைக்கப்பட்டது. பெரிய வளைவுகள் மற்றும் காத்திருப்பு கூடங்கள் மற்றும் விசாலமான பயணிகள் மேடையுடன் இருந்தது. அறைகளில் வெப்பத்தைத் தணிக்கப் பெரிய பன்காக்கள் கூரையில் தொங்கவிடப்பட்டு, சிப்பந்திகளால் தொடர்ந்து வீசப்பட்டது.

ராயபுரம் முதல் ஆற்காட்டில் உள்ள வாலாஜா சாலை வரை இயக்கப்பட்ட முதல் ரயில், மவுண்ட் ரோடு சிம்ப்சன் நிறுவனத்தால் தயாரிக்கப்பட்டது. (பிற்காலத்தில் சிம்ப்சன் முதல் இந்திய கார் மற்றும் பேருந்தை உருவாக்கினர்.).

தொடக்க நாளில், ராயபுரத்தில் இருந்து ஆம்பூர் மற்றும் ராயபுரத்தில் இருந்து திருவள்ளூர் வரை இரண்டு சேவைகள் இயக்கப்பட்டன. முதல் ரயில் கவர்னர் மற்றும் 300 ஐரோப்பியர்களுடன் ராயபுரத்தில் இருந்து வாலாஜாபேட்டை வரை தனது பயணத்தைத் தொடங்கியது. பயணிகளுக்கு ரயில் கம்பெனி சார்பாக ஆம்பூரில்

ஒரு பெரிய விருந்துக்கு ஏற்பாடு செய்யப்பட்டது. இரண்டாவது ரயில் இந்திய அழைப்பாளிகளை திருவள்ளூர் வரை ஏற்றிச் சென்றது. அவர்களுக்கு விருந்து இருந்ததா என்று தெரியவில்லை.

'தி இல்லஸ்ட்ரேட்டட் லண்டன் நியூஸ்' மெட்ராஸ் ரயில் நிலையத்தின் திறப்பு விழாவைப் படம் மற்றும் விளக்கத்துடன் சித்தரித்தது. 'மெட்ராஸின் வறண்ட சமவெளி வழியாக ரயில் சென்றபோது, ரயிலை முதன்முறையாகப் பார்த்த எண்ணற்ற மக்கள், ரயில் அவர்கள் வழியாகப் பறந்தபோது சத்தமாக ஆரவாரத்துடன் முழங்கினர். மேய்ச்சல் நிலங்களைக் கடந்து செல்லும்போது, ரயிலின் சலசலப்பைக் கண்டு திடுக்கிட்ட கால்நடைகள் வெறித்தனமாகப் பாய்ந்து சென்றன.'

ராயபுரத்தில் இருந்து முதல் ரயில் புறப்பட்ட ஒரு வருடத்திற்குள் இந்தியாவில் பெரிய அரசியல் மாற்றங்கள் ஏற்பட்டன. சிப்பாய் கலகத்திற்குப் பிறகு துப்பாக்கியில் இருந்து ஒரு குண்டைக்கூட சுடாமல் இங்கிலாந்து ராணி இந்தியாவை கம்பெனியாரிடமிருந்து கைப்பற்றினார். விக்டோரியா, இந்தியாவின் பேரரசியாகத் தனது பதவியை மிக முக்கியமானதாக வைத்துக்கொண்டார். இருப்பினும் அவள் மிகவும் பருமனாக இருந்ததால், அவளுடைய நாற்காலியில் இருந்து எழுவதற்கு கூட அவளுக்கு உதவி தேவைப்பட்டது. அதனால் மக்கள் ஏற்கெனவே அவளது கிரீடத்தின் நகை என்று அழைக்கும் இந்தியாவிற்கு அவளால் செல்ல முடியவில்லை. அதனால் அவள் தன் மகன் எட்வர்டை இந்தியாவிற்கு அனுப்பினாள்.

எட்வர்ட் சிலோனில் இருந்து கப்பலில் வந்து இறங்கி தூத்துக்குடியிலிருந்து ரயிலில் வந்தார். காலையில் ராயபுரம் வந்து சேர்வார் என்று அறிந்து, திருவிதாங்கூர், கொச்சின், மைசூர், புதுக்கோட்டை உள்ளிட்ட இந்திய மன்னர்கள் குழு ராயபுரம் ஸ்டேஷனில் மணிக்கணக்கில் காத்திருந்தனர். வழியில் இளவரசர் தேனீர் அருந்த ரயில் நிறுத்தப்பட்டதால் தாமதமானது. எனினும் மன்னர்கள் பொறுமையாக நின்றனர்.

ரயிலும் வந்தது. பீரங்கி நூறு முறை முழங்க, இளவரசரின் ரயில் நிற்க வேண்டிய இடத்தைக் கடந்து 100 அடி தூரம் நகர்ந்துவிட்டது.

முடிசூடிய மன்னர்கள் அனைவரும் தயங்காமல் தங்கள் அரச கௌரவம் மற்றும் வயது ஆகியவற்றைப் பொருட்படுத்தாமல் ஓடி புதிய இடத்தில் இளவரசர் பெட்டியிலிருந்து வெளிவரக் காத்திருந்தனர். பின்பு இளவரசர் ரயில் நிலையத்தில் இருந்து தம்புச் செட்டி தெரு வழியாக ஊர்வலமாக அழைத்துச் செல்லப்பட்டார்

அடுத்த சக்ரவர்த்தியாக வரப்போகும் இளவரசருக்கு மெட்ராஸில் ஒரு பொழுதுபோக்கு நிகழ்ச்சியை வழங்க, பொருத்தமான மேடை இல்லை. எனவே ராயபுரம் நிலையத்தை மேடையாக மாற்ற முடிவு செய்யப்பட்டது. ஒரு வாரம் வேலை செய்து ராயபுரம் ஸ்டேஷன் முழுவதும் 800 அடி நீளமும், 250 அடி அகலமும் கொண்ட பிரம்மாண்டமான மேடையாக மாற்றப்பட்டது,

இளவரசருக்காக இரவு நேர நடன நிகழ்ச்சி நடத்தியது. அக்காலத்தில் பிரபல நடனக் கலைஞரான தஞ்சாவூர் ஞானா இசையுடன் நீண்ட நேரம் நடனமாடினார். நடனத்தின் போது கவனத்துடன் இருந்த இளவரசர், அடுத்து நிகழ்ந்த வீணை நிகழ்ச்சியில் பாதியிலேயே சலித்துப்போய் எழுந்து வெளியே நடந்தார்.

இந்தியாவில் ஆங்கிலோ - இந்திய சமூகம் எப்போதும் ரயில்வேயுடன் அடையாளம் காணப்படுகிறது. ஆங்கிலோ - இந்திய சமூகம் முதலில் காலனியாகக் குடியேறிய இடம் ராயபுரத்தில்தான். ராயபுரம் ரயில் நிலையத்தில் வேலை செய்தவர் குடும்பங்கள் செயின்ட் பீட்டர்ஸ் தேவாலயம் அருகில், அரத்தூண் சாலை மற்றும் பி.வி. கோவில் தெருவைச் சுற்றியுள்ள மாதா சர்ச் தெருவில் வாழ்ந்தனர்.

ராயபுரத்தில் ஆங்கிலோ - இந்தியர்கள் தமக்கென ஒரு தனித்துவமான, துடிப்பான கலாச்சாரத்தை உருவாக்கிக்கொண்டனர்.

அவர்கள் வீட்டில் தயாரிக்கப்பட்ட திராட்சை ஒயின், தேங்காய் சாதம் மற்றும் மீட்பால் கறி மிகப் பிரபலமானது.

ஆங்கிலோ - இந்தியர்களுக்குப் பாடுவதும் நடனமாடுவதும் ஒரு வாழ்க்கை முறையாக இருந்தது.

மெட்ராஸின் பிற சமூகப் பெண்கள் பண்டைய கால விதிகளை உடைக்கக் காத்திருக்கும் நிலையில், ராயபுரத்தைச் சேர்ந்த ஆங்கிலோ - இந்தியப் பெண்கள் தங்கள் மெட்ராஸ் சகோதரிகளுக்கு வழி காட்டினார்கள். அவர்கள்தான் முதலில் வீட்டை விட்டு வெளியே வந்து செயலாளர்கள், ஆசிரியர்கள், செவிலியர்கள் மற்றும் விமானப் பணிப்பெண்கள் எனப் பணிபுரிந்தனர். அவர்கள் விளையாட்டு மற்றும் அழகுப் போட்டிகளிலும் ஆர்வத்துடன் கலந்து கொண்டனர்.

சென்ட்ரல் நிலையம் 1873 இல் கட்டப்பட்டாலும், 1907 வரை ராயபுரம், ரயில்வே நிறுவனத்தின் முக்கிய மையமாக இருந்தது.

1922ஆம் ஆண்டு எழும்பூருக்கு மாற்றப்படும் வரை தனியார் நிறுவனமான சென்னை மற்றும் தெற்கு மஹரத்தா ரயில்வேயின் தலைமையமாகவும் ராயபுரம் நிலையம் இருந்தது.

இவையெல்லாம் ஒரு காலம். இன்று சரக்கு ரயில் போக்குவரத்துக்கு மட்டும் இந்த ரயில் நிலையம் பயன்படுத்தப் படுகிறது. அவ்வப்பொழுது ஒரு பயணிகள் ரயில் கடந்து போகும்.

பம்பாய் மற்றும் தானே ரயில் நிலையங்கள் இன்று அசல் கட்டமைப்புகளுடன் இல்லை என்பதால், ராயபுரம் ரயில் நிலையம் துணைக்கண்டத்தில் பழமையான ரயில் நிலையமாக உள்ளது. ஆனால் அதன் சரித்திரம் கூடத் தெரியாமல் ஆயிரம் ஆயிரம் மக்கள் தினமும் அதைக் கடக்கும் மேம்பாலத்தில் பயணிக்கின்றனர்.

28

மெட்ராஸ் துறைமுகம்

கடல் வணிகத்தை நம்பியிருந்த ஓர் ஊருக்கு மிக முக்கியமான தேவை ஒரு துறைமுகம். கப்பல்களுக்குப் பாதுகாப்பான புகலிடம் இல்லாமல், எந்த வணிகரும் ஒரு நகரத்தில் வர்த்தகம் செய்யத் தயங்கியிருப்பார்கள். இருப்பினும் 250 ஆண்டுகளாகத் துறைமுகம் இல்லாமல் மெட்ராஸ் வெற்றிபெற முடிந்தது. இதில் சரித்திர முரண் என்னவென்றால், மெட்ராஸின் மிகவும் வளமான காலம் அந்த நேரத்தில்தான் இருந்தது.

ஆரம்ப காலத்தில் எந்தக் கப்பலும் மெட்ராஸ் கரைக்கு வர முடியாததற்குக் காரணம், கரைக்கு இரண்டு மைல் தொலைவில் கடலுக்கு அடியில் ஒரு மணல் திட்டு இருந்தது. கண்ணுக்குத் தெரியாத அந்த மணல் திட்டு, ஒரு மலைத்தொடருக்குச் சமானம். ஆயிரக்கணக்கான ஆண்டுகளாக கூவம் மற்றும் அடையாறு ஆறுகள் ஆண்டுதோறும் பெருக்கெடுத்து வரும் வெள்ளத்தால் மணலை அள்ளியெடுத்துச் சென்று கடலில் செலுத்தி வந்ததன் விளைவாக நீருக்கு அடியில் உருவானது அந்த மலை. ஆனால் கடலுக்கு மேல் வருபவருக்கு அதன் எந்த அறிகுறியும் தெரியாது.

கப்பல்களின் அடிப்பகுதி மணல் திட்டைத் தொட்டால் கப்பல் பல துண்டுகளாக உடைந்து சிதறிவிடும். கிழக்கிந்திய கம்பெனி செயல்பட்ட முதல் வாரத்தில் மெட்ராஸுக்கு வந்த மூன்று கப்பல்களில் இரண்டை அது இழந்தது. அப்போது மனம் மட்டும் தளர்ந்திருந்தால் வணிகர்கள் மெட்ராஸ் திட்டத்தை உடனே கைவிட்டிருப்பார்கள். அன்றிலிருந்து கப்பல்கள் நிலத்திலிருந்து வெகு தொலைவில் இருக்கும்போது நங்கூரங்களை இறக்கிவிட்டன.

மெட்ராஸில், யானைகள் கூட இறக்குமதி செய்யப்பட்டன (ஏற்றுமதி செய்யப்படவில்லை). அவை ஓரிரு மைல் தொலைவில் உள்ள கடலுக்குள் தள்ளப்படுமாம். அவைகள் கரையை அடையத் தங்கள் ஆசை உயிருக்காக நீந்த வேண்டியிருந்தது. நீச்சலடித்து உயிர் பிழைத்தால், ஏதேனும் ஒரு கோயில், ராஜா அல்லது ஜமீன்தாரிடம் ஏலம் விடப்படும். மாண்டால் நஷ்டக்கணக்கில் எழுதப்படும்.

கப்பல்கள் தாங்கள் நங்கூரமிட்ட இடத்திலிருந்து படகுகளில் தங்கள் பொருள்களை இறக்க வேண்டியிருந்தது. பொருள்கள் மசூலா படகுக்காரர்களால் பெரும் செலவில் கடற்கரைக்குக் கொண்டு செல்லப்பட்டன.

வெள்ளைக்காரன் கண்ணுக்குள் கையை விட்டு ஆட்டிய முதல் பெருமை இந்த மசூலா படகோட்டிகளுக்குத் தான் உரியது. மசூலா படகோட்டிகள் நகரத்திற்கு ஆரம்பக் காலத்தில் குடிபெயர்ந்தவர்கள். மசூலிப்பட்டிணத்திலிருந்து அவர்கள் ஆங்கிலேயர்களுடன், அது நிறுவப்பட்ட நாளில் மெட்ராஸுக்கு வந்தனர். படகுப் பயணத்தில் 'தற்செயலாக' பல பொருள்கள் தொலைந்து போய்விடுமாம். அன்று மாலையே கறுப்பர் நகரத்தில் உள்ள திருடன் பஜாரில் நீரில் மூழ்கியதாகக் கூறப்படும் பல பொருள்கள் கிடைத்ததாக நகைச்சுவையாகக் கூறப்பட்டது.

பயணிகளின் விஷயத்தில் இன்னும் கஷ்டம். படகுப் பயணத்தில் பாதியிலேயே கட்டணம் குறித்த மறு பேரம் நடந்தது. வெள்ளைக்காரிகள் கூட மசூலா படகோட்டிகளால் கைத்தாங்கலாகத் தூக்கிச் செல்லப்பட்டனர். வேண்டிய கட்டணம் கட்டவில்லை என்றால் தொபேலென்று நீருக்குள் விட்டு விடுவார்களாம். 'இவர்கள் கொட்டத்தை அடக்கியாக வேண்டும்' என்று ஏகப்பட்ட முணுமுணுப்புகள்.

ஆரம்ப காலத்தில் ஜார்ஜ் கோட்டைக்கு எதிரேதான் கப்பல்கள் நங்கூரமிட்டுக் கொண்டிருந்தன. சுங்க அலுவலகமும், வணிகர்களின் கிடங்குகளும் கோட்டைக்குள் இருந்த காலம் அது. ஆனால் கவர்னர் கிளைவ் அனைத்து வணிகங்களையும் கோட்டையை விட்டு வெளியேற உத்தரவிட்டார். அதற்காக அவர் முதலில் சுங்க அலுவலகத்தைக் கருப்பர் நகரின் கிழக்கு முகமாகக் கடலை நோக்கி மாற்றினார். அவசர அவசரமாக வணிக நடவடிக்கைகள் அதைத் தொடர்ந்தன. கப்பல்களும் அதற்கு எதிரே நங்கூரமிட ஆரம்பித்தன. ஒரு விதத்தில் நூறாண்டுக்குப் பின் துறைமுகம் கட்டப்படும் இடத்தை கவர்னர் கிளைவ் அன்றே நிர்ணயித்திருந்தார்.

1770ஆம் ஆண்டில் வாரன் ஹேஸ்டிங்ஸ் ஆளுநராக இருந்தபோது மெட்ராஸுக்கு ஒரு துறைமுகம் முதலில் பரிந்துரைக்கப்பட்டது. இருப்பினும், அந்த நேரத்தில் அதை உருவாக்க அதிகத் தொழில்நுட்பம் இல்லை.

1850களில் கரையிலிருந்து கடலுக்குள் 1,000 அடி நீளத்திற்கு 40 அடி அகலத்துக்கு துறைக்கிட்டு (pier) கட்டப்பட்டது. அதையொட்டி கப்பல்கள் நிற்க, அதில் தண்டவாளங்களைப் பொருத்தி பொருள் களைக் கப்பலிலிருந்து எடுத்து வரும்படி ஏற்பாடு செய்யப்பட்டது. இருப்பினும், 1868 மற்றும் 1872இல் ஏற்பட்ட புயல்களால் கப்பல்கள் வந்து மோதி அந்த துறைக்கிட்டைச் செயலிழக்கச் செய்தன.

1875இல் விக்டோரியா மகாராணியின் மகன் எட்வர்ட் ஒரு புதிய துறைமுகத்திற்கு அடிக்கல் நாட்டினார். கடலுக்கு அடியில் துறைமுகத்தின் வடக்கு மற்றும் தெற்கு சுவர்கள் கட்டப்பட்டன. இந்த இரண்டு சுவர்களும் கடலைக் கட்டுப்படுத்தி, புயல் மற்றும் அலைகளால் பாதிக்கப்படாத அமைதியான நிலையை உருவாக்கின. இருப்பினும் சுவர்கள் இரண்டுமே 1877இல் இடிந்து விழுந்தன. கடலுக்கு ஈடு கொடுத்து மெல்ல மெல்ல சுவரை மீண்டும் கட்டினார்கள்.

பிரான்சிஸ் ஸ்பிரிங், சென்னை அரசாங்கத்தின் ரயில்வே துறையின் செயலாளராக இருந்தவர். 1904இல் துறைமுகத்தின் தலைவராக நியமிக்கப்பட்டார். 1906இல், அவர் தலைமைப் பொறியாளர் பதவியையும் ஏற்றுக்கொண்டார். அதன் பின் விஷயங்கள் மிக வேகமாக நகர்ந்தன.

மெட்ராஸின் முதல் காரின் சொந்தக்காரர் இவர். அது மட்டுமா? கணித மேதை ஸ்ரீநிவாச ராமானுஜனின் திறமைகளை முதன்மைக் கணக்காளர் எஸ். நாராயண ஐயர், பிரான்சிஸ் ஸ்பிரிங் கவனத்திற்குக் கொண்டு வந்தார். விரைவில், ஸ்பிரிங் ராமானுஜனின் ஆற்றலைப் புரிந்துகொண்டு, இங்கிலாந்தில் அவரது ஆராய்ச்சிப் படிப்புகளுக்கு அரசாங்க ஆதரவைப் பெற்றுத்தந்தார்.

துறைமுகத்தின் பணிகள் 1911இல் நிறைவடைந்தன. இது மெட்ராஸ் வணிகச் சமூகத்தால் வரவேற்கப்பட்டது. முதல் இரண்டு ஆண்டுகளில், துறைமுகம் 600 கப்பல்களைக் கையாண்டு 300,000 டன் சரக்குகளின் போக்குவரத்தையும் பதிவு செய்தது.

துறைமுகத்தின் வெற்றி எதிரிகளையும் அழைத்து வந்தது. உலகப் போரின்போது எதிரிகளால் தாக்கப்பட்ட ஒரே இந்தியத் துறைமுகம் மெட்ராஸ் தான். 1914இல் ஜெர்மன் கப்பல், எம்டன், துறைமுகத்தில் உள்ள எண்ணெய்க் கிடங்கின் மீது குண்டு வீசி வர்த்தகத்தைச் சீர்குலைத்துவிடலாம் என்று எண்ணியது. இரண்டு மைல் தூரத்திலிருந்து ஒரு குண்டு மழையை துறைமுகத்தின் மீது வீசியது. பற்றியெரிந்த தீயை அணைக்க பல நாட்கள் ஆனது.

துறைமுகத்தால் மெட்ராஸின் பூகோளத்தில் சில மாற்றங்கள் நிகழ்ந்தன.

ஒரு சிறிய நிலப்பரப்பாக இருந்த மெட்ராஸ் கடற்கரை, துறைமுகத்தின் காரணமாக வளர ஆரம்பித்தது. குவிக்கப்பட்ட மணல் கடற்கரையைப் பெரிதாக்கியது. அதற்கு ‘மெரினா’ என்று பெயரிடப்பட்டது. துறைமுகத்தின் வடக்கே உள்ள ராயபுரம் மற்றும் காசிமேடு கடற்கரைகள் மெதுவாக அழியத் தொடங்கின. கடல் பின்வாங்கியபின் புதிய துறைமுக அலுவலகங்களின் அடித்தளத்தைத் தோண்டும்போது, கப்பல் சிதைவுகள் மற்றும் புதையல்கள் வெளிப்பட்டன. இவ்வாறு தோண்டி எடுக்கப்பட்ட பீரங்கிகள் கோட்டை அருங்காட்சியகத்தில் உள்ளன.

2004இன் இந்தியப் பெருங்கடல் சுனாமி, துறைமுகத்தில் பேரழிவை ஏற்படுத்தியது. துறைமுகத்தின் கிரேன்கள் மற்றும் இதர

இயந்திரங்கள் உட்பட கட்டமைப்புகளும் சேதமடைந்தன. சில கப்பல்கள் சுவரில் முட்டி சேதமடைந்தன. மற்றவை ஒன்றோடொன்று மோதின. ஆனால் துறைமுகம் 2 நாட்கள் மட்டுமே மூடப்பட்டது.

கப்பலோட்டிய தமிழன் சிதம்பரத்தின் சிலை இன்று துறைமுக வாயிலில் உள்ளது. இந்தத் துறைமுகத்தைக் கட்டிய ஆங்கிலேயர்களால் அவரது கப்பல் நிறுவனம் ஒருமுறை சீர்குலைந்து திவாலானது என்பது தெரிந்த விஷயம்.

மெட்ராஸ் துறைமுகம் ஒரு செயற்கைத் துறைமுகமாக இருப்பதால், கடலுக்கடியில் நீரோட்டங்களின் காரணமாக மணல் குவிப்பு நடை பெறுகிறது. இதன் காரணமாக, துறைமுகத்தின் ஆழம் ஒவ்வொரு நிமிடமும் குறைக்கப்படுகிறது. இயந்திரங்கள் 24 மணி நேரமும் தூர்வாரியபடி கடலுடன் போராடுகின்றன.

சென்னைத் துறைமுகம் 274 ஹெக்டேர் பரப்பளவைக் கொண்ட நாட்டிலேயே இரண்டாவது சிறிய துறைமுகமாகும்.

ஆனால் இரும்புத் தாது, நிலக்கரி, கிரானைட், உரங்கள், பெட்ரோலியப் பொருள்கள், ஆட்டோமொபைல்கள் எனப் பல்வேறு சரக்குகளைத் துறைமுகம் கையாண்டு இந்தப் பிராந்தியத்தின் பன்முகப் பொருளாதாரத்தைப் பிரதிபலிக்கிறது.மெட்ராஸின் செல்வச் செழிப்புக்கு அடையாளம் இந்தத் துறைமுகம்.

29

காந்தி மண்டபம்

காந்திக்கு மெட்ராஸுடன் பெரிய தொடர்பு இருந்தது. அவரது பெயரிடப்பட்ட முதல் பொது இடம் எழும்பூரில் உள்ள காந்தி இர்வின் சாலை தான். ஆச்சரியப்படும் விதமாகச் சுதந்திரத்திற்கு 15 ஆண்டுகளுக்கு முன் இது ஆங்கிலேயர்களால் பெயரிடப்பட்டது .

காந்தி 16 முறை சென்னை வந்துள்ளார். ஆனால் அவரது விஜயங்கள் நடந்த 50 ஆண்டுகளில் தான் என்ன ஒரு பரிணாம வளர்ச்சி. நகரத்திலும் சரி. காந்தியிலும் சரி.

மெட்ராஸ் நகரில் பல்வேறு ரூபங்களில் வெவ்வேறு குரல்களில் காந்தி பேசினார். முதல் முறையாக அவர் கோட் சூட்டில் வந்தது, தென் ஆப்பிரிக்காவில் இந்தியர்களின் கஷ்டங்களைப் பற்றிப் பேசத்தான். பச்சையப்பன் அரங்கில் சலிப்படைந்த பார்வையாளர் களுக்கிடையே ஒன்றரை மணி நேரம் ஓர் உரையை எழுதிவைத்து வாசித்தாராம். மகாத்மாவாகப் போற்றப்படுவதற்கு முன்பு, அவர் பார்க் டவுனில் ஒருமுறை ‘பிரிட்டிஷ் சாம்ராஜ்யத்தைப் போல ஒரு குடிமகன் உலகில் எங்கும் மகிழ்ச்சியாக இருக்க முடியாது’ என்று கூறினார்.

பின்புதான் ‘வெள்ளையனே வெளியேறு’, ‘சத்தியாகிரகம்’, ‘செய்; அல்ல செத்து மடி’, எல்லாம்.

தன் பங்குக்கு மெட்ராஸும் அவருக்குச் சிறந்த யோசனைகளை வழங்கியது. அவரது ஒத்துழையாமை இயக்க யோசனையே மெட்ராஸ் கதீட்ரல் சாலையில் தங்கியிருந்த போது அரைத் தூக்கத்தில் கனவு போல வந்ததுதான்.

காந்தியின் மேல் மெட்ராஸ் மக்களுக்கு அபார பிரேமை. அதன் குடிமக்கள் அவரது இந்தி பேச்சுகளில் வார்த்தைகள் புரியாமல்கூட மயங்கிய நிலையில் மணிக்கணக்காக அமர்ந்திருந்தனர்.

1948இல் காந்தி சுடப்பட்டபோது நகரம் திகைத்தது. மெட்ராஸை, ‘காந்தி பட்டினம்’ என்று பெயர் மாற்றக்கூட மாநகராட்சி சபையில் பரிந்துரை செய்யப்பட்டது

இறுதிச் சடங்கின்போது, மெரினா கடற்கரையில் துக்கத்தில், ஆயிரக்கணக்கானோர் தங்கள் தலையை மொட்டையடித்துக் கடலில் குளித்தனர்.

படுகொலைக்குப் பின் நாட்டில் மகாத்மாவின் நினைவாகப் பல நினைவுச் சின்னங்கள் வரத் தொடங்கின. கல்கத்தாவில் ஹபீப் ரஹ்மான் வடிவமைத்த ‘காந்தி காட்’ மற்றும் நாகர்கோவிலில் என்.எஸ். கிருஷ்ணன் கட்டிய ‘காந்தி ஸ்தூபி’ முதலில் வந்தவை. மெட்ராஸில் காந்தியைப் போற்றியவர்கள் மதராஸில் ஒரு மணிமண்டபம் இருக்க வேண்டும் என்று விரும்பினர்.

எழுத்தாளர் கல்கி, காந்தியின் மீது அதீத பக்தியும் மரியாதையும் கொண்டிருந்தார். காந்தியின் ஒத்துழையாமை அழைப்பின் பேரில் இறுதித் தேர்வுக்குச் சில மாதங்களுக்கு முன்பு பள்ளியை விட்டு வெளியேறியவர் கல்கி.

கல்கியின் முதுகில் தட்டிக் கொடுத்து, 'ஆச்சா தேஷ் சேவக்' என்று கூறியதுதான் காந்தி அவருடன் பேசிய ஒரே வார்த்தை. காந்தியின் சுயசரிதையை 'திரு விக'வின் பத்திரிக்கைக்கு மொழி பெயர்த்தவரும் கல்கியே.

பத்திரிக்கை ஆசிரியராகவோ எழுத்தாளராகவோ மட்டும் மேசைக்குப் பின்னால் அமர்ந்திருப்பதில் கல்கி திருப்தியடைய வில்லை. பல நல்ல காரியங்களுக்காக நிதி திரட்டுவதிலும் வல்லவராக இருந்தார்.

தேசியக் கவிஞர் சுப்பிரமணிய பாரதிக்கு அவரது பிறந்த ஊரான எட்டயபுரத்தில் மணி மண்டபத்தைக் கட்டுவதில் அவர் மும்முரமாக வேலை செய்தவர்.

காந்திக்கு நினைவுச் சின்னம் கட்டவேண்டும் என்ற இயக்கத்தைத் தொடங்க கல்கி முடிவு செய்தார். மகாத்மாவின் வாழ்க்கையின் ஒவ்வொரு வருடத்திற்கும் ஓர் அடி என்ற கணக்கில், 79 அடி உயரத் தூண் ஒன்று கல்கியால் கற்பனை செய்யப்பட்டது. அவர் தனது பத்திரிக்கை ஓவியர் மணியத்தை வைத்து படம் வரைந்து தனது கல்கி பத்திரிகையின் அட்டையிலும் போட்டுவிட்டார். கல்கியின் யோசனைக்கு அமோக வரவேற்பு.

நினைவுத் தூணுக்கு கல்கி மனதில் வைத்திருந்த இடம் பல்கலைக் கழகத்தின் எதிரே கடற்கரையில். அங்குதான் இப்போது தமிழகத்தின் 4 முதல்வர்கள் அடக்கம் செய்யப்பட்டிருக்கிறார்கள்..

கல்கியின் நண்பர் சதாசிவம் நினைவுச் சின்ன முயற்சியைத் தீவிரமாக விளம்பரப்படுத்தத் தொடங்கினார். சுதந்திரத்திற்குப் பிறகு மெட்ராஸின் முதல் இரு முதல்வர்களான ஓமந்தூர் ரெட்டியார் மற்றும் குமாரசாமி ராஜா ஆகியோர் இதை ஆதரித்தனர்.

எம்.எஸ். சுப்புலட்சுமி கச்சேரிகளில் பாடி நிதி திரட்டினார். இதற்காக நாடகங்களும் நடத்தப்பட்டன. பாரதி நினைவுச் சின்னத்துக்காகக் கணக்கிடப்பட்ட நிதியை விட அதிகமாகவும் விரைவாகவும் நிதியும் குவியத் தொடங்கியது. 79 அடி தூண் ஒரு கனவிலிருந்து நனவாகும் காலமும் வந்தது.

இரண்டாவது முறையாகத் தமிழ்நாட்டின் முதல்வராகப் பதவியேற்ற தனது வழிகாட்டியான ராஜாஜியை அணுகினார் கல்கி. அப்போது அவர் கையில் ஒன்றரை லட்சம் இருந்தது.

ராஜாஜி யோசனையை வரவேற்றார். ஆனாலும் கட்டப்படுவது தூணாக இல்லாமல், அந்த அமைப்பு மக்களுக்குத் தினசரி

பயன்படவும் வேண்டும் என்று நினைத்தார். அதைத் தியான மண்டபமாகக் கட்ட பரிந்துரைத்தார். கல்கி அதிர்ச்சியடைந்தாலும் அதற்குப் பின்னால் இருந்த காந்தியச் சிந்தனையை உணர்ந்து, மறுப்பின்றி ஏற்றுக்கொண்டார்.

பிரார்த்தனைக் கூட்டங்களுக்குத் தகுந்த ஒரு வட்ட மண்டபத்தைக் கட்ட முடிவு செய்யப்பட்டது. நுழைவாயிலில் ஒரு பாரம்பரியத் தென்னிந்தியக் கோயில் கோபுரத்தையும் சேர்த்தார்கள். கருங்கல்லால் கட்ட பொறுப்பேற்றவர் வைத்யனாதா ஸ்தபதி.

இந்தத் திட்டத்திற்குப் பின்னால் அரசியல் பலம் கூடி வந்ததால், காரியங்கள் வேகமாக நடக்கத் தொடங்கின. கவர்னர் ஸ்ரீபிரகாசா மண்டபம் கட்டுவதற்காக ராஜ்பவன் வனப்பகுதியில் இருந்து 10 ஏக்கர் நிலத்தை வழங்கினார். கல்கியும் அவரது உதவியாளர் பகீரதனும் 10 ஏக்கரைத் தேர்வு செய்ய முள் காடுகளுக்குள் பல நாட்கள் திரிந்தனர். கிண்டி பொறியியல் கல்லூரிக்கு நேர் எதிரே தேர்வு செய்தனர்.

ராஜ் பவனையொட்டி ஒரு காலத்தில் இரண்டு சதுர மைல் இருந்த காடு வெள்ளையர் வேட்டையாடப் பயன்பட்டது. 1670இல் தான் ஒரு வீடு கட்டப்பெற்று மெட்ராஸ் ஆளுனர் ஓய்வெடுக்கும் மாளிகையாக மாற்றம் பெற்றது. சுதந்திரத்துக்குப் பின் ஆளுனர் மாளிகையாக உருவெடுத்தது.

மணியம் மீண்டும் ஒரு முறை கட்டடத்தை வரைந்தார். கல்கி அதைத் தனது பத்திரிகையின் அட்டைப்பக்கத்தில் வெளியிட்டார். எனினும் கல்கி துரதிர்ஷ்டவசமாக 1954இல் காலமானார். காந்தி மண்டபம் மற்றும் வரலாற்றுப் புதினமான பொன்னியின் செல்வன் ஆகியவை அவர் முடிக்காமல் விட்டுச்சென்ற முக்கியமான வேலைகள்.

மணிமண்டபம் கட்டி முடித்த போது 4 லட்சம் செலவானது. நுழைவுப் பலகையில் கல்கியின் பெயர் மறக்காமல் குறிப்பிடப் பட்டிருந்தது.

மண்டபத்தின் முன் அண்ணலின் மார்பளவு சிலையொன்று சிற்பி தனபாலால் செய்யப்பட்டது ஒரு சுவையான கதை.

சிற்பி தனபால் காந்தியைப் பார்த்ததில்லை. ஆனால் அவர் மகாத்மாவின் சிலையைச் செதுக்க விரும்பினார்.

காந்தியைக் கண்டிராத தனபால் எப்படி இந்தச் சிலையைச் செதுக்குவது என்று தவித்தாராம்

பின் விடியற்காலையில் மெரினா கடற்கரையில் காந்தியின் படத்தை மார்போடு அணைத்துக்கொண்டு பல மைல்களுக்கு நடந்து செல்வார். படத்தை அருகில் வைத்துக்கொண்டு தூங்குவாராம். சிலை முடிந்தபின் தேவ்தாஸ் காந்தியிடம் பயத்துடன் காண்பித்தார். தேவ்தாஸ் கண்ணீர் வடித்து, 'என் தந்தையைப் பார்த்தது போலிருந்தது' என்றார்.

முதல் சிலையின் வெண்கலப் பிரதியை ராஜாஜியின் வேண்டுகோளின் பேரில் மண்டபத்தின் முன்புறத்தில் வைப்பதற்காக அவசரமாகச் செய்யப்பட்டது.

அகிம்சையை வலியுறுத்தக் கட்டடம் வெள்ளை நிறத்தில் வர்ணம் பூசப்பட்டது. உள்ளே பெரியதொரு ராட்டினம் , ஒத்துழையாமையைக் குறிக்க வைக்கப்பட்டது.

27 ஜனவரி 1956 அன்று ராஜரத்தினம் நாதஸ்வரம் வாசிக்க, சுப்புலக்ஷ்மி ரகுபதி ராகவ பஜனை செய்ய, மதராஸ் முதல்வர் ராஜகோபாலாச்சாரியால் காந்தி நினைவகம் திறக்கப்பட்டது. அதுவே பின் நாளில் மக்களால் காந்தி மண்டபம் என அழைக்கப்பட்டு பெயரானது.

கிண்டி வனப்பகுதியில் கட்டப்பட்ட முதல் கட்டடம் மகாத்மா காந்தியின் நினைவகம்தான். ஆனால் மடையைத் திறந்துவிட்டது போல வரிசையாக ஐ.ஐ.டி, புற்று நோய் மருத்துவமனை, என நகருக்குள் இருந்த ஒரே காடு கொஞ்ச காலத்திலேயே கரைந்து பாதியானது.

காந்தி மண்டப வளாகத்துக்குள் ரெட்டமலை சீனிவாசன் மற்றும் முன்னாள் முதல்வர்கள் சி. ராஜகோபாலாச்சாரி, கே. காமராஜ், எம்.பக்தவத்சலம் ஆகியோருக்கு நான்கு நினைவகங்கள் உள்ளன.

30

புனித ஜார்ஜ் கோட்டை

ஆங்கிலத்தில் மிகவும் பிரபலமான புதினம் 'கல்லிவர் ட்ராவல்ஸ்'. அதில் லில்லிபுட்டுக்குச் செல்லும் முன், ஜார்ஜ் கோட்டைக்கு கல்லிவர் வந்ததாகக் கதையில் சொல்லப்படும்.

மெட்ராஸ் இன்று அதன் அறிவு சார்ந்த பொருளாதாரத்திற்காக உலகம் முழுவதும் மதிக்கப்படும் நகரமாக உள்ளது. வெற்றியின் படிகளில் ஏற விரும்பும் பல புலம்பெயர்ந்தோருக்கு நகரம் ஒரு காந்தமாகச் செயல்படுகிறது. இவை அனைத்தும் *384*

ஆண்டுகளுக்கு முன்பு ஒரு ஜவுளிக் கிடங்காகத் தொடங்கியதுதான். பின்னர் அது ஒரு கோட்டையாக வளர்ந்து இறுதியாக உலக வரலாற்றில் மிகப்பெரிய சாம்ராஜ்யத்திற்கான ஆரம்பப் படிகளை அமைத்தது.

இந்த இடத்தில் குடிப்பதற்கு நல்ல தண்ணீர் இல்லை. வங்கக் கடலுக்கடியில், மலை போல மணல் மேடு, கப்பல்கள் கரையை நெருங்குவதைத் தடுத்தது. கடுமையான புயல்கள் நகரத்தை அடிக்கடி தாக்கின. ஒரு வணிக நகரமோ, கோட்டையோ இங்கு வெற்றிபெற வாய்ப்பு இருப்பதாக யாருக்கும் தோன்றவில்லை.

பின் ஏன் இந்த இடத்தைத் தேர்ந்தெடுத்தனர்?

டச்சு, போர்த்துக்கீசிய, பிரெஞ்சு மற்றும் டேனிஷ்காரர்கள் ஏற்கெனவே கோரமண்டல் கடற்கரையில் தங்கள் கோட்டைகளை அமைத்துக் கொண்டிருந்தனர். போட்டியில் பிரித்தானியர்கள்தான் கடைசியாக வந்து சேர்ந்தார்கள். அவர்கள் தங்கள் போட்டியாளர் களிடமிருந்து போதுமான இடைவெளியைக் கடைப்பிடிக்க வேண்டியிருந்தது. அதனால் புலிகாட்டுக்கும் சாந்தோமுக்கும் நடுவே இந்த இடத்தைத் தேர்ந்தெடுத்தனர்.

இடத்தைத் தேர்ந்தெடுத்த பிரான்சிஸ் டே, சாந்தோமில் ஒரு காதலியை வைத்திருந்ததாகவும், அதனால் அவள் வசிக்கும் இடத்துக்கு அருகில் உள்ள மெட்ராஸைத் தேர்ந்தெடுத்ததாகவும் வதந்திகூட பரவியது. லண்டனில் டே இதைப்பற்றி விசாரிக்கப்பட்டார்.

நகரை நிர்மாணித்த முதல் நாள், நான்கு முக்கிய நபர்கள் அங்கு இருந்தனர். ஆன்ட்ரூ கோகன், பிரான்சிஸ் டே, நாகபட்டன் மற்றும் பெரி திம்மப்பா. பூந்தமல்லி நாயக்கர்களுடன் பேரம் பேசி அந்த இடத்தைக் குத்தகைக்கு எடுத்தது துபாஷ் திம்மப்பா. உள்ளூர் மக்களுடன் இணைந்து இருக்க முடியாது என்று முடிவெடுத்த ஆங்கிலேயர்களுக்காக, இந்தியர்களுக்குக் கறுப்பு நகரத்தைக் கட்டும் பொறுப்பும் அவரிடம் ஒப்படைக்கப்பட்டது. நாகபட்டனோ வெடி மருந்து கலப்பவன்.

ஒப்பந்தம் கையெழுத்திட்ட பின் மசூலிப்பட்டிணத்தைச் சேர்ந்த 25 வீரர்கள் மற்றும் கட்டடக் குழுவினர் வந்தனர். கோட்டையைக் கட்ட முதலில் வந்த மூன்று கப்பல்களில் 2 கப்பல்கள் முதல் வாரத்தில் புயலொன்றில் சின்னாபின்னமாகி நீரில் மூழ்கின.

வந்தவர்களெல்லாம் கடற்கரையில் வைக்கோல் குடில்களில் தங்கி குத்தகைக்கு எடுக்கப்பட்ட இடத்தைச் சுற்றி ஒரு சுவர் மட்டும்

எழுப்பினர். செங்கற்கள் மற்றும் மண்ணால் இருந்த சுவருக்கு வெளிப்புறமாக செம்பராங்கல்லால் பலப்படுத்தினர்.

செயின்ட் ஜார்ஜ் என்பவர் இன்றைய பாலஸ்தீனமாக இருக்கும் இடத்தைச் சேர்ந்த புனிதர். கிரேக்கராக இருந்திருக்கலாம். அவருடைய வருடாந்திர விழா நாளில் கட்டப்பட்ட கட்டடத்திற்கு அவரது பெயரிடப்பட்டது.

ஜவுளி வர்த்தகம் மிகவும் லாபகரமாக இருக்கும்போது ஒரு நாட்டை ஆளும் கடினமான கடமைகளை யார் விரும்புவார்கள்? கிழக்கிந்திய நிறுவனம் ஒரு தொழிற்சாலையை மட்டுமே கட்டியது. பொறாமை கொண்ட போட்டியாளர்கள் செல்வந்த வணிகத்தைக் கைப்பற்ற முயன்றபோதுதான் கோட்டையாக விரிவடைந்தது.

கோட்டை இன்று 100 ஏக்கர் பரப்பளவைக் கொண்டிருக்கும். சுவர்களுக்குள் அதில் பாதி நிலம். ஆனால் தொடக்க நேரக் கோட்டையானது இன்றைய சட்டமன்றப் பகுதி மற்றும் அதன் பின்னால் உள்ள அணிவகுப்பு மைதானமாக மட்டுமே இருந்திருக்க வேண்டும். வரலாற்றில் நான்கு முறை கம்பெனியின் வளர்ந்து வரும் தேவைகள் மற்றும் வலிமைக்கு இடமளிக்கும் வகையில் கோட்டையின் வடிவம் மாற்றப்பட்டது. ஆரம்பத்தில் இருந்த சதுரம் இப்போது இல்லை.

கோட்டை வலுவான சுவர்களைக் கொண்டிருந்தது. பீரங்கிகளால் இன்னும் பாதுகாப்பு. 4 மாதங்களாக 6000 பேர் முற்றுகையைத் தாங்கும் அளவுக்குச் சுவர்களின் கீழ் நீர் சேமிக்கப்பட்டிருந்தது. ஆனாலும் கம்பெனி இவற்றின் பலத்தைச் சோதிக்க முயற்சிக்கவில்லை. கோட்டையின் செல்வத்தைப் பற்றிய கதைகள் உலகம் முழுவதும் பரவின. விரைவில் இயற்கையாகவே இந்தச் செய்தி எதிரிகளின் காதுகளுக்கும் எட்டியது. பலமுறை ஆர்காட்டார் அல்லது கோல்கொண்டா அல்லது சத்ரபதி சிவாஜி போன்ற எதிரிகள் மெட்ராஸை அச்சுறுத்தியபோது, தூதர்களை அனுப்பிப் பரிசுகள் வழங்கப்பட்டு அமைதி வாங்கப்பட்டது. ஒருவேளை போரில் தேர்ச்சி பெறாத வணிகர்கள் அப்படித்தான் மோதலைக் கையாளுவார்கள் போலும்.

ஆனால் பிரெஞ்சுக்காரர்கள் மெட்ராஸைக் கைப்பற்றுவதில் உறுதியாக இருந்தனர். அதைக் கைப்பற்றி மூன்றாண்டுகள் ஆட்சியும் நடத்தினர். பிரெஞ்சுக்காரர்கள் தங்கள் கப்பல்களில் இருந்து ஜார்ஜ் கோட்டை மீது குண்டுகளை வீசினர். கோட்டைச் சுவர்களுக்குள் இருந்த கிட்டத்தட்ட அனைத்துக் கட்டடங்களும்

கடுமையாகச் சேதமடைந்தன. மக்கள் தங்களின் உயிரைக் காப்பாற்றிக்கொள்ளத் தலைதெறிக்க ஓடினார்கள். இறுதியாகக் கோட்டைக்குள் இருந்த செயின்ட் மேரிஸ் தேவாலயத்தில் அடைக்கலம் கிடைத்தது. கடவுளின் ஆசீர்வாதத்தால் மட்டுமல்ல, அதன் வலுவான கூரையின் வடிவமைப்பின் காரணமாகவும். சோர்வடைந்த குடியிருப்பாளர்கள் சரணடைந்த பிறகு பிரெஞ்சுக்காரர்கள் கோட்டைக்குள் நுழைந்தபோது, உள்ளே இருந்த ஒரு கட்டடம் மட்டும் சேதமடையாமல் தலை நிமிர்ந்து நின்றது. அதுதான் செயின்ட் மேரிஸ் தேவாலயம். பீரங்கிக் குண்டுகளைத் தாங்கும் வகையில் கட்டடம் வடிவமைக்கப் பட்டிருந்ததால் அப்படி ஒரு வலிமை.

கட்டடக் கலைஞர் ஒருவர் இதை வடிவமைக்கவில்லை என்பதில் ஆச்சரியமில்லை. இது டிக்சன் என்ற பீரங்கி ஆபரேட்டரால் வடிவமைக்கப்பட்டது. (அந்த நாட்களில் பெரும்பாலான பீரங்கி இயக்குபவர்களும்கூட பொறியாளர்களாகவும் இருந்தனர்.)

கோட்டை மீண்டும் அவர்களின் கைகளுக்கு வந்த பிறகு, கம்பெனியார் இனி அதை என்றும் இழப்பதில்லை என்ற தீர்மானத்துடன், 100,000 சதுர அடி அளவுள்ள வீரர்களுக்கான ஒரு படை வீட்டை (kings barracks) கட்டினார்கள். ஆயுதங்களைச் சேமித்து வைக்க ஓர் ஆயுதக் களஞ்சியமும் (arsenal) கட்டப்பட்டது. புதிய கோட்டைப் பொறியாளர் பேட்ரிக் ரோஸ் என்பவரால் அது வடிவமைக்கப்பட்டது

ஆரம்பக் காலத்தில் கோட்டைக்குள்தான் துணிக் கிடங்குகள் எல்லாம் இருந்தன. கப்பல்களும் கோட்டையின் கடல் வாயில் (sea gate) நேரே நங்கூரமிட்டன. ஆளுனர் இரண்டாம் கிளைவ், வணிகத்துக்குக் கோட்டைக்குள் இனி இடம் இல்லை என்று கண்டிப்பாகச் சொன்னவுடன்தான், கோட்டை முழுவதுமாக ஓர் அதிகார மையமானது. அது இன்று வரை தொடர்கிறது.

மெட்ராஸ் கடற்கரையில் உயரமான பாய்மரக் கம்பம் கொண்ட ஒரு வர்த்தகக் கப்பல் விபத்துக்குள்ளானது. அதன் பாய்மரக் கம்பம் மீட்கப்பட்டு கோட்டையில் சேமிக்கப்பட்டது. அப்போதுதான் இங்கிலாந்து அரசன் ஜேம்ஸ் தனது கொடியைப் பயன்படுத்த கம்பெனிக்கு அனுமதி வழங்கியிருந்தான். பாய்மரக் கம்பம் கோட்டையின் தென்கிழக்கு மூலையில் கொடிக் கம்பமாக மாறியது. இப்போதும் இந்தக் கோட்டையில் கொடியை உயர்த்துவது மதிப்புமிக்கதாகக் கருதப்படுகிறது. சுதந்திரப் போராட்டத்தின்போது, ஓவியரும் சிற்பியுமான ஆர்ய பாஷ்யம்

(பரவலாக ஏற்றுக்கொள்ளப்பட்ட பாரதியின் முகம் அவரது கற்பனைதான்) இந்தக் கொடிமரத்தின் மீது ஏறி, ஓர் இரவு முழுவதும் இந்தியக் கொடியைப் பறக்கவிட்டு அதற்காகச் சிறை சென்றார்.

கோட்டைச் சுவர்கள் கட்டப்பட்டு 25 ஆண்டுகளுக்குப் பிறகுதான் ஓர் அகழி தொடங்கப்பட்டது. அதுவும் கோட்டையின் வடிவத்திற்கு ஏற்ப மாறியது. ஒரு பருவமழையின் போது ஒரு முதலை (இப்போது மெட்ராஸ் அருங்காட்சியகத்தில் கூவம் முதலையாகக் காட்டப்பட்டுள்ளது) அகழியில் பிடிபட்டது. ஆரம்ப நாட்களில் அகழி வறண்டுதான் இருந்தது. பின்னர் பக்கிங்ஹாம் கால்வாயின் ஒரு பகுதியாக மாறிய வடக்கு ஆற்றிலிருந்து தண்ணீர் விடப்பட்டது.

வர்த்தகம் நிகழும் கட்டடமாக இருந்த சந்தைக் கட்டடம் இன்று கோட்டை அருங்காட்சியமாக இருக்கிறது. இதன் மாடியில்தான் தேங்காய் எண்ணெய்யையும் ராட்சசத் திரியையும் கொண்டு விளக்கேற்றிக் கலங்கரையாக உபயோகித்தனர். இன்று அருங்காட்சியகத்தில் சில அரிய சிலைகள், ரவிவர்மாவின் ஓவியங்கள் மற்றும் கோட்டையில் வாழ்ந்த பிரிட்டிஷ் குடும்பங்கள் பயன்படுத்தும் வீட்டுப் பொருள்கள் உள்ளன.

சட்டமன்றம், அமைச்சர்கள், அலுவலகங்கள், ராணுவப் பிரிவுகள் மற்றும் குடியிருப்புகள் கோட்டைக்குள் இன்று செயல்படுகின்றன. அரசு இயந்திரம் செயல்படும் வகையில் பல மாடி கான்கிரீட் கட்டடம் கட்டப்பட்டு நாமக்கல் கவிஞரின் பெயர் சூட்டப் பட்டுள்ளது. அதில் ஆயிரக்கணக்கானோர் வேலை செய்கின்றனர்.

ராணுவம், அரசு, தொல்பொருள் ஆய்வு அமைச்சகம் மற்றும் தேவாலயம் ஆகியவை கோட்டையின் ஒவ்வொரு பகுதிக்கும் சொந்தக்காரர்கள். பல உரிமையாளர்களின் கையில் மாட்டிக் கொண்டதால் இந்த முக்கியமான நினைவுச்சின்னத்தின் பாரம்பரியத்தைப் பராமரிப்பதில் இன்றளவும் சிக்கல் நீடிக்கிறது.

31

விக்டோரியா பொது அரங்கு

கிழக்கிந்திய கம்பெனி சிப்பாய் கலகத்தில் சிக்கித் தவித்த காலத்தில், பிரித்தானிய அரச குடும்பம் இந்தியா உட்பட அதன் சொத்துக்களைக் கையகப்படுத்த முடிவு செய்தது. விக்டோரியா, பிரிட்டிஷ் இந்தியாவின் முதல் பேரரசி ஆனார். அவர் ஏற்கெனவே 20 ஆண்டுகள் ராணியாக இருந்தார், மேலும் 44 ஆண்டுகள் தொடர்ந்து ஆட்சி செய்தார். அவரது வயது மற்றும் அரச வாழ்க்கையின் ஒவ்வொரு நிகழ்வும் பேரரசில் அவர் பெயரிடப் பட்ட கட்டடங்களுடன் கொண்டாடப்பட்டது. மெட்ராஸ்

மாகாணத்தில் நூற்றுக்கும் மேற்பட்ட கட்டடங்கள் இருந்தன. இன்றோ ஒன்று அல்லது இரண்டு மட்டுமே உள்ளன.

மெரினா கடற்கரை குறுகிய மணல் பரப்பாக இருந்தபோது, பூங்கா நகர் மட்டும்தான் மெட்ராஸின் பொழுதுபோக்கு மையமாக இருந்தது. 117 ஏக்கர் நிலப்பரப்புக்குப் பூங்காவாக இருந்ததால் அந்தப் பகுதிக்கு 'பார்க் டவுன்' என்று பெயர் வந்தது.

பூங்கா மிகவும் பெரியதாக இருந்ததால், வளர்ந்து வரும் நகரத்திற்கான புதிய விரிவாக்கத்துக்காக அதை ஆக்கிரமிக்க அரசாங்கத்தை அடிக்கடி தூண்டும். பூங்காவின் நிலத்தை ஆக்கிரமித்த பட்டியலில் விக்டோரியா பொது மண்டபம் முதலிடத்தில் இருந்தது. பின்னர், கார்ப்பரேஷன் ஸ்டேடியம், ரிப்பன் கட்டடம் மற்றும் சென்ட்ரலில் உள்ள புறநகர் ரயில்வே கட்டடம் அனைத்தும் பூங்காவின் எல்லைக்குள்தான் வந்தன.

பெரும்பாலான பழைய ஐரோப்பிய நகரங்களில் 'டவுன் ஹால்' என்பது பொதுக்கூடமாக இருந்தது. அங்கெல்லாம் டவுன் ஹால் என்பது தேர்ந்தெடுக்கப்பட்ட அதிகாரிகள் கூடி, நகரத்தை ஆளத் திட்டமிடும் இடங்களாகும். உத்தியோக பூர்வக் கூட்டங்கள் நடக்காதபோது, அந்த இடம் கலாச்சார மற்றும் சமூக நோக்கங்களுக்காகப் பயன்படுத்தப்பட்டது.

மெட்ராஸில் டவுன் ஹால் தேவை என்ற கோரிக்கை எழுந்தபோது, ஆங்கிலேயர்களுக்கு அந்த யோசனை பிடித்திருந்தது. ஆனால், மெட்ராஸில் அந்த மண்டபத்தால் நிர்வாகப் பயன்பாடு இருக்காது என்பது அனைவருக்கும் தெரியும். மாகாணம் கோட்டையிலிருந்து ஆளப்பட்டது. பிளாக்டவுனில் உள்ள எர்ரபாலு செட்டித் தெருவில் வாடகைக் கட்டடத்தில் இருந்து நகராட்சியை ஆட்சி செய்தார்கள். மதராஸில் உள்ள டவுன்ஹால், சமூக நடவடிக்கைகளுக்காகக் குடிமக்கள் கூடும் இடமாக மட்டுமே இருக்கும் என்பதால், டவுன்ஹாலைக் கட்டும் பொறுப்பும் மக்களிடம் இருப்பதாக அரசு கருதியது.

மக்கள் பூங்காவின் 3.5 ஏக்கர் பகுதியை ஆண்டுக்கு 28 ரூபாய் என ஒரு புதிய அறக்கட்டளைக்கு ஒரு நூற்றாண்டுக்குக் குத்தகைக்கு விடப்பட்டது ஆனால் பதிலுக்கு விக்டோரியா மகாராணியின் முடிசூட்டு விழாவின் பொன்விழா நினைவின் ஒரு பகுதியாக டவுன்ஹால் திட்டத்தைப் பட்டியலிட அரசாங்கம் விரும்புகிறது என்று சந்தேகத்திற்கு இடமின்றி அறியப்பட்டது.

கட்டடத்தைக் கட்டியவர்கள் அனைவரும் ஜீவனத்துக்குப் பிரிட்டிஷ் சாம்ராஜ்ஜியத்தைச் சார்ந்தவர்களான ஜமீன்தார்கள் மற்றும் மன்னர்கள். முக்கியமாக அந்தக் கால கட்டத்தில், சுதந்திரப் போராட்டத்தை அப்போது யாரும் நினைத்துக்கூடப் பார்க்கவில்லை. அதனால் அவர்கள் அனைவரும் மகிழ்ச்சியுடன் ஒப்புக்கொண்டனர்.

புதிய கட்டடத்திற்கு விஜயநகரம் மகாராஜா பூசபதி ஆனந்த கஜபதி ராஜு அடிக்கல் நாட்டினார். திருவிதாங்கூர், மைசூர், புதுக்கோட்டை, ராமநாதபுரம் , எட்டயபுரத்தைச் சேர்ந்த அரசர்களும் நிதியுதவி செய்தனர். இத்தகைய நன்கொடையாளர்களின் உதவி இருந்தும் வசூல் போதுமானதாக இல்லை. இதன் ஆதரவாக ஒரு லாட்டரியை நடத்த வேண்டியிருந்தது.

ஒரிசா பிரிவில் பெங்கால் பொதுப்பணித்துறையின் நிர்வாகப் பொறியாளராக இருந்த கட்டடக் கலைஞர் ராபர்ட் சீஷோமை கவர்னர் நேப்பியர் மெட்ராஸுக்கு அழைத்து வந்திருந்தார். பிரெசிடென்சி கல்லூரியைக் கட்ட வந்தவர், அப்படியே இங்குத் தங்கிவிட்டார். மெட்ராஸின் கட்டடக்கலை தோற்றத்தை மாற்றுவதற்கு அவர் பெரும் பங்களித்தார்

சீசோம் மெட்ராஸில் பல சிவப்பு நிற இந்தோ-சராசெனிக் கட்டடங்களை வடிவமைத்தார். முகப்பு மற்றும் உட்புறங்களில் இந்து மற்றும் முகலாயக் கட்டடக்கலைப் பாணிகளின் கலவையை இணைத்து, அவரது பாணி மிகவும் பிரபலமானது, பிற்காலத்தில் இந்தியா ஒரு புதிய தலைநகரை விரும்பியபோது, புதிய டெல்லி இந்தோ சராசெனிக் பாணியை ஏற்றுக்கொண்டது சீசோமுக்குப் பெருமைதான்.

விக்டோரியா மண்டபம் சுமார் ஐந்து வருடங்கள் கட்டப்பட்டது. இந்த மண்டபம், இந்தோ-சராசெனிக் அமைப்பாகத் தொடங்கப் பட்டதாகத் தெரிகிறது. ஆனால் சீசோம் இந்தியாவிற்குச் சொந்தமான பல்வேறு கட்டட பாணிகளைப் பயன்படுத்த முயற்சித்த காலமும் அது. அவர் ஓர் அருங்காட்சியகம் கட்டுவதற்காக மலபாரில் நீண்ட நாள் தங்கினார். அங்கு அவர் பார்த்தது அவரது படைப்பாற்றலில் ஆழமான தாக்கத்தை ஏற்படுத்தியது. திருவனந்தபுரத்தில் பார்த்த மங்களூர் ஓடுகளின் எடையின்மைத் தன்மையை தனக்குச் சாதகமாகப் பயன்படுத்தி, மண்டபத்துக்கு உயரமான கூரையை உருவாக்கி, இன்னும் அதிகப் பார்வையாளர்களை அமர வைக்கப் பாதி உயரத்தில் பால்கனி ஒன்றையும் கட்டடத்துக்குள் புகுத்தினார்

தரைத்தளத்தில் உள்ள பெரிய மண்டபம் 600 பேர் அமரும் வகையில் கட்டப்பட்டது, அதே சமயம் மர பால்கனியில் 200க்கும் மேற்பட்டோர் அமரும் வகையில் இருக்கை வசதி உள்ளது.

கறுப்பர் நகரக் குடிமக்கள் பொழுதுபோக்கிற்கு இடமில்லாமல் கஷ்டப்படுவதைக் கண்டு கவர்னர் ட்ரெவில்யன் மக்கள் பூங்காவை உருவாக்கியிருந்தார். அவரது நினைவாகக் கட்டடத்தின் முன்புறத்தில் நீர் ஊற்று (fountain) நிறுவப்பட்டது.

அக்காலகட்டத்தில் மிகப் பெரிய கட்டட வல்லுநரான நம்பெருமாள் செட்டியிடம் இந்தத் திட்டம் ஒப்படைக்கப்பட்டது. சூளைமேட்டில் இருந்து கூவம் வழியாகச் செங்கல் கொண்டு செல்லப்பட்டது. எருதுகளால் இயக்கப்படும் அரைக்கும் கற்களால் சுண்ணாம்புச் சாந்து தளத்திலேயே அரைக்கப்பட்டது.

விக்டோரியா பொது அரங்கம் திறந்த பின் மெட்ராஸின் கலாச்சார, சமூக மற்றும் அரசியல் வரலாற்றின் குறிப்பிடத்தக்க நிகழ்வுகள் இங்குதான் நிகழ்ந்தது.

அமெரிக்காவில் சிகாகோவில் வரலாற்றுச் சிறப்புமிக்க உரையாற்றிவிட்டுத் திரும்பியிருந்த விவேகானந்தர் இங்கு விக்டோரியா பப்ளிக் ஹாலில் பேசவந்தபோது அவரால் உள்ளே செல்ல முடியவில்லை. விவேகானந்தரின் வழியை, அவரைப் பார்க்க வந்திருந்த பெரும் கூட்டம் தடுத்ததால் காளை மாட்டு வண்டியின் மேல் நின்று அவர் வெளியே கூடியிருந்தவர்களிடம் பேசினார். அவர் தனது பேச்சைக் குருக்ஷேத்திரத்தில் தேரில் நின்ற கிருஷ்ணரின் போதனைக்கு நகைச்சுவையாக ஒப்பிட்டார்.

இந்த அரங்கத்தில் 'அழியாத ஆன்மிகம்' (Cult of the Eternal)' என்ற தலைப்பில் பாரதி பேசியபோது பார்வையாளர்கள் ஒரு ரூபாய் டிக்கெட்டை வாங்கிக் கலந்து கொண்டனர்.

மெட்ராஸில் அரசியலுக்கும் சினிமாவுக்கும் ஆச்சரியமான தொடர்பு உண்டு. இரண்டுக்கும் இங்கேயே தோற்றம் இருந்தது.

1896 டிசம்பரில் சென்னை முழுவதும் சூறாவளி வீசியபோது முதல் சினிமா திரையிடல் இங்குதான் நடைபெற்றது. மெட்ராஸ் ஃபோட்டோகிராஃபிக் ஸ்டோரின் உரிமையாளரான டி ஸ்டீவன்சன், கிட்டத்தட்ட காலியான மண்டபத்திற்குப் பத்து குறும்படங்களை இயக்கினார். காலியாயிருந்த அரங்கத்தைக் கண்டு அவர் மனம் தளர்ந்தாலும் இது ஒரு கலாச்சாரப் புரட்சியைத் தூண்டியது.

நவம்பர் 20, 1916இல், 30 முக்கிய பிராமணரல்லாத தலைவர்கள் ஒன்றிணைந்து தென்னிந்திய விடுதலைக் கூட்டமைப்பு (SILF) என்றும் அழைக்கப்படும் நீதிக்கட்சியை உருவாக்கினர், இது மாநிலத்தில் திராவிட அரசியலின் தோற்றத்திற்கு வழிவகுத்தது.

பல நூற்றாண்டுகளாக அவமரியாதைக்கு ஆளாகியிருந்த நாடக உலகத்திற்கு, இந்த மண்டபம் ஒரு மரியாதையைப் பெறுவதற்கு நிறைய உதவி செய்துள்ளது என்று சொல்லலாம். தமிழ் நாடகத்தின் முன்னோடியான பம்மல் சம்பந்த முதலியார் அவரது நாடகங்களை இந்த அரங்கில் அரங்கேற்றியுள்ளார். சுகுணவிலாஸ் சபாவின் நாடகங்களில் பட்டதாரிகள் மட்டுமே நடிக்க முடியும். ஆச்சரியமாகக் குடும்பப் பார்வையாளர்கள் முதல் முறையாக நாடகத்தின்பால் ஈர்க்கப்பட்டனர். மெட்ராஸில் கார் பார்க்கிங் இடப் பிரச்னை ஏற்பட்ட முதல் கட்டடம் இதுதான்.சுகுணவிலாஸ் நாடகம் என்றால் மெட்ராஸில் சிறந்த கார்கள் ஹாலுக்கு வெளியே நிறுத்தப்படும்.

சம்பந்த முதலியாரின் முயற்சியால் இந்த மண்டபத்தில், ஷேக்ஸ்பியரின் பாத்திரங்கள் முதன்முறையாக தமிழில் பேசின. ஜ்வலிதா ரமணன் (Romeo and Juliet), வன்னிபுரத்து வணிகன் (Merchant of Venice) மற்றும் அமலாதித்யன் (Hamlet) மேடையில் வலம் வந்தனர்.

மே 7, 1915இல், சம்பந்த முதலியாரின் தெலுங்கு ஹரிச்சந்திரா நாடகத்தில் மோகன்தாஸ் கரம்சந்த் காந்தி பார்வையாளராக இருந்தார். காந்தி இன்னும் மகாத்மாவாக இல்லாததால் உள்ளூர் பத்திரிகைகள் எதுவும் இந்த வருகையை வெளியிடவில்லை. காந்தியின் எழுத்திலிருந்து இதைக் காண முடிகிறது.

ஆண்டுக்கு 28 ரூபாய் என்ற 100 ஆண்டு குத்தகை 1985ல் காலாவதியானது. ஆனால் மண்டபத்தை நடத்தும் அறக்கட்டளை அதில் சில பகுதிகளை ஹோட்டல் மற்றும் கடைகளுக்கு மேல் வாடகைக்கு விட்டிருந்தது. 25 ஆண்டுகள் இழுத்தடிக்கப்பட்ட வழக்குக்குப் பிறகு மெட்ராஸ் கார்ப்பரேஷனால் கட்டடம் மீட்கப்பட்டது

அரங்கை அசல் பாணியில் புதுப்பிக்கும் போராட்டம் கிட்டத்தட்ட பத்து ஆண்டுகளாக நடந்து வருகிறது. யாருடைய பயன்பாட்டிற்காகக் கட்டப்பட்டதோ அந்த மெட்ராஸ் சாமானியர்களுக்கு விரைவில் கட்டடம் திறக்கப்படும் என்று நம்பிக்கை இருக்கிறது.

32

மியூசிக் அகாடமி

வரலாற்றின் அழுத்தத்தைத் தாங்க முடியாமல் தமிழக அரசர்கள் ஒவ்வொருவராக அழியும்வரை அவர்கள் பாதுகாப்பின் கீழ் கலாச்சாரம் இருந்தது.

கலையை ஆதரித்த கடைசி மன்னர்களாம் தஞ்சாவூர் சரபோஜிகள். அவர்களின் கீழ் கர்நாடக இசை அதன் உறுதியான அடித்தளத்தை அமைத்துக் கொண்டது.

அதன்பின் 1900 வரை, தமிழகத்தில் கலாச்சாரத்தை அனுபவிக்க இரண்டு வழிகள்தான் இருந்தன. ஒன்று திருவிழாக்கள் நடக்கும்

பொது இடங்களில் இலவசமாக அனுபவிக்கலாம். ஆனால் அது ஆடிக்கு ஒன்று அமாவாசைக்கு ஒன்று என்று அவ்வப்போதுதான் நடக்கும். அடிக்கடி நடப்பது பணம் புரளும் வீடுகளில் மட்டும் தான்.

மிராசுதாரர்கள் அல்லது ஜமீன்தார்கள் போன்ற புரவலரின் நான்கு சுவர்களுக்குள்தான் இசை அடங்கியிருந்தது. அழைப்பின் பேரில் மட்டுமே மற்றவர் நுழைய முடியும். மாயவரத்தில் ஒரு மிராசுதாரரின் வீட்டுக் கல்யாணத்தில் நடந்த கச்சேரியில் அழைப்பில்லாமல் சென்று, தான் இசையைக் கேட்டதாக கல்கி எழுதுவார்.

கலைஞர்களின் நல்வாழ்வு அல்லது கலையின் வளர்ச்சிப் பற்றிக் கவலைப்படுவதற்கு நேரமில்லாமல் கிழக்கிந்திய நிறுவனம் வணிகத்தில் மட்டும் ஈடுபட்டிருந்தது. இருப்பினும் ஆங்கிலேயர் களைச் சார்ந்திருந்த துபாஷ்கள் கலையின் புரவலர்கள் ஆனார்கள்.

மெட்ராஸில் கருப்பர் நகரம் தோன்றியவுடன்தான் மெல்ல மெல்ல அது வணிக நகரம் மட்டுமல்ல ஒரு கலாச்சார மையம் என்றும் நிரூபித்தது. மெட்ராஸின் அபரிமிதமான வளர்ச்சி பெரும்பாலான இசைக்கலைஞர்களை ஈர்த்தது. துபாஷின் நன்கொடையை நம்பி சங்கீத மும்மூர்த்திகளில் இருவர்கூட கருப்பர் நகருக்கு வந்தனர்.

ஆனால் இங்குக்கூட, பாரம்பரியக் கலாச்சாரத்தின் பெரும்பகுதி பொதுமக்களைச் சென்றடையவில்லை. இசைக்கலைஞர்கள் ஆரம்பத்தில் மெட்ராஸின் புதிய பணக்கார உயர் அடுக்கைச் சார்ந்தே இருந்தனர்.

பின்னர் புரவலர்கள் மெல்லக் குறையக் குறையக் கர்நாடக இசையின் எதிர்காலம் துல்லியமாகத் தெரிந்தது,. ரசிகர்கள் இனி கட்டணம் செலுத்தியே இசை அல்லது நடனத்தை அனுபவிக்க வேண்டும் என்ற நிலை வரப்போகிறது என்று பலரும் புரிந்து கொண்டனர். டிக்கெட் வழங்கும் செயல்முறை அறிமுகப்படுத்தப் பட்ட பிறகு கலாச்சாரம் ஜனநாயகமாக மாறி அனைத்து வகுப்பு மக்களையும் ரசிகர்களாக உள் இழுத்தது. இல்லாவிட்டால் இந்தக் கலைகள் என்றோ தொலைந்து போயிருக்கலாம்.

ஆனால் யார் பூனைக்கு மணி கட்டுவது?

கச்சேரிக்குப் பிறகு பார்வையாளர்கள் மத்தியில் ஒரு தட்டை அனுப்புவதுதான் முதல் வகை டிக்கெட். பார்வையாளர்கள் அவர்கள் விரும்பிய தொகையைப் பங்களிக்க முடியும்.

1927ஆம் ஆண்டு டிசம்பரில் சென்னையில் அகில இந்திய காங்கிரஸ் மாநாடு நடைபெற்றது. பூர்ண ஸ்வராஜ் தீர்மானத்துக்கான தீவிர விவாதங்களில் ஈடுபட்ட பிரதிநிதிகளை மாலையில் மகிழ்விப்பதற்காக அதனுடன் ஒரு இசை மாநாடும் நடத்தப் பட்டது. அதன் வெற்றியின் காரணமாக நிரந்தர மியூசிக் அகாடமி அமைக்கலாம் என்ற எண்ணம் உருவானது. பார்வையாளர்களை ஒன்று சேர்ப்பதற்காகச் சபாக்கள் மெட்ராஸில் உருவாகத் தொடங்கி சில ஆண்டுகள் ஆகியிருந்தன. மியூசிக் அகாடமி உருவாவதற்கு முன்பு திருவல்லிக்கேணியில் பார்த்தசாரதி ஸ்வாமி சபா, மயிலாப்பூரில் மைலாப்பூர் சங்கீத சபா மற்றும் கருப்பர் நகரில் தொண்டைமண்டலம் சபா போல பல சபாக்கள் இருந்தன.

1928ஆம் ஆண்டு ஆகஸ்ட் 18ஆம் தேதி ஆர்மேனியன் தெருவில் கோகலே மண்டபத்தில், சர்.சி.பி. ராமசுவாமி ஐயரால் திறந்து வைக்கப்பட்டது அகாடமி.

பல சபாக்களில் இதுவும் ஒன்று என்று நினைத்தார்கள் பலர். ஆனால் அகாடமி முதல் நாளிலிருந்தே கர்நாடக இசைக்கான கோட்பாடுகள் மற்றும் தரத்தை நிர்ணயிக்கும் சபையாக மாறும் உத்தேசத்துடன் செயல்பட்டது.

1929இல் இசை பற்றிய வருடாந்திர மாநாடுகளை நடத்தும் நடைமுறையைத் தொடங்கியது அகாடமி. டிசம்பரில் இசை விழாவை நடத்தும் போக்கையும் அதுதான் முதலில் ஆரம்பித்தது. பிற்காலத்தில் மார்கழி உற்சவம் என்றெல்லாம் சொல்லிக்கொண்டாலும், மார்கழி மாதத்தின் புனிதம் காரணமாக இது நடக்கவில்லை. பல ரசிகர்கள் வக்கீல்களாக இருந்ததன் காரணமாக உயர் நீதிமன்ற விடுமுறையின் போது நடந்தது.

ஆனால் அதென்னவோ தெரியவில்லைய் டிசம்பரில் தான் மெட்ராஸில் சுனாமி, வெள்ளம் மற்றும் சூறாவளிகளில் என்று பேரிடர்கள் நடக்கும். முக்கிய தலைவர்களின் மரணங்களும் நிகழும். அந்த நாட்களில் மட்டும் கச்சேரிகள் நடக்காது.

செனட் ஹவுஸ், தியோசாபிகல் சொசைட்டி, ரிப்பன் பில்டிங்ஸ் பின்புறம் உள்ள பூங்கா, ஓல்டு உட்லண்ட்ஸ் ஹோட்டல், சுந்தரேஸ்வரர் மண்டபம் மற்றும் பி.எஸ் உயர்நிலைப் பள்ளி மைதானம் ஆகியவற்றில் மியூசிக் அகாடமி வருடா வருடம் விழாவை நடத்தியது.

இப்படி ஒவ்வொரு ஆண்டுக்கும் ஒரு புது இடத்தைத் தேடும் நிலையைப் போக்க, 1940 களில் தனக்கென சொந்த இடத்தைத்

தேடத் தொடங்கியது அகாடமி. ஆனால் இந்த முறை அது தீர்க்கமாகச் செய்த முடிவு, அந்த இடமானது மயிலாப்பூரில் இருக்க வேண்டும் என்பதுதான். மெட்ராஸ் நகரம் தெற்கே விரிவடைந்ததும் பெரும்பாலான ரசிகர்களும் அப்பகுதியில் குடியேறி விட்டதால் கருப்பர் நகரில் ரசிகர் தட்டுப்பாடு ஆனது.

கதீட்ரல் சாலையில் உள்ள இருபத்தெட்டு கிரவுண்டு நிலம் ரூ.1.12 லட்சத்தில் வாங்கப்பட்டது. பம்பாய் கட்டடக் கலைஞரான ஜி.எம். பூதா 1,500 பேர் அமரும் வகையில் ஒலியியலில் கவனம் செலுத்தும் வகையில் ஓர் அரங்கத்தை வடிவமைக்கும்படிக் கேட்டுக் கொள்ளப்பட்டார், இதனால் இசைக்கலைஞரின் உண்மையான குரல் ஒலிபெருக்கிகளைப் பயன்படுத்தாமல் கேட்கும்படி இருக்க வேண்டும் என்றும் சொன்னார்கள்.

ஆனால் அது முடியாத காரியமாக இருந்தது. முதல் பத்து வரிசைகளில் அமர்ந்திருக்கும் பார்வையாளர்களுக்கு மட்டுமே பாட்டு கேட்கும் என்று கட்டடக் கலைஞர் கூறினார். அறங்காவலர்கள் இசையை அதிக பார்வையாளர்களிடம் கொண்டு செல்வதற்கான அவர்களின் தேடலில், பாரம்பரியத்தைக் கைவிடத் தயாராக இருந்தனர்.

பூட்டா ஓர் அழகான இரண்டடுக்கு, மணி வடிவ அரங்கத்தை அமைத்தார். இத்தகைய வித்தியாசமான அமைப்புக்குக் கான்கிரீட் தேவைப்பட்டது. அகாடமியின் சிறப்பை உணர்ந்த நேரு, பறந்து வந்து புதிய கட்டடத்திற்கு அடிக்கல் நாட்டினார். அன்றிலிருந்து மியூசிக் அகாடமி அதன் சொந்த வளாகத்தில் இருந்து கர்நாடக இசையை வடிவமைத்து வருகிறது.

அதன் முதல் நூற்றாண்டு விழாவை நெருங்கும் மியூசிக் அகாடமி இதனிடையே பல சர்ச்சைகளைச் சந்தித்துள்ளது

அகாடமி அதன் ஆரம்ப ஆண்டுகளில் இசை தொடர்பான பிரச்னைகளில் தீர்மானங்களை நிறைவேற்றும் போக்கைக் கொண்டிருந்தது. அவற்றில் ஒன்று டி. சௌடியாவின் ஏழு சரங்கள் கொண்ட வயலின் மீதான தீர்மானமாகும். வயலின் ஒலி பாடகர்களின் குரலை மூழ்கடித்ததாக அகாடமி உணர்ந்ததால், அவர்கள் சௌடியாவைக் கண்டித்தனர். சௌடியா வெளியே சென்று தனது சொந்த சபாவைத் தொடங்கினார்.

அதன் வருடாந்திரத் தலைமை விருந்தினரின் சமூக அந்தஸ்தினால் கவரப்பட்டு, திருவிதாங்கூர் அரச குடும்பத்தைச் சேர்ந்த இளவரசிகளை வரிசையாக அழைத்தது அகாடமி. அதே நேரத்தில்,

மாநிலத்தின் முந்தைய அரசர் சுவாதி திருநாள் ராமவர்மாவைப் புகழ்பெற்ற இசையமைப்பாளராகவும் அகாடமி முன்வைத்தது.

விழாக்களில் அவர்கள் மும்மூர்த்திகளின் ஓவியங்களுக்கு அடுத்ததாக அவரது ஓவியத்தையும் வைத்தனர். ஆனால், திடீரென இசையமைப்பாளராக ராஜா வந்தது பலரையும் கலங்க வைத்தது. இதற்கு முன் கர்நாடக இசை மேடையில் இந்த மன்னரைப் பற்றி யாரும் கேள்விப்பட்டதில்லையே என்று சில விமர்சகர்கள் உரக்க ஆச்சரியப்பட்டனர்

திருவிதாங்கூர் மகாராஜாவிடம் பணியாற்றிய இசைக் கலைஞர் வடிவேலுவின் பேரனும் வீணைக் கலைஞருமான கே.பி. சிவானந்தம், மன்னரின் பாடல்கள் தனது மூதாதையரால் தான் எழுதப்பட்டது என்பதற்கான பனை ஓலை ஆதாரம் தன்னிடம் இருப்பதாகக் கூறினார். பின் வீணை வித்தகர் பாலசந்தர் களமிறங்கியதும் இந்தச் சிறிய சர்ச்சை பூதாகரமானது. திடீரென சர்ச்சையைக் கிளப்பிய சிவானந்தம் வினோதமாக மௌனம் சாதிக்க, அடுத்த ஆண்டு சங்கீத கலாநிதி என்னும் அகாடமியின் உயரிய விருது அவருக்கு வழங்கப்பட்டது.

ஆனால் அகாடமி சந்தித்த மிகப் பெரிய முரண்பாடு தமிழ் இசையால்தான். மேடையில் தமிழ்ப் பாடல்கள் இடம்பெறுவதை அகாடமி உறுதியாக எதிர்த்தது. சுப்புலட்சுமி போன்ற பல பிரபலங்களை மியூசிக் அகாடமி அதன் செயல்பாடுகளில் பங்கேற்க விடவில்லை அதன் ஆண்டறிக்கையில் தமிழ் இசையைத் தரக்குறைவான வார்த்தைகளில் குறிப்பிட்டது. இதன் விளைவாகத்தான் ராஜா அண்ணாமலை செட்டியார் தலைமையில் தமிழிசைச் சங்கம் உருவானது. இதுவே தமிழ்ப் பண்டிதர்களையும் தமிழ்ப் பாடல்களை எழுதவும், தேடவும், அவற்றை இசையமைக்கவும் தூண்டியது. இசைத் தமிழும் வளர்ச்சி கண்டது.

இந்த முரண்பாடுகளுக்கெல்லாம் அப்பால், மெட்ராஸ் கலாச்சாரத்தின் வானில் ஒளிர்கிறது மியூசிக் அகாடமி.

அகாடமியுடன் தொடர்பு கொண்டிருப்பது சமூக அந்தஸ்தின் அடையாளமாக இன்று மாறியுள்ளது. அகாடமியின் ஒரு புரவலராக அல்லது அதன் மேடையில் ஒரு கலைஞராக, அல்லது அதன் முன் வரிசையில் ஒரு ரசிகராக இருக்கப் பலரும் ஆசைப்படுகிறார்கள்.

33

சிந்தாதிரிப்பேட்டை இரட்டைக் கோயில்கள்

கிழக்கிந்திய கம்பெனி இங்கே கிறிஸ்தவத்தைப் பரப்புவதில் கொஞ்சமும் ஆர்வம் காட்டவில்லை என்பதுதான் உண்மை.

கத்தோலிக்கப் பாதிரியார்கள் மெட்ராஸில் இறங்குவதற்குக்கூட அனுமதிக்கப்படவில்லை, என்பதால் அவர்கள் பாண்டிச்சேரி அல்லது தரங்கம்பாடியிலிருந்து பொடி நடையாக மெட்ராஸுக்கு நடக்க வேண்டியிருந்தது.

ஆனால் அதே நிறுவனம் வியக்கத்தக்க வகையில் இந்துக் கோயில்களைக் கட்டிக் கொடுத்தது. கருப்பர் நகரில் உள்ள ஏகாத்தாள் கோயிலுக்கு ஒவ்வொரு திருவிழாவின்போதும் தாலி மற்றும் கூறைப் பட்டுப் புடவை கிடைக்கும். அதுவும் கோட்டை ஆளுனர் அலுவலகத்திலிருந்து.

தற்போது உள்ள சென்னகேசவப் பெருமாள் கோயில், கிழக்கிந்தியக் கம்பெனியின் நிலம் மற்றும் நிதியுதவியுடன் கட்டப்பட்டது. கம்பெனியின் ஆதரவுடன் கட்டப்பட்ட மற்றொரு முக்கியமான கோயில் சிந்தாதிரிப்பேட்டை இரட்டைக் கோயில்கள். இவையெல்லாம் நிச்சயமாகக் கடவுள் பக்தியினால் அல்ல. ஆனால் காரணம் இல்லாமலும் இல்லை.

இந்நிறுவனத்தின் ஜவுளி வியாபாரம் சிறப்பாக நடந்து கொண்டிருந்தது. நூறு ஆண்டுகளுக்குள் வணிகம் பல மடங்கு அதிகரித்தது.

இன்னும் ஐரோப்பாவில் இருந்து தேவை அதிகரித்துக்கொண்டே இருந்தது. மெட்ராஸ் என்ன உற்பத்தி செய்ய முடியுமோ அதை முழுவதும் வாங்க அவர்கள் தயாராக இருந்தனர். ஆனால் நிறுவனத்தின் ஆட்கள் எவ்வளவு தூரம் பயணித்துத் துணிகளை வாங்க முடியும்.? நெசவாளர்களின் இருப்பிடத் தூரம் அவர்களின் வணிக வளர்ச்சியைக் கட்டுப்படுத்தியது.

'நமக்குப் பக்கத்தில் நெசவாளர்களை ஏன் குடியமர்த்தக்கூடாது?' என்று சில அதிகாரிகள் நினைத்தனர்.

கவர்னர் ஜார்ஜ் மார்டன் பிட் 1734இல் தனி நெசவாளர் கிராமத்தைக் கோட்டைக்கு அருகில் அமைக்க முடிவு செய்தார்.

ஆனால் ஆயிரமாயிரம் ஆண்டுகளாக முன்னோர்கள் வாழ்ந்த அவர்கள் வீடுகளை விட்டு இவ்வளவு தூரம் நெசவாளர்கள் வருவார்களா? மேலும் மிக அதிகமான மக்கள் தங்குவதற்குக் கோட்டை அல்லது கருப்பு நகரம் போதுமான இடம் கொண்டுள்ளதா? என்ற கேள்விகள் எழுந்தன.

நிறுவனத்தின் கண்கள் துபாஷ் சுங்கு ராம செட்டி வைத்திருந்த (கோட்டையின் தெற்கே கூவம் ஆற்றைக் கடந்த) ஒரு தோட்டத்தின் மீது திரும்பியது. கூவம் கடலுடன் சேரும் முன் கடைசியாக ஒரு முழு வட்டமாகச் சுற்றிப் பின் செல்லும். இந்த வட்டத்துக்கு நடுவில் தீவுபோல ஓர் அமைதியான தோட்டம் அது.

மழைக்காலங்களில் வெள்ளம் அந்த வட்டத்தைக் கடந்து செல்லும் அளவுக்குப் பொறுமையாக இருக்கவில்லை, மேலும் இந்தத் தோட்டத்தை ஒரு நிஜத் தீவாகவும் மாற்றியது. அந்த மழைக்கால இணைப்பு இப்போது ரிச்சி தெரு எலெக்ட்ரானிக்ஸ் சந்தையாக உள்ளது.

துபாஷ் சுங்குராம செட்டியின் தோட்டம் சிந்தாதிரிப்பேட்டை என்ற புதிய நெசவாளர் கிராமத்தை நிர்மாணிப்பதற்காக 1735இல் ஆங்கிலேயர்களால் கையகப்படுத்தப்பட்டது. அந்த நேரத்தில் சுங்குராமனுக்குக் கெட்ட காலம். ஓர் இந்தியர் உயரக்கூடிய பெரும் பதவியான தலைமை வணிகர் பதவியை அப்போது அவர் இழந்திருந்தார். தலைமை வணிகராக இருப்பவரே ஊரில் பாதிக் கோயில்களின் தர்ம கர்த்தாவாக இருப்பார். அவர் சொல்லே கருப்பர் நகரில் சட்டம். நிறுவனத்திடம் இருந்து திருவொற்றியூர், வியாசர்பாடி, நுங்கம்பாக்கம் உள்ளிட்ட 5 கிராமங்களை வாடகைக்கு எடுத்து வைத்திருந்த சுங்கு ராம செட்டி, நகரத்தில் முக்கியமான மனிதர் என்பதால் செயின்ட் ஜார்ஜ் கோட்டையில் ஒரு வீட்டைச் சொந்தமாக வைத்திருக்க அனுமதிக்கப்பட்ட சில இந்தியர்களில் ஒருவராகவும் இருந்தார். ஆனால் இந்தச் செல்வாக்கு அவரை ஆணவம் கொண்டவராக ஆக்கியது என்றுணர்ந்த கம்பெனி அவரைத் தண்டித்தது. அவரது பதவி பறிபோனதும் இந்தத் தோட்டத்தைப் பிடுங்குவது எளிதானது.

நெசவாளர்கள் சாலைகளில்தான் நெசவு செய்தனர், இதனால் சாலைகள் நேர்கோடுகளாகத் திட்டமிடப்பட்டன. சாலைகள் மட்டுமல்ல, ஒவ்வொரு சாலையின் மக்கள்தொகை விவரங்களும் கூடத்தான்.

தற்செயலாக, அப்போதுதான் கம்பெனி மதராஸில் ஒரு தீவிரமான ஜாதிப் பிரச்னையைக் கையாளும் தருணத்தில் இருந்தது. இடங்கை மற்றும் வலங்கை இனக்குழுக்கள் கருப்பர் நகரத்தின் தெருக்களில் ஒருவருக்கொருவர் சண்டையிட்டுக் கொண்டிருந்தனர். இதனால் நகரின் அமைதியும் செழுமையும் கடுமையாகப் பாதிக்கப்பட்டன. ஆங்கிலேயர்கள் பிரச்னையைப் புரிந்துகொள்ள முடியாமல் தவித்தனர். ஆனால் சிந்தாதிரிப்பேட்டையில் மீண்டும் அதே பிரச்னைகள் வராமல் கவனமாக இருக்க விரும்பினர்.

நூல் நூற்பவர், நெசவாளர்கள், துவைப்பவர்கள், ஓவியர்கள் மற்றும் ஜவுளித் தொழிலுக்குத் தேவையானவர்களை மட்டுமே அங்குக் குடியேற அனுமதிக்க முடிவு செய்தனர்.

ஜவுளி வியாபாரத்தில் ஈடுபட்டுள்ளவர்களைத் தவிர, பிராமணர்கள் மற்றும் நடனப் பெண்கள் மற்றும் கோயிலுக்குத் தேவையான மற்ற உதவியாளர்கள் புதிய கிராமத்தில் குடியேறலாம். ஆச்சரியப்படும் விதமாக வெற்றிலை வியாபாரிகளுக்கும் இடம் தந்து அனுமதிக்கப்பட்டனர்.

அதிலும் பிராமண அக்ரஹாரத்தைச் சேர்ந்த ஒரே சாதியினரைத் தவிர, ஒருவருக்கொருவர் அடுத்ததாக வாழ அனுமதிக்கப்பட வில்லை. இந்த விதிமுறைகளின் அடிப்படையில் ஒரு சாசனம் வழங்கப்பட்டது .

துபாஷ் பேமலா ஆடியப்ப நாராயணா, கிராமத்தில் மக்கள் குடியேற்றத்துக்கு உதவினார். நெசவாளர்களின் குடும்பங்களைக் குடியமர்த்துவதற்கு முன் ஆற்றோரம் கோயில்களை நிர்மாணித்தால் நெசவாளர்கள் இங்கு வந்து குடியேற ஈர்ப்பாக இருக்கும் என்பதற்காக தன் பெயரையும் கோயில் பெயருடன் இணைத்துத் தீராப் புகழ் பெற முடிவெடுத்தார் துபாஷ் பேமலா ஆடியப்ப நாராயணா. ஆதிபுரீஸ்வரர் மற்றும் அவரது மைத்துனன் ஆதிகேசவன் கோயில்கள் கட்டுவது என்று முடிவெடுக்கப்பட்டது. பொதுவான புஷ்கர்ணி மற்றும் தேர் கொண்ட சிவன் மற்றும் விஷ்ணு கோயில்களை அடுத்தடுத்தாற்போல் கட்டுவது அக்காலத்தில் ஓர் ஆபத்தான சோதனை. ஆனால் கம்பெனியின் சொல்லுக்கு எதிர்ப்பில்லாத காலம் அது. அவர்கள் இதை ஏற்கெனவே கருப்பர் நகரத்தில் எந்தவித எதிர்ப்பும் இல்லாமல் செய்திருந்தனர். அதனால் தைரியமாகக் கோயில் கட்டும் பணிகள் தொடங்கின.

இரண்டு கோயில்களைத் தவிர, ஆடியப்ப செட்டி அந்தப் பகுதியில் ஒரு மசூதியையும் கட்டினார்.

நிறுவனம் கோயில்களுக்கு நேரடியாக நிதியளிக்காமல், சில சேவைகள் மற்றும் பொருள்களுக்கான வரிகளை வசூலிக்க ஆடியப்பாவை அனுமதித்திருக்கலாம். ஆனால் ஆடியப்பா கோயில் கட்டும் பணியில் முழு வீச்சில் சென்று திவாலானார். நிறுவனத்தால் கோயில் கையகப்படுத்தப்பட்டது.

பேட்டை நிறுவப்பட்ட இரண்டு ஆண்டுகளுக்குள் கிட்டத்தட்ட இருநூற்று ஐம்பது குடும்பங்களைக் கொண்டதாக வளர்ந்தது. சிந்தாதிரிப்பேட்டை (சின்ன-தாரி பேட்டை), நிலம் முழுவதும் மரங்கள் நிறைந்து நெசவாளர்களுக்கு நிழல் தந்தது. ஆறு மூன்று பக்கங்களிலும் பாய்ந்து சாயமிடுவதற்கும் துணி துவைப்பதற்கும்

பயன்படுத்தப்பட்டது. இங்கு உற்பத்தி செய்யப்பட்ட முக்கிய துணி காலிகோ. இந்தத் துணி முதலில் கோழிக்கோடு (காலிகட்) நகரத்திலிருந்து வந்தது. அதனால்தான் அந்தப் பெயர்.

காலிகோ முழுமையாகப் பதப்படுத்தப்படாத பருத்தியில் இருந்து நெய்யப்பட்டது. துணி மிகவும் கரடுமுரடாக இருந்ததால் மிகவும் மலிவானது. நெய்த துணி சாயமிடப்பட்டு பிரகாசமான வண்ணங்களில் அச்சிடப்பட்டவுடன் ஐரோப்பாவில் பிரபலமானது.

பின்னர் கம்பெனி மெல்ல மெல்ல நாட்டை ஆளும் நோக்கில் நகர்ந்தவுடன் துணி ஏற்றுமதியில் கவனம் செலுத்தவில்லை. இதன் விளைவாகச் சிந்தாதிரிப்பேட்டை போன்ற ஜவுளி நகரங்கள் பாதிக்கப்பட்டன. இருப்பினும் சில ஜவுளி மரபு இன்னும் தொடர்கிறது. தி நகர், மெட்ராஸின் ஜவுளி மையமாக மாறும் வரை, பெண்கள் தங்கள் தீபாவளி கொள்முதல்களுக்காகச் சிந்தாதிரிப்பேட்டைக்குத்தான் சென்று குவிந்தனர்.

திருப்பதி வெங்கடேசப் பெருமானுக்கான குடைகள் இன்றும் இங்குத் தயாரிக்கப்பட்டு, பிரம்மோத்ஸவத்தின்போது ஒரு பெரிய விழா எடுத்து அனுப்பப்படுகின்றன.

ஆனால் சிந்தாதிரிப்பேட்டை, நகரின் மையத்தில் இருப்பது அதன் மறுவளர்ச்சிக்கு உதவியது. கருப்பர் நகரம் மற்றும் புதிதாக வளரும் மவுண்ட் ரோடுக்கு அருகில் அந்தப் பேட்டை இருந்தது. இந்த அருகாமையாலும், அதிகக் காற்றோட்டமான இடங்களாலும் நெரிசல் மிகுந்த பழைய நகரத்தில் வாழ்ந்த பல குடியேறிகள் ஈர்க்கப்பட்டனர். சிந்தாதிரிப்பேட்டை மெட்ராஸின் முக்கியமான புறநகர்ப் பகுதியாக மாறியது.

வியக்கத்தக்க வகையில் இந்தியாவின் போக்குவரத்து வரலாற்றில் சிந்தாதிரிப்பேட்டை முக்கிய பங்கு வகிக்கிறது. ரயில்கள் அறிமுகப்படுத்தப்படுவதற்கு நீண்ட காலத்திற்கு முன்பே, தண்டவாளத்தின் நன்மை அங்கீகரிக்கப்பட்டது. அதை நிரூபிப்பதற்காக சிந்தாதிரிப்பேட்டை சாலையில் கோயில்களுக்குப் பக்கத்தில் தண்டவாளங்கள் போடப்பட்டு அதன் மீது காளை மாடுகள் அதிகப் பளு கொண்ட வண்டியை இழுத்துச் சென்றது. சிந்தாதிரிப்பேட்டையின் வடகிழக்கு மூலையில் உள்ள சிம்ப்சன்ஸ் நிறுவனம் இந்தியாவின் முதல் கார் மற்றும் பேருந்தை உருவாக்கியது. மெட்ராஸில் பறக்கவிடப்பட்ட முதல் ஆசிய விமானத்திற்கான இயந்திரத்தையும் உருவாக்கியது.

34

வள்ளுவர் கோட்டம்

நுங்கம்பாக்கம் சாலைகளில் போக்குவரத்து நெரிசல் நிரம்பி வழிகிறது, ஆயிரக்கணக்கான வாகனங்கள் இலக்கை அடையும் ஆர்வத்தில் பொறுமையின்றித் தங்கள் ஹார்ன்களை ஒலிக்கின்றன.

அருகில் உள்ள ஏரிக்கரை மாரியம்மன் கோயிலை யாரும் கண்டுகொள்வதில்லை. முன்னொரு காலத்தில் ஏரி நிரம்பி வழியும் வெள்ளத்திலிருந்து அருகிலுள்ள குடியிருப்புகளைக் காப்பாற்றியதற்காக இந்தக் கோயில் கட்டப்பட்டிருக்கலாம்.

ஆனால் இன்று அந்த மாரியம்மன்கூட தனக்குப் பெயரைக் கொடுத்த ஏரியைத் தீவிரமாகத் தேடத்தான் வேண்டும்.

ஆம். மெட்ராஸுக்கு மேற்கே ஒரு பெரிய ஏரி இருந்தது. சில இடங்களில் 5 மைல் நீளமும் 2 மைல் அகலமும் கொண்டது. 'லாங்க் டாங்க்' என்று பெயர்.

ஏரியை ஒட்டியிருந்த நுங்கம்பாக்கம் என்பது சென்னையின் மிகவும் பழமையான கிராமம். மெட்ராஸைப் பற்றி எழுதப்பட்ட சமஸ்கிருதப் படைப்பான சர்வதேசவிலாசாம் இதை 'நுங்காபுரி' என்று அழைக்கிறது.

திப்பு சுல்தான் போன்ற எதிரிகள் அடக்கப்பட்ட பின்னர்தான், கோட்டையை விட்டு வெளியேறுவது பாதுகாப்பானது என்று ஆங்கிலேயர்கள் கருதினர். மெல்ல மெல்ல வெளியில் வந்து தேனாம்பேட்டை, வேப்பேரி, புரசைவாக்கம், சேத்துப்பட்டு பகுதிகளில் பெரிய பெரிய தோட்ட வீடுகளைக் கட்டிக்கொண்டு குடியேறத் தொடங்கினர். அந்தச் சமயத்தில்தான் நுங்கம்பாக்கம் ஏரியில் இருந்து வீசும் குளிர்ந்த காற்று காரணமாக இப்பகுதியிலும் தோட்ட வீடுகளை ஆங்கிலேயர்கள் பலரும் கட்டினர்.

1921ல் நகர நெரிசல் தாங்காமல் இந்த லாங்க் டாங்க் ஏரியை மூடிவிட்டு தியாகராய நகரத்தில் ஒரு குடியிருப்பைக் கட்ட முடிவு செய்யப்பட்டது. தியாகராய நகரே முதலில் தோன்றியது. அதற்குப் பின், அகண்ட லாங்க் டாங்க் ஏரியின் ஒவ்வொரு பகுதியாக மூடிக்கொண்டே வந்து கடைசியில் மிஞ்சியிருந்தது நுங்கம்பாக்கம் ஏரி தான். கடைசியாக இந்த ஏரியையும் மூடுவதென்று முடிவெடுத்தனர். வீடுகள், மைதானம் (இன்று டென்னிஸ் வளாகம்) பள்ளிகள் (பத்மா சேஷாத்ரி) எல்லாம் வந்தன. ஏரியின் முக்கியப் பகுதிகள் நகராக உருவாகி, சில சிறிய பகுதிகள் கடைசியில் நிலம் சூழ்ந்த குளங்களாகவே இருந்தன. பொது சுகாதாரத்தை அச்சுறுத்தும்வகையில் அசுத்த நீர் தேங்கி நிற்கும் குளம் போலக் காட்சியளித்தது. எருமைகள் குளித்து, கொசு உற்பத்தியாகி, இந்தக் குளம் பொதுமக்களுக்கு பெரும் இடையூறாக இருந்தது

அந்த அசுத்தக் குளத்திலும் எதையாவது கட்டிவிடுவது என்று தமிழக அரசினர் முடிவெடுத்தனர். ஆச்சரியம் என்னவென்றால் நீர்நிலைகளைப் பாதுகாப்பது பற்றிப் பேசிய தமிழ் முனிவர் திருவள்ளுவருக்கு அங்கு ஒரு நினைவுச்சின்னம் கட்டப்பட வேண்டும் என்று இறுதியாக முடிவெடுக்கப்பட்டது.

சங்க காலக் கவிஞரான திருவள்ளுவர், மயிலாப்பூர் கிராமத்தில் வாழ்ந்ததாகக் கூறப்படுகிறது. மதுரை போன்ற இதர இடங்களும் இந்தப் பெருமைக்குப் போட்டியிடுகின்றன.

ஆனால் வள்ளுவரின் சரித்திரம் மக்கள் மனதில் பதிந்திருப்பது மெட்ராஸின் ஓர் ஆங்கிலேய கலெக்டரால்தான். எல்லிஸ், திருக்குறளின் ஒரு பகுதியை மொழிபெயர்த்து முதல் முறையாக அச்சிட்டார். வள்ளுவர் ஜடாமுடியுடன்தான் இருந்திருக்க வேண்டும் என்று கற்பனை செய்து, புலவரின் தங்க நாணயத்தையும் வெளியிட்டார். அந்தப் படம்தான் மேம்படுத்தப்பட்டு இப்போது மிகவும் பிரபலமாக உள்ளது. எல்லிஸ் மெட்ராஸில் 17 கிணறுகளைத் தோண்டி ஒவ்வொரு கிணற்றுக் கல்லின் அருகிலும் ஒரு குறளையும் பொறித்தார்.

வள்ளுவருக்கு ஒரு கோட்டம் எனும் யோசனை 1970களில் தமிழக முதல்வரான மு. கருணாநிதிக்கு வந்தது. ஒவ்வொரு குறளுக்கும் விரிவான விளக்கத்தைப் பிற்காலத்தில் எழுதிய கருணாநிதி முதலமைச்சராக ஆட்சியில் இருந்தபோது வள்ளுவருக்கு நினைவுச்சின்னம் அமைக்கத் திட்டமிட்டார்.

இது தென்னிந்தியப் பாரம்பரியக் கட்டடக் கலைஞரால் வடிவமைக்கப்பட்டது, வைத்தியநாத கணபதி ஸ்தபதி ஒரு கோயில் கட்டடக் கலைஞர். அவர் மகாபலிபுரத்தில் உள்ள கட்டடக்கலை மற்றும் சிற்பக் கல்லூரியின் தலைவராக இருந்தார்.

அதன் சுற்றியுள்ள கான்கிரீட் மற்றும் கண்ணாடிக் கட்டடங்கள் போலல்லாமல், பழைய தமிழ் பாணியில் கல் கட்டடமாகக் கோட்டம் இருக்கும் என்று முடிவு செய்யப்பட்டது. ஒரு வகையில் அது பொருத்தமாக இருந்தது. பழைய தமிழர்களின் பாதையே இக்கட்டடத்தால் கௌரவிக்கப்பட்ட மனிதரால் தீர்மானிக்கப்பட்டது.

கணபதி ஸ்தபதியின் இன்னுமொரு நன்கு அறியப்பட்ட கட்டடம், துணைக் கண்டத்தின் தெற்கு முனையான கன்னியாகுமரியில் உள்ள ஒரு தீவில், 133 அடி திருவள்ளுவர் சிலை. அந்தத் திட்டமும் இதே காலக்கட்டத்தில் கருணாநிதியால் சிந்திக்கப்பட்டதுதான் ஆச்சரியம். ஆனால் அது 25 ஆண்டுகளுக்குப் பிறகுதான் (2000 ஆம் ஆண்டின் முதல் நாளில்) திறக்கப்பட்டது.

வள்ளுவர் கோட்டம் திருவாரூரில் உள்ள புகழ்பெற்ற கோயிலின் ஆழித்தேரின் பிரதி. திருவாரூர் அருகேயுள்ள கிராமத்தில் தான் கருணாநிதி பிறந்தார் என்பது குறிப்பிடத்தக்கது. திருவாரூர் கோயிலைச் சுற்றியுள்ள நான்கு முக்கிய மாட வீதிகளைச் சுற்றிச்

சென்ற 'ஆழித்தேர்' நிகழ்வு பழங்காலத் தமிழ்க் காப்பியமான சிலப்பதிகாரத்திலும் தேவாரப் பாடல்களிலும் குறிப்பிடப்பட்டுள்ளது.

ஒரு காலத்தில் சோழர்களின் விருப்பமான கோயிலாக இருந்த திருவாரூர் கோயிலின் தேரான ஆழித்தேர் மிகப் பெரியது. சில சமயங்களில் அதன் எடையைத் தாங்க 10 சக்கரங்களைக் கொண்டிருந்தது. 30 அடி உயரமுள்ள தேர் மூங்கில் கம்புகள் மற்றும் வண்ணமயமான துணியால் அலங்காரம் முடிந்ததும் 96 அடியாக உயரும். உச்சிக்கலசம் மட்டும் 6 அடியாக இருக்கும். இவை அனைத்துக்கும் எடை 300 டன் ஆக இருக்கும். லட்சோப லட்சம் பேர் கலந்து கொள்ளும் இந்தத் திருவிழாவில் ஆயிரக்கணக்கானோர் ஒன்று சேர்ந்து இழுத்தால்தான் தேர் அசையும். ஓர் அடி விட்டம் கொண்ட 500 மீட்டர் நீளமுள்ள தென்னை நார்க் கயிறுகளால் தேர் இழுக்கப்பட்டது.

வள்ளுவர் கோட்டம் கட்டுவதென்பது லேசுப்பட்ட வேலை அல்ல. திருவண்ணாமலையில் இருந்து 2,700 டன் எடை கொண்ட சுமார் 3000 கிரானைட் கற்கள் பட்டமலைக் குப்பம் கல் குவாரியிலிருந்து கொண்டு வரப்பட்டது. கற்களுள் மிகப்பெரியது 40 டன் எடை கொண்டது. முதலமைச்சரின் விருப்பமான திட்டமாக இருந்ததால் போக்குவரத்து மாற்றம் செய்யப்பட்டு, நெரிசலான நகரப் பகுதியில் ராட்சத லாரிகள் கற்களைக் கொண்டு வந்து சேர்த்தது. நுண்ணிய வேலைப்பாடுகளுடன் ஒவ்வொரு கல்லும் ஒரு கலைப்பொருளாக உருமாறியது.

கல் தேரின் நான்கு பெரிய அளவிலான சக்கரங்கள் 11 அடி விட்டம் மற்றும் 2 அடி தடிமன் கொண்டவை. தேரில் வள்ளுவர் சிலை நிறுவப்பட்டுள்ளது.

குறள் மணிமண்டபத்தில், குறளின் அனைத்து 133 அத்தியாயங்களிலிருந்தும் 1,330 குறள்கள் சுவரில் பொறிக்கப்பட்டுள்ளன. 3,500 உட்காரக்கூடிய ஒரு சபையும் இங்கு உள்ளது. கட்டப்பட்டபோது நாட்டில் மிகப் பெரிய அரங்கம் இது.

கட்டடத்தில் 2500 பேர் வேலை செய்தனர். இரவு பகலாக வேலை நடந்தது. திரை மறைவில் நிகழ்ந்தது கடிகாரத்துடன் ஓர் அதிவேக ஓட்டப்பந்தயம், அதன் காரணம் கருணாநிதியைத் தவிர வேறு யாருக்கும் அதிகம் தெரியாது.

இந்திரா காந்தியின் காங்கிரஸ் கட்சி பிளவுபட்டபோது திமுக அவருக்கு ஆதரவாக வாக்களித்துப் பல முக்கிய மசோதாக்களை

நிறைவேற்ற உதவியது. உண்மையில் கருணாநிதியின் ஆதரவால்தான் இந்திரா, கட்சியில் மூத்தவர்களின் தாக்குதலில் இருந்து தப்பினார்.

இந்திரா எமர்ஜென்சியைப் பிரகடனப்படுத்தியபோது, மாநிலங்களில் இருந்த பெரும்பாலான எதிர்க்கட்சி ஆட்சிகளைப் பதவியில் இருந்து நீக்கினார். ஆனால், அவர் திமுகவைத் தொடர அனுமதித்தாலும், அவரது பொறுமையும் குறைந்து கொண்டே வந்தது. அவர் அறிவித்த எமர்ஜென்சியை எதிர்ப்பவர்களை கருணாநிதி ஆதரித்தார். இந்திராவின் காவல்துறையிடம் இருந்து தப்பி ஓடி ஒளிந்த தலைவர்கள் தமிழகத்தில் புகலிடம் பெற்றனர். 'எப்படியும் ஜனநாயகத்தைக் காப்பாற்றுவோம்' என்று கடற்கரையில் பிரம்மாண்டக் கூட்டம் நடத்தி 2 லட்சம் பேரை சபதம் எடுக்க வைத்தார் கருணாநிதி. எனவே திமுக அரசு டிஸ்மிஸ் செய்யப்பட வேண்டும் என்பது காலத்தின் கட்டாயம். எமர்ஜென்சியை எதிர்த்து கருணாநிதியின் துணிச்சலான நடவடிக் கைக்கு இந்திரா பழிவாங்குவதற்குச் சில நாட்கள் மட்டும்தான் ஆகும் என்பது வெளிப்படையாகத் தெரிந்தது.

வள்ளுவர் கோட்டம் திறப்பு விழாவுக்கு இன்னும் 7 நாட்களே இருந்தன. முதல்வர் பெயரிட்டு அழைப்புகள் அச்சிடப்பட்டன. விநியோகமும் செய்யப்பட்டிருக்கலாம்.

அந்த நிலையில் இந்திரா காந்தியால் கருணாநிதி அரசு டிஸ்மிஸ் செய்யப்பட்டது. ஆனால் திறப்பு விழா ரத்து செய்யப்படவில்லை. அதன் திறப்பு விழாவிற்கு நாட்டின் குடியரசுத் தலைவர் வந்தார். ஆனால் கருணாநிதிக்கு அழைப்பு விடுக்கப்படவில்லை. வள்ளுவர் கோட்டம் திறக்கப்பட்ட ஆண்டிலும் அடுத்த சில ஆண்டுகளுக்கும் திருவாரூர் திருவிழா நடைபெறவில்லை. தேர் ஓடவில்லை.

வெகு நாட்களுக்குப் பிறகு கருணாநிதி தேர்தலில் வெற்றி பெற்றபோது வள்ளுவர் கோட்டத்தில்தான் தனது முதல்வர் பதவியேற்பு விழாவை நடத்திக்கொண்டார்.

வள்ளுவர் கோட்டம் சென்னையில் உள்ள ஒரு முக்கிய சுற்றுலாத்தலமாக இருப்பதுடன், சில சுவாரஸ்யமான கண்காட்சி மற்றும் நிகழ்வுகளையும் அங்கு நடத்துகிறது. கோட்டத்தின் நுழைவாயில் போராட்டங்கள் மற்றும் வேலைநிறுத்தங்களுக்கு விருப்பமான பகுதியாக இருக்கிறது.

35

மெட்ராஸ் கலைக் கல்லூரி

இரண்டு நூற்றாண்டுகளுக்கும் மேலாக மெட்ராஸ் கல்வி மையமாக இருந்து வருகிறது. இந்த ஊரில்தான் எத்தனை யெத்தனை விதமான கல்வி கற்பிக்கப்படுகிறது என்பது ஆச்சரியமாக இருக்கிறது.

இந்த நகரத்தில் சினிமா முதல் போர்க்கலை வரை, கால்நடை முதல் கர்னாடக இசை வரை அனைத்தையும் கற்பிக்கத் தனித்தனிக் கல்லூரிகள் உள்ளன. கலையை ஒரு பாடமாகச்

சொல்லிக்கொடுப்பது என்று முடிவெடுத்த நகரம் மெச்சத்தக்கது தான். கலையே ஒரு நாட்டின் பிரதிபலிப்பு. அடிமை நாட்டுக்கு எதற்கு இதெல்லாம் என்று வெள்ளையர் நினைக்கவில்லை. அவர்கள் தொடங்கிய அரசு கலை மற்றும் கைவினைக் கல்லூரி, எழும்பூரில் அமைந்தது. இது நாட்டிலேயே கலை கற்பிக்கும் ஆரம்ப நிறுவனங்களில் ஒன்றாகும்.

ஆரம்பகால மெட்ராஸில் தங்கியிருந்த மருத்துவர்கள் பலர் மருத்துவம் அல்லாத இதர துறைகளில் ஆர்வமுள்ள பன்முக வல்லுநர்கள். அப்படித்தான் அலெக்சாண்டர் ஹண்டர் என்ற ஒரு மருத்துவர் திறமையான ஓவியர். ஹண்டர் புகைப்படம் எடுத்தல் என்ற அப்போதைய காலத்தில் தோன்றிய புதிய கலையில்கூட ஆழ்ந்த ஆர்வம் கொண்டு மெட்ராஸ் போட்டோகிராஃபிக் சொசைட்டியை நிறுவினார்.

ஹண்டர் மண்பாண்டங்கள் மற்றும் பலவிதமான கைவினைப் பொருள்களில் ஆர்வம் கொண்டு உள்ளூர் தொழில்துறையை ஊக்குவிப்பதில் ஆசைகொண்டார். தென்னிந்தியா முழுவதும் பயணம் செய்து, கலைப் பொருள்களை உருவாக்க மரம், துணி, மூங்கில் மற்றும் களிமண் உள்ளிட்ட பல்வேறு பொருள்களை ஆய்வு செய்தார்.

தான் கற்றதையெல்லாம் மற்றவருக்குப் பயில்விக்க ஆர்வம் கொண்டு அலெக்சாண்டர் ஹண்டர், 1850ஆம் ஆண்டில் கலைக் கல்லூரியை ஒரு தனியார் பள்ளியாக நிறுவி அவரது மருத்துவர் சம்பளத்தையும், அவரது ஓவியங்களை விற்றும் அதற்கு நிதியளித்தார்.

கல்லூரியின் குறிக்கோளாக, ‘ இந்தியர்களின் அன்றாடப் பயன்பாட்டில் உள்ள பொருள்களுடைய ரஸனையை மேம்படுத்துவது’ என்பதுதான். ஆங்கிலேய அரசாங்கம் மேலும் கலைப் பள்ளிகளைத் தொடங்க வேண்டும் என்ற கருத்தையும் ஹண்டர் ஊக்குவித்தார். இந்தியர்களின் திறன்களைக் கலை நயம் கொண்ட படிப்புகளில் வழிநடத்தும் தார்மீகக் கடமையை ஆங்கிலேயர்களுக்கு உண்டு என்றும் குறிப்பிடுகின்றார்.

ஆரம்ப காலத்தில் கருப்பர் நகரில் பிராட்வேயில் பள்ளி அமைந்திருந்தது. ‘பயனுள்ள கலைகளுக்கான’ தொழில்துறைப் பிரிவு 1851இல் தொடங்கப்பட்டது. 1852ஆம் ஆண்டில், பூந்தமல்லி உயர் சாலையில் உள்ள நான்கு ஏக்கர் வளாகத்திற்கு மாற்றப்பட்டது.

1850களில் லண்டன் கண்காட்சி 19ஆம் நூற்றாண்டின் மிகவும் வெற்றிகரமான, மறக்கமுடியாத மற்றும் செல்வாக்குமிக்க

கலாச்சார நிகழ்வாக இருந்தது. லண்டனில் உள்ள ஹைட் பார்க், 'அனைத்து நாடுகளின் தொழில்துறைப் படைப்புகளின் சிறந்த கண்காட்சி'யைக் காணப் பார்வையாளர்கள் படையெடுத்தனர். ஹண்டர் பள்ளியிலிருந்து பல பொருள்கள் காட்சிக்கு வைக்கப்பட்டு விற்கப்பட்டன. லண்டனில் நடந்த கண்காட்சிக்குப் பிறகு, மெட்ராஸ் ஸ்கூல் ஆஃப் ஆர்ட்ஸ் வணிக நோக்கத்தையும் கொண்டிருந்தது (கலைப் பொருள்களை விற்பனை செய்வதில் கவனம் செலுத்தியது). அதன் பின் இங்குத் தயாரிக்கப்பட்ட கலைப் பொருள்கள் ஐரோப்பா முழுவதும் உள்ள சிறந்த அரண்மனைகளின் வரவேற்பு அறைகளில் இடம் பெற்றன.

இந்தியாவில் ஆங்கிலேயர் ஆட்சியின்போது, மெட்ராஸ் பல கலைகளில் திறமையான மக்களைக் கொண்டிருந்ததை அரசாங்கம் கண்டறிந்தது. எனவே ஹண்டரின் ஆலோசனையை ஏற்று அவர்கள் நிறுவனத்தை மேம்படுத்தினர். லண்டனில் உள்ள அரச குடும்பத்தின் கலை எதிர்பார்ப்புகளைப் பூர்த்தி செய்யும் நோக்கம்தான் அவர்களுக்கு.. அவர்கள் எண்ணியதுபோல மரச்சாமான்கள், உலோக வேலைப்பாடுகள் மற்றும் கைவினைப் பொருள்களைத் தயாரிக்கக் கலைஞர்கள் பணியமர்த்தப்பட்டு அவர்கள் உருவாக்கிய பொருள்கள் லண்டன் அரண்மனைகளுக்கு அனுப்பப்பட்டது.

இரண்டு ஆண்டுகளுக்குப் பிறகு பள்ளி அரசாங்கத்தால் கையகப்படுத்தப்பட்டது. ஆனால் அதை மறுசீரமைக்க ஹண்டரின் உதவியே கோரப்பட்டது. ஓவியம், போன்ற கலைத்துறைக்கும் மற்றும் கட்டடப் பொருள்கள் மற்றும் அலங்காரங்களில் கவனம் செலுத்தும் ஒரு தொழில்துறையையும் ஹண்டர் கூடுதலாக உருவாக்கினார்.

மெட்ராஸ் ஸ்கூல் ஆஃப் ஆர்ட் அண்ட் இன்டஸ்ட்ரி என மறுபெயரிடப்பட்டது (இப்போது அது அரசு நுண்கலை கல்லூரி என்று அழைக்கப்படுகிறது). 1850 மற்றும் 1858க்கு இடையில் ஆண்டுக்கு 150 முதல் 180 மாணவர்கள் வரை படித்தனர்.

பிற்காலத்தில் தலைவராகப் பதவியேற்ற ஹேவெல், கல்லூரிக்கு ஒரு மகத்துவக் காலத்தை உருவாக்கினார். ஹேவெல் குருகுல முறையின் பாரம்பரியக் குருகுல பயிற்றுவிப்பு முறையை நம்பியதால் மெட்ராஸ் மாகாணத்தில் பிற பகுதிகளில் இருந்து பல கைவினைஞர்களைக் கல்லூரிக்கு வந்து கற்பிக்க வைத்தார். பிரபல மெட்ராஸ் கட்டடக் கலைஞரான ராபர்ட் சிஷோல்ம் மற்றும்

பிரபலப் புகைப்படக் கலைஞரான கேப்டன் லின்னேயஸ் ட்ரிப் ஆகியோரும் கல்லூரியில் கற்பித்தார்கள்.

ஹண்டர் 1868 இல் ஓய்வு பெற்ற பிறகு, அவருக்குப் பிறகு சிஷோல்ம் பதவியேற்றார் - மெட்ராஸ் கட்டடக்கலையை தனது இந்தோ சாராசெனிக் கட்டடக்கலை பாணியில் மாற்றியவர். சிஷோல்ம், கட்டடக்கலையைப் போலவே ஓவியத்திலும் ஆர்வமாக இருந்தார். கலை மற்றும் கலைப்பொருள்களுக்குப் பள்ளியின் பங்களிப்பை ஊக்குவித்தார். அவர் உலோக வேலைத் துறையைத் தொடங்கி இந்தியாவில் அலுமினியத்தில் வேலை செய்வதை அறிமுகப்படுத்தினார். மாணவர்கள் எலிஃபண்டா, அஜந்தா மற்றும் எல்லோரா குகைகளையும், கஜுராஹோவையும் பார்க்கப் பயணம் செய்தனர். அடிக்கடி மாமல்லபுரத்திற்குச் சைக்கிள் மூலம் மேற்கொண்ட பயணங்கள் மிகவும் பிரபலமானவை.

ஆனால் மெல்லக் கல்லூரி உருமாறிக்கொண்டிருந்தது. போகப் போக ஏற்றுமதிக்கான கைவினைப் பொருள்களை உற்பத்தி செய்யும் இடமாக, அல்லது அடுப்படி அலுமினியம் பாத்திரங்கள் உருவாக்கும் கூடமாக கல்லூரி மாறியிருக்கும்.

டெபி பிரசாத் ராய் சௌத்ரி அதன் துணை முதல்வராகச் சேர்ந்த பிறகு ஒரு மாற்றம் ஏற்பட்டது. 1929 இல், 30 வயதில் அவர் அதன் முதல் இந்திய தலைவராகி 1957 வரை தொடர்ந்தார். அவரது பதவிக் காலத்தில் அவர் நாடு முழுவதிலுமிருந்து திறமைகளை ஈர்த்ததால் கல்லூரி கிட்டத்தட்ட ஒரு தேசிய நிறுவனமாக மாறி, அடுத்த ஆண்டுகளில் இந்தியாவின் சிறந்த கலைஞர்கள் சிலரை உருவாக்கியது. மெரினாவில் அவரது 'உழைப்பின் வெற்றி' மற்றும் காந்தியின் சிலைகளுக்காக சௌத்ரி எப்போதும் மெட்ராஸில் நினைவுகூரப்படுவார்.

சௌத்ரிக்கு பிறகு கே.சி.எஸ். பணிக்கர் முதல்வராக வந்து, நாட்டின் முதல் கலைஞர்களின் கூட்டுறவு நிறுவனமான சோழமண்டலக் கலைஞர் கிராமத்தை உருவாக்கினார். சர்வதேச அளவில் 'மெட்ராஸ் ஸ்கூல் கலைபாணி' உலகம் முழுவதும் அங்கீகரிக்கப்பட்ட நவீனக் கலை இயக்கமாக மாறியது.

இன்றும் கல்லூரியில் தமிழகத்தின் ஆரம்பகாலப் புகைப்படங்களின் தொகுப்புகள் உள்ளன. சென்னை, மகாபலிபுரம், சிதம்பரம், நீலகிரி, திருப்பதி, காஞ்சிபுரம், மதுரை மற்றும் தஞ்சாவூர் ஆகிய இடங்களின் 1850இல் எடுக்கப்பட்ட புகைப்படங்கள்

குறிப்பிடத்தக்கவை. அவை இந்த நகரங்களில் அழகைக் காட்சி படுத்தி சரித்திர ஆதாரங்களாகத் திகழ்கின்றன.

இங்குப் படித்த பல மாணவர்கள் ஓவியர்களாகச் சிற்பிகளாக இருந்தாலும், பலரும் திரைப்படத் துறையிலும் விளம்பர உலகிலும் மிளிர்கின்றனர்.

இக்கல்லூரி தற்போது மாநிலச் சுற்றுலா அமைச்சகத்தின் கீழ் உள்ளது. உலகம் முழுவதும் கலைகள் மீதான ஆர்வம் அதிகரித்து வருவதால், ஓவியப் பயிற்சி அதிக முக்கியத்துவம் பெற்றுள்ளது. இன்றைய உலகில், கலை மீதான அணுகுமுறையின் மாற்றம் அதன் அழகியல் மதிப்பிற்காக மட்டுமல்ல, அதன் வணிக நம்பகத்தன்மைக்காகவும் உள்ளது. கலை மெதுவாக ஒரு முதலீடாக மாறுகிறது.

இக்கல்லூரி, நாட்டின் மிகச்சிறந்த ஓவியர்களை உருவாக்கியுள்ளது என்று சொல்வதை விட இந்தியாவின் தலைசிறந்த கலைஞர்களின் கனவுகள் மற்றும் ஏக்கங்களுக்கு உயிர் கொடுத்த நிறுவனம் என்று சொல்வதே சரி.

36

அண்ணா மேம்பாலம்

ஆதி மெட்ராஸில் குதிரை பூட்டிய ஜட்கா வண்டிகள் மற்றும் மாட்டு வண்டிகள் தான் முக்கிய வாகனங்கள். பக்கிங்காம் கால்வாயில் மிதந்து வந்த படகுகளில் மலை மலையாகக் குவிந்த வைக்கோலும் புல்லும் தினம் தினம் வந்திறங்கும். அதே போல் நகரில் குவிந்து கிடந்த மாட்டுச் சாணத்தை அகற்றுவது பெரும் பாடு.

இதையெல்லாம் முடிவு கட்டும் விதத்தில் முதல் இந்திய கார், மெட்ராஸில் சிந்தாதிரிப்பேட்டை சிம்ப்சனில் தயாரிக்கப்பட்டது.

ஆனால் அதற்கு முன்பே சில ஐரோப்பியர்கள் மற்றும் இந்தியர்கள் தங்கள் கார்களை இறக்குமதி செய்தனர். உள்ளூர் கார்கள் 1950களில் பெருமளவில் உற்பத்தி செய்யப்படத் தொடங்கின.

கார் செல்லும் சாலைகள் எண்ணிக்கையில் போதுமானதாகவும் இல்லை. தரத்தில் நன்றாகவும் இல்லை என்பது அப்போது உணரப்பட்டது.

வண்டிப்பாதையில் இருந்து உருவான சென்னையின் பழமையான சாலை மவுண்ட் ரோட். ஏசுவின் சீடரான தாமஸின் புனித மலைக்கு கோட்டையில் இருந்து பயணிப்பதற்காக மெட்ராஸ் ஐரோப்பிய மக்களால் பயன்படுத்தப்பட்டது. அதனால் தான் மவுண்ட் ரோட்

1900 களில் காரும் வண்டியும் பெருக்கெடுத்து விரைய, நகரின் இதர சாலைகளால் ஈடு கொடுக்க முடியவில்லை. நகரின் எல்லாப் பகுதிகளையும் இணைக்கும் மவுண்ட் ரோடை நம்பியே மெட்ராஸில் வாகனப் போக்குவரத்து நடந்தது. எனவே இந்தச் சாலை மெட்ராஸின் உயிர் நாடி என்று போற்றப்பட்டது.

வளர்ந்து வரும் நகரத்தின் இதர சாலைகள் இத்துடன் வந்து சேர்ந்தன. ஒரு நதியின் கிளை ஆறுகள் போல. 1960களில் போக்குவரத்து நெரிசலை ஏற்படுத்தின இந்தச் சாலை சந்திப்புகள். முக்கியமாக நகரம் மேற்கு மற்றும் தெற்கு நோக்கி அசுர வளர்ச்சி கொண்டது. ஆரம்பத்திலும் சிந்தாதிரிப் பேட்டை, புதுப்பேட்டை போன்ற குடியிருப்புகள் இந்தச் சாலையை ஒட்டியே வந்தன.

கோட்டையை விட்டு வெளியேறுவது பாதுகாப்பானது என்று ஆங்கிலேயர்கள் கருதியபோது நுங்கம்பாக்கம், கீழ்ப்பாக்கம் பகுதிகள் ஒரு குடியேற்றப் பகுதிகளாக விரும்பப்பட்டது. ஏராளமான வீடுகளும் கல்லூரிகளும் பள்ளிகளும் அங்கு வந்தன. தியாகராய நகர் மவுண்ட் ரோட்டை ஒட்டியே உருவாக்கப்பட்டது.

ஆனால் சென்னையின் வர்த்தக மையம் இன்னமும் ஜார்ஜ் டவுனிலும் மவுண்ட் ரோடிலும் தான் இருந்தன.

மெட்ராஸ் நகரம் அண்ணாநகர் வரை விரிவடைந்தபோது, நுங்கம்பாக்கம் சாலையில் இருந்த போக்குவரத்து நெரிசல் அது மவுண்ட்ரோட்டைச் சந்திக்கும் ஜெமினி ஸ்டுடியோ அருகாமையில் பெரிய பிரச்னையை உருவாக்கியது.

மக்கள், நகரின் இதர பகுதிகளுக்குச் செல்லவேண்டுமென்றால் மவுண்ட் ரோட்டின் வாகனப் போக்குவரத்து பெரும் தடையானது.

முன்பு நகர விரிவாக்கத்தை ஊக்குவித்த சாலை இப்போது நகர்ப்புற வளர்ச்சிக்கே சவாலாக மாறிவிட்டது.

காலையிலும் மாலையிலும் இந்தச் சந்திப்பில் கிட்டத்தட்ட 10,000 வாகனங்கள் சிக்கித் தவித்தன. காவல்துறைக்குத் தினம் தினம் அது ஒரு தலைவலி .நகரமே ஸ்தம்பிக்கும் அளவுக்கு நெரிசல்.

புகை மண்டலம் உடல் நலனை அச்சுறுத்தியது.

போக்குவரத்து நெரிசலைக் குறைக்க வேண்டும் என்று எண்ணிய அரசு, நிபுணர்களின் கருத்துகளைக் கேட்டது.. சாலையில் பாலம் கட்டுவது தவிர வேறு வழியில்லை என்று கட்டடக் கலைஞர்கள் பரிந்துரைத்தனர்.

இதர ஊர்களில் அதுவரை ஆறுகளின் மேல் மட்டுமே பாலங்கள் இருந்த காலத்தில், சாலைப் பாலம் என்பது மெட்ராஸுக்குப் புதிதல்ல. 1965ல் கோடம்பாக்கம் மேம்பாலமும், 1966ல் கடற்கரைச் சாலையில் ரயில்பாதைக்குக் கீழ் ரிசர்வ் வங்கிப் பாலமும் வந்துவிட்டன.

மவுண்ட் ரோட்டுக்கு கட்டடக் கலைஞர்கள் ஒரு துணிச்சலான திட்டத்தைத் பரிந்துரைத்தனர். அரை கிலோமீட்டர் நீளம் கொண்ட 2 கைகள் கொண்ட ஒரு மேல்பாலம், மவுண்ட்ரோட்டில் போக்குவரத்து சிக்னலைத் தவிர்த்து வண்டிகளை சாலையின் மேல் பறக்க அனுமதிக்கும்.இதையொத்த பிரம்மாண்ட சாலைப் பாலம் இந்தியாவில் இரண்டு மட்டுமே இருந்தன. இரண்டும் பணம் நிறைந்த பம்பாயில். இந்தியாவின் முதல் மேம்பாலம் பம்பாய் கெம்ப்ஸ் கார்னர் மேம்பாலம்.

மெட்ராஸில் திட்டத்தின் படி 1400 அடி நீளமும் 48 அடி அகலமும் கொண்ட பாலம், கட்டும் நேரத்தில் நாட்டிலேயே மிக நீளமாக இருந்திருக்கும்.

பாலம் கட்ட வேண்டும் என முடிவெடுக்கப்பட்டவுடன் அதற்கான கால அவகாசம் இரண்டு ஆண்டுகள் தான் என்று முடிவெடுக்கப்பட்டது. அவ்வளவு போக்குவரத்தையும் அடுத்திருந்த சிறிய சாலைகளிள் திருப்பி விடுவதால் அதற்கு மேல் நகரம் தாங்காது என்று புரிந்து கொண்டிருந்தனர்.

அதற்கான டெண்டர் விடும் பணிகள் தொடங்கியது.

இரண்டே ஆண்டுகளில் இந்தப் பாலத்தைக் கட்டி முடிக்க அரசு எண்ணியது. அன்றைய நிலையில் இவ்வளவு பெரிய வேலையை

அதி சீக்கிரத்தில் முடிக்கக் கூடிய ஸ்தாபனங்கள் மிகவும் குறைவு. ஈஸ்ட் கோஸ்ட் கன்ஸ்ட்ரக்ஸன் ஒப்பந்தம் செய்யப்பட்டது.

அரசின் திட்டங்களை எப்படி நிறைவேற்ற வேண்டும் என்பதற்கு அண்ணா மேம்பாலம் ஓர் எடுத்துக்காட்டு. இது நிர்ணயிக்கப்பட்ட நேரத்திற்கு முன்பே மற்றும் மதிப்பிடப்பட்டதை விடக் குறைந்த செலவில் முடிக்கப்பட்டது.

நவம்பர் 1969 இல், மவுண்ட் ரோடு அப்போது இறந்த திராவிடத் தலைவர் பெயருக்கு மாற்றி அண்ணாசாலை ஆனது.

இந்த மேம்பாலம் 1 ஜுலை 1973 அன்று போக்குவரத்துக்காகத் திறக்கப்பட்டது. சினிமா பாணி திறப்பு விழாவில் பல வண்ண விளக்குகள் எரிய போலீஸ் வாகனங்கள் முதலமைச்சருக்கும் இதர வண்டிகளுக்கும் முன்னால் சென்று வழிவகுத்தன. தலைமை தாங்கித் திறந்து வைத்த முதல் அமைச்சர் மு. கருணாநிதி. எதிர்பார்த்தபடியே இந்த மேம்பாலத்துக்கும் அண்ணா பெயரைச் சூட்டினார்.

இங்குதான் ஜெமினி ஸ்டுடியோ கிட்டத்தட்ட 35 ஆண்டுகளாக மெட்ராஸின் அடையாளமாக இருந்தது. பிரம்மாண்டத்துக்குப் பெயர் போனது இந்த நிறுவனம். மெட்ராஸுக்கு வந்த முக்கிய பிரமுகர்கள் கேட்டுக்கொண்டதன் பெயரில் அவர்கள் அங்கு அழைத்துச் செல்லப்பட்டார்கள். சீனப் பிரதமர் உட்படப் பலரும் இங்கு சினிமா காட்சிப் பதிவைக் கண்டுள்ளனர். ஆனால் பாலம் கட்டி முடிக்கும் தறுவாயில் ஜெமினி தனது கடைசி படத்தைத் தயாரித்துக்கொண்டிருந்தது.

எனினும் மக்கள் மனதில் உறுதியாக ஒட்டிக்கொண்டது அந்த ஜெமினி நினைவுகள். அதனால் அண்ணாவின் பெயர் சூட்டப்பெற்றிருந்தாலும் அது இன்றளவும் 'ஜெமினி பாலம்' என்றே பெரும்பாலோரால் அழைக்கப்படுகிறது.

அடுத்தடுத்த மாதங்களில், வாகனங்கள் பறப்பதைக் காணச் சுற்றுலாப் பயணிகள் குவிந்தனர் (பக்கச் சுவர்கள் சக்கரங்களை மறைத்து, வாகனங்கள் பறக்கும் உணர்வைக் கொடுத்தது). அடுத்தடுத்த ஆண்டுகளில் கிட்டத்தட்ட ஒவ்வொரு தமிழ்ப் படத்திலும் ஒரு டூயட் அல்லது சண்டைக் காட்சி இந்தப் பாலத்தில் படமாக்கப்பட்டன. இதனால் மேம்பாலம் மெட்ராஸின் நன்கு அங்கீகரிக்கப்பட்ட அடையாளமாக மாறியது

மேம்பாலத்தின் மிக உயரமான இடத்தின் கீழ், 2 அரை வட்டங்களில் ஒரு தோட்டம் இருந்தது. 1974இல் குதிரைகள் மீதான சூதாட்டம் குடும்பங்களை அழிக்கிறது என்று அரசாங்கம் கூறியதால் குதிரைப் பந்தயங்கள் தடை செய்யப்பட்டன. அந்நிகழ்வின் நினைவாக அந்தத் தோட்டங்களில் ஒரே மாதிரியான தாவும் குதிரையை அடக்குவது போல 2 மனிதச் சிலைகள் நிறுவப்பட்டன.

1998ல் ஒருமுறை பாலத்தைக் குண்டு வைத்துத் தகர்க்கப் பயங்கரவாதிகள் முயற்சித்துத் தோல்வியடைந்தனர்.

2012 ஆம் ஆண்டு வரை பாலம் வாகன இயக்கத்திற்கு மிகவும் பாதுகாப்பானதாகக் கருதப்பட்ட பாலத்தில் ஓர் எதிர்பாராத சம்பவம் நிகழ்ந்தது.

பல்லவன் பேருந்து ஒன்று வளைவில் செல்லும்போது கவிழ்ந்து 20அடி உயரத்தில் இருந்து சினிமாத்தனமாக விளிம்பில் தொங்கிக் கொண்டிருந்தது.

இறுதியில் தலைகீழாகக் கீழே விழுந்து 40 பயணிகளுக்குக் காயம் ஏற்பட்டது. அதைத் தவிர அதன் 50 ஆண்டுகால வாழ்க்கையில் பெரிய ஆபத்துகள் ஏதும் பாலம் சந்திக்கவில்லை.

இப்போதெல்லாம் ஒரு மணிக்கு 10,000 லிருந்து 15000 வண்டிகள் உச்ச நேரப் போக்குவரத்தில் அதைக் கடக்கின்றன. நாள்தோறும் லட்சக்கணக்கான வாகனங்கள் இன்று விரைந்து செல்கின்றன

இன்றும் நகரத்தின் வளர்ச்சி இந்த இடத்திலிருந்து வெகு தொலைவில் உள்ளது, ஆனால் இந்தப் பாலம் இல்லாமல் மெட்ராஸ் போக்குவரத்து எப்படி இருந்திருக்கும் என்று யாராலும் கற்பனை செய்ய முடியாது.

இன்று மெட்ராஸ் மேம்பாலங்களின் நகரமாக உள்ளது, இது அனைத்தும் இந்த மேம்பாலத்தில் தொடங்கியதுதான்.

37

கலாக்ஷேத்ரா

கிழந்தியக் கம்பெனியிடமிருந்து ஆங்கிலேய அரசக் குடும்பம் இந்தியாவைப் பிடுங்கிக் கொண்ட பிறகு, விக்டோரியன் அறநெறி தரநிலைகள் (Victorian Morality) என்ற பார்வையைக் கொண்டு இந்தியப் பழக்க வழக்கங்கள் சமுதாயத்தால் மறு ஆய்வு செய்யப்பட்டன.

அப்படித்தான் 1930களில் நடனமாடும் தேவதாசிகளின் வாழ்க்கைமுறை தீவிர ஆய்வுக்கு உட்படுத்தப்பட்டது.

தென்னிந்திய நடனம் தேவதாசிகளின் குலத்தொழிலாக இருந்து வந்தது. அவர்களுக்கு எதிரான போர்க்கொடிகளைக் கண்டால் தேவதாசி முறையே மூடப்படுவதற்கான வாய்ப்புகள் அதிகம் என்று பலரும் உணர்ந்தார்கள். ஆனால், அதனால் நாட்டிய உலகில் ஏற்படப்போகும் வெற்றிடத்தை நிரப்புவது எப்படி என்று பலரும் கவலைகொண்டனர்.

ஒரு சிலர் அதற்குத் தயாராகவும் இருந்தார்கள். ஆனால், அதே சதிர் பாணியிலான அம்சத்துடன் அல்ல; தாமே ஒரு புதுப் பாணியை உருவாக்கும் எண்ணம் அவர்களுக்கு இருந்தது. அவர்களுள் ஒருவர் ருக்மணி தேவி அருண்டேல்.

நடனம் ஆடுபவர்கள் குறைவாக இருந்ததால், இந்த வகை நடனத்தைப் பிரபலப்படுத்த வழியில்லை என்பதும் ருக்மணி தேவிக்குப் புரிந்தது. மேடையில் ஏறுவதற்கு முன் அபிநயம் எல்லாம் கற்றுக்கொண்டிருந்தால், நடனக் கலைஞர்களின் எண்ணிக்கை மிகவும் குறைவாக இருக்கும் என்று அவர் புரிந்துகொண்டார்.

சதிர் நாட்டியம் நடந்து கொண்டிருந்த விதத்தில் தொடர்ந்தால் பெரிய சபைகளில் அது எடுபடாது என்று முடிவெடுத்த ருக்மணி தேவி அருண்டேல் நடனத்தில் பல புது நுணுக்கங்களை அறிமுகப்படுத்தினார்.

மேலும் அவர் நடனக்கலையின் கற்றல் முறையை எளிதாக்க வேண்டும் என்று முடிவெடுத்தார். அரை வாழ்நாள் பயிற்சிக்குப் பின்தான் ஒரு புதிய நடனக் கலைஞரை உருவாக்க முடியும் என்று கருதப்பட்ட காலத்தில், மூன்று வருடங்கள் மட்டுமே பந்தநல்லூர் பாணியில் நடனம் பயின்ற ருக்மணி தேவி அருண்டேல் நாட்டியத்தில் ஒரு புதிய பாணியை உருவாக்க முடியும் என்று நம்பிக்கை கொண்டார்.

சமூகத்தில் சதிரின் கெட்ட பெயர் தன் பாணியிலும் தொடராமல் இருப்பதை உறுதிசெய்ய, சதிரின் சில அம்சங்களை காமரசம் என வகைப்படுத்தப்பட்ட அசைவுகளை விலக்கினார்.

சதிர் நடனத்திலிருந்து சாதாரணப் பார்வையாளர்களுக்கு ஆட்சேபணைக்குரிய பல அம்சங்களை அவர் நீக்கினார். பின் அவர் பரதநாட்டியத்தை ஒரு தெய்வீக நடனமாகச் சித்தரித்தார். கடவுள்கள் ஆடினார்கள், ரிஷிகள் இதை சாஸ்திரமாக எழுதி வைத்தனர் என்றெல்லாம் பிரபலப்படுத்தினார்.

ருக்மணி தேவி அருண்டேல் தாம் உருவாக்கிய பாணியைச் சொல்லி தர முதல் நடன பள்ளியை, ஜனவரி 1936 இல் அவரது கணவர் ஜார்ஜ் அருண்டேல் ஆகியோருடன் இணைந்து அடையாறு ஆற்றங் கரையில் நிறுவினார்.

சில காலத்தில் தேவதாஸிகளும் சதிரும் எல்லோருக்கும் மறந்தே போனது. தாசிகள் சாலையில் நடனம் ஆட வந்தபோது, வீட்டு ஜன்னல்களை படார் என்று இழுத்து மூடிய குடும்பப் பெண்கள், இப்போது தங்கள் மகள்களை நடன வகுப்புகளுக்குத் தர தர என்று இழுத்துச் செல்கின்றனர். அடுத்த அரை நூற்றாண்டில் ஒரு தொழிற் சாலையில் ஒரு அசெம்பிளி லைன் போல் நடனக் கலைஞர்கள் ருக்மணி தேவியின் கலாக்ஷேத்ராவால் உற்பத்தி செய்யப்பட்டனர்.

32 வயதான ஒரு பெண்ணால் எப்படி இப்படி ஒரு சாதனை சாத்தியமானது?

புதுக்கோட்டையைச் சேர்ந்த நீலகண்டன் சாஸ்திரி என்ற ஒரு பொறியாளர், அங்கு ராஜாவின் அரண்மனையைக் கட்டியவர், சென்னைக்குக் குடிபெயர்ந்தார். அன்னி பெசன்ட் எழுத்துகளால் ஈர்க்கப்பட்ட அவர் தனது குடும்பத்துடன் மெட்ராஸில் உள்ள தியோசோபிகல் சொசைட்டி வளாகத்திற்கு வெளியே குடியேறினார். அடுத்த ஒரு நூற்றாண்டில் இந்தக் குடும்பம் சொசைட்டியை அதிக காலமாக 63 ஆண்டுகள் கட்டுப்படுத்தும் நிலை வரும் என்று அப்போது யாரும் யோசிக்கவில்லை. அவரது மாப்பிள்ளை, மகன், பேத்தி என்று மூவரும் தலைவர்கள் ஆனார்கள். ருக்மிணி ஒரு முறை தலைவர் பதவிக்குப் போட்டியிட்டுத் தோற்றுப் போனார்.

நீலகண்டனின் 16 வயதுப் பெண் 42 வயதான ஐரோப்பியரை மணந்தது பெரும் சர்ச்சையை ஏற்படுத்தியது. அவர்களது திருமணம் நீண்ட காலமாக ஊரின் பேசுபொருளாக இருந்தது. அவளது காதலன் தியோசோபிகல் சங்கத்தின் அடுத்த தலைவனாக அன்னி பெசன்டால் தயார் செய்யப்பட்டிருந்தார்.

புதுமணத் தம்பதிகள் ஒரு கடல் பயணத்தில் ரஷ்ய நடன கலைஞர் அன்னா பாவ்லோவாவைச் சந்தித்தனர். கப்பல் கரையை எட்டும் முன், ருக்மணி நடனம் தனது வாழ்க்கையில் துருவ நட்சத்திரமாக இருக்கும் என்று முடிவு செய்துவிட்டார்.

அருண்டேல் தியோசாபிகல் சொசைட்டியின் தலைவரானாவுடன் ருக்மணி மெட்ராஸின் மிக முக்கியப் புள்ளிகளில் ஒருவரானார். ருக்மணி மயிலாப்பூர் கோயிலில் கௌரி அம்மா என்கிற ஒரு

தேவதாசியிடம் நடனம் கற்றுக்கொண்டார், அந்த நாட்களில் உயர் சாதியினரால் நினைத்துப் பார்க்க முடியாத விஷயமாக பார்வையாளர்கள் முன் நடனமாடினார், கற்பிக்கவும் தொடங்கினார்.

இதற்குச் சர்ச்சைகள் இல்லாமல் இல்லை. தேவதாசிகளின் பரம்பரை நடனத்தை ருக்மணி கைப்பற்றியதாக குற்றச்சாட்டுகள் எழுந்தன. 'கலை வடிவம் மறு கண்டுபிடிப்புக்காக தாகம் கொண்டிருந்தது' என்று ருக்மணி தேவி பதில் அளித்தார்.

தியோசபிகல் சொசைட்டி உறுப்பினர்கள் பலர் சங்கத்தின் பணம் எந்தத் தொடர்பும் இல்லாத விஷயங்களுக்கு வீணடிக்கப்படுவதாக எதிர்த்தனர். ஆனால் ருக்மனியின் கணவர் சக்திவாய்ந்த தலைவராக இருந்ததால், ருக்மணி தேவியால் தாக்குப் பிடிக்க முடிந்தது.

அருண்டேல் தம்பதியினர் தாங்களாகவே ஓர் அறக்கட்டளையைத் தொடங்கி, சொஸைடிக்கு வரவேண்டிய நன்கொடைகளை அபகரித்ததாக, சொசைட்டி நிர்வாகிகள் கோபமடைந்தனர். (ஜோசபின் சேம்பர்ஸ் என்ற ஆங்கிலேயப் பெண்மணி, டாக்டர் ஜார்ஜ் அருண்டேலிடம், கொடுத்த நன்கொடை அவளது வாரிசுகளால் ஆட்சேபிக்கப்பட்டது. இந்த வழக்கு, 61 ஆண்டுகளுக்குப் பிறகு நீதிமன்றத்திற்கு வெளியே சமரசம் செய்து தீர்க்கப்பட்டது. ருக்மணிக்குக் கிடைத்த தொகை 1,80,000 பவுண்டுகள்.

ருக்மணி தேவிக்கு பல எதிரிகள் உருவாகினர், அருண்டேல் இறந்தபோது, புதிய தலைவர் பரதநாட்டியம் கற்கவோ அல்லது பார்க்கவோ தியோசபிகல் சொசைட்டிக்குள் வருவதற்கு வெளியாட்களுக்கு அனுமதி மறுத்துவிட்டார். ருக்மணி சொசைட்டியை விட்டு வெளியே செல்ல வேண்டிய நேரம் இது என்று முடிவு செய்தார். திருவான்மியூரில் உள்ள 99 ஏக்கர் கடற்கரை நிலத்தை வாங்கினார்.

பக்கத்து வளாகத்தில் முருக பக்தர் பாம்பன் சுவாமிகளின் கல்லறை இருக்கவே, கலாக்ஷேத்ரா கட்டடங்கள் கட்டி முடியும் வரை மாணவிகள் அவரது சமாதிக்கு முன் நடனமாடினர். பாலைவனம் போன்ற கடற்கரையானது, அதுநாள்வரை ருக்மணி வாழ்ந்த ஆற்றங்கரைக் காட்டில் இருந்து மிகவும் வித்தியாசமாயிருந்தது.

அவர் தியோசாபிகல் சொசைட்டியிலிருந்து ஒரு ஆலமரக் கன்றைக் கொண்டுவந்து 1951 புத்தாண்டு தினத்தன்று, புதிய வளாகத்தில் ஒரு சடங்குக்காக நடவு செய்தார்.

உலகின் பல்வேறு பகுதிகளில் இருந்து வந்தவர்கள் தங்கள் சொந்த நாடுகளில் இருந்து மண் கொண்டு வந்தனர். விடாமுயற்சியால், மணல்மேடுகளை பசுமையான காடாக மாற்றினர். செழித்து வளரும் நூற்றுக்கணக்கான தாவரங்கள் மற்றும் விலங்கினங்களை கலாக்ஷேத்ரா இன்று கொண்டுள்ளது.

ஆரம்பத்தில் நான்கு அறைகள் கொண்ட குடிசையில்தான் நடனப்பயிற்சியெல்லாம். விரைவில் பரதநாட்டிய நடனத்தில் முன்னணியில் இருந்தது, மற்றும் சென்னையின் கலாச்சார உலகில் முக்கிய அடையாளமாக இன்றும் வளர்ந்து வருகிறது.

ருக்மணி ஆர்வமுள்ள மானவர்களை மட்டுமல்ல சிறந்த ஆசிரியர்களையும் அழைத்து வந்தார். கௌரி அம்மா போன்ற பாரம்பரிய நடனக் கலைஞர்களும், பாபநாசம் சிவன் போன்ற கவிஞர்களும் இங்கு மாணவர்களுக்குக் கற்றுக் கொடுத்தனர். கௌரி அம்மா மயிலையின் கடைசி தேவதாசி. சதிர் நாட்டியத்தின் நுணுக்கங்களை நன்கறிந்தவர். அவரே சதிருக்கும் பரத நாட்டியத்துக்கும் பாலமாக அமைந்தார். சிவனோ ருக்மணி தேவி கேட்டது போல நாட்டிய நாடகங்கள் மற்றும் நடனத்துக்கு ஏற்றார் போல் பாடல்களை எழுதித் தள்ளினார்.

1944ஆம் ஆண்டில், மெட்ராஸ் பல்கலைக்கழகம் இசை, நடனம் மற்றும் ஓவியம் - கைவினைப் பாடங்களில் டிப்ளமோ படிப்புகளை நடத்துவதற்கான அதன் அங்கீகாரத்தை வழங்கியது.

ருக்மணி தன் பள்ளிக்கு 'கலாக்ஷேத்ரா' - என்று பெயர் சூட்டிய போது, தாகூர், 'இந்தப் பெயரை முதலில் நினைத்திருந்தால், சாந்தி நிகேதனுக்கு நானே பெயரிட்டிருப்பேன்' என்று கூறினாராம்.

ருக்மணிக்கு மரியாதைகள் பலவும் வந்தன. 1977இல் மொரார்ஜி தேசாய் அரசியல் சார்பற்ற ஜனாதிபதி வேண்டும் என்று எண்ணி அவருக்கு அந்தப் பதவியை கொடுப்பதாகச் சொன்னார் என்று ஓர் ஆதாரமற்ற செய்தி பரவலாகப் பேசப்பட்டது.

ருக்மணியின் வாழ்க்கைக்குப் பிறகு, கலாக்ஷேத்திரம் அரசியலிலும் அரசாங்கத்தின் தலையீட்டிலும் மிகவும் கஷ்டப்பட்டது.

கலாக்ஷேத்ரா இப்போது இந்தியாவில் 'தேசிய முக்கியத்துவம் வாய்ந்த நிறுவனமாக' அங்கீகரிக்கப்பட்டுள்ளது. ஆனால் அரசுக் கட்டுப்பாட்டில் செயல்படுகிறது.

38

எழும்பூர் அருங்காட்சியகம்

எக்மோர் எனப்படும் எழும்பூர் பகுதி மெட்ராஸின் மிகப் பழைய பகுதிகளில் ஒன்று.

எழும்பூரைப் பற்றிய குறிப்புகள் சோழ மன்னன் குலோத்துங்கனின் கல்வெட்டுகளில் காணப்படுகின்றன. சோழப் பேரரசின் கீழ், எழும்பூர் புழல் கோட்டத்தில் உள்ள எலும்பூர் நாடு என்ற நிர்வாகப் பிரிவின் தலைமையகமாக இருந்தது. கூவம் எழும்பூரில் வடக்குத் திருப்பத்தை எடுத்து, 'உத்தர வாஹினி' (வடக்கு பாயும்) நதியாக மாறுவது மங்களகரமானதாகக் கருதப்படுகிறது.

பிரிட்டிஷ் மக்கள் கோட்டையை விட்டு வெளியேறியபோது, எழும்பூர் அவர்களுக்கு மிகவும் விருப்பமான இடமாக இருந்தது.

லண்டனின் ஆசியாடிக் சொசைட்டியின் துணை நிறுவனமான மெட்ராஸ் லிட்டரரி சொசைட்டி, பொருளாதார புவியியல் அருங்காட்சியகம் ஒன்றை எக்மோரில் தொடங்க கோரிக்கை விடுத்தது. அதற்காக கவர்னர், லண்டனில் உள்ள கிழக்கிந்தியக் கம்பெனியின் இயக்குனர்களின் அனுமதியைப் பெற்றார்.

நுங்கம்பாக்கம் கல்லூரி சாலையில் இருந்த செயின்ட் ஜார்ஜ் கோட்டை கல்லூரியில் உள்ள ஒரு கட்டடத்தின் முதல் தளத்தில் அருங்காட்சியகம் தொடங்கப்பட்டது. சென்னை மத்திய அருங்காட்சியகத்தின் கௌரவ அதிகாரியாக அறுவை சிகிச்சை நிபுணர் எட்வர்ட் கிரீன் பால்ஃபோர் நியமிக்கப்பட்டார்.

மெட்ராஸில் மருத்துவம் அல்லாத பல வரலாற்று நிகழ்வுகளை மருத்துவ நிபுணர்கள் செதுக்கியிருக்கிறார்கள். அவர்களில் முதன்மையானவர் எட்வர்ட் பால்ஃபோர். காங்கிரஸை நிறுவிய ஹியூமின் அத்தை மகன். அவர் மருத்துவக் கல்வியில் பெரும் தாக்கத்தை ஏற்படுத்தியவர். உலகின் பிற பகுதிகளை விடவும் முன்பாகவே பெண்கள் மெட்ராஸ் மருத்துவப் பள்ளிகளில் சேர்க்கப்பட வேண்டும் என்று வலியுறுத்தினார்.

பால்ஃபோர், அருங்காட்சியகத்தில் காட்சிப்படுத்துவதற்குப் போதுமான பொருள்கள் அல்லது புத்தகங்கள் என அவர்கள் கருதும் பொருள்களை நன்கொடையாக வழங்குமாறு குடிமக்களிடம் பொது வேண்டுகோள் விடுத்தார். ('நாங்கள் அனைத்தையும் ஏற்றுக்கொள்கிறோம்!', என்றார்). மக்களிடமிருந்து எதிர்பாராத விதமாக பொருள்கள் மற்றும் புத்தகங்களின் வெள்ளம் வந்தது. திடீரென வளர்ச்சியடைந்த அருங்காட்சியகத்தால் முதல் தளம் இடிந்து விழும் தறுவாயிலும் கட்டடமே ஆபத்தான நிலைக்கும் வந்துவிட்டது. அருங்காட்சியகத்தின் கண்காணிப்பாளர் பொருத்தமான வளாகத்தை வேறு கட்டடத்திற்கு மாற்ற வாதிட்டார்.

அந்தச் சாலைக்கே பெயர் கொடுத்த பாந்தியன் கேளிக்கைகள் நடத்துவதற்கான அசெம்பிளி அறைகள் மற்றும் திறந்த வெளிகள் கொண்டிருந்தது. கோட்டை வாசிகளின் இரவு விருந்துகள் இங்கு நடந்தன, ஆனால் கோட்டைக்கு அருகில் விருந்து மண்டபம் (இன்றைய ராஜாஜி மண்டபம்) கட்டப்பட்டதால் இது விரைவில் பயன்படுத்தப்படாமல் போனது.

மெட்ராஸில் உள்ள ஆங்கிலேயர்களின் முக்கிய பொழுதுபோக்கு இடமாக இருந்த பாந்தியனில் அருங்காட்சியகத்துக்கு 1854 இல் வழங்கப்பட்டது.

அதன்பிறகு, அருங்காட்சியகம் வளர்ந்தது, ராபர்ட் சிஷோல்மின் வடிவமைப்புகளின்படி வாசிப்பு அறை போன்ற கட்டமைப்புகள் அதில் சேர்க்கப்பட்டன. 1890 களின் பிற்பகுதியில், மியூசியம் தியேட்டர் என்ற வட்ட வடிவ அரங்கம் மற்றும் பொது நூலகம் என்று கூடுதலாக பெரிய விரிவாக்கங்கள் நடந்தன. இவை அனைத்தும் அப்போதைய சென்னை அரசாங்கத்தின் ஆலோசனைக் கட்டடக் கலைஞராக இருந்த ஹென்றி இர்வின் என்பவரால் வடிவமைக்கப்பட்டது. இந்த வடிவமைப்பின்படி அருங்காட்சியகத்தின் மேல் 200 அடி உயரம் கொண்ட ஒரு கோபுரமும் கட்டி முடிக்கப்பட்டதும், நகரத்தின் மிக உயரமானதாக இருந்தது. ஆனால் அது நிலையற்றதாக இருந்ததால் விரைவில் வீழ்த்தப்பட்டது.

நுழைவு இலவசமாக இருந்தபோதிலும் பார்வையாளர்கள் வருகை குறைவாக இருப்பதைக் கவனித்த பால்ஃபோர் மேலும் சில கண்காட்சிப் பொருள்களைச் சேர்க்க முடிவு செய்தார்.

அச்சமயத்தில் சமீபமாக ஒரு வேட்டைக்காரன் பிடித்திருந்த ஒரு புலிக்குட்டி மற்றும் சிறுத்தையைக் கூண்டுக்குள் இயற்கை வரலாற்றுப் பிரிவில் வைத்திருந்தபோது பார்வையாளர்களின் வருகையானது எண்ணிக்கையில் குறிப்பிடத்தக்க அதிகரிப்பை எட்டியதை பால்ஃபோர் கவனித்தார். இது அவரை ஒரு விலங்கியல் பூங்காவை முன்மொழிய வழிவகுத்தது,.

ஆர்காட் நவாப்பிடம் அவரிடம் உள்ள காட்டு விலங்குகளை அருங்காட்சியகத்திற்கு அனுப்புமாறு பால்ஃபோர் கேட்டுக் கொண்டார். பின்பு விலங்கியல் பூங்காவிற்கு விலங்குகளைப் பரிசாக வழங்குமாறு ஓர் அறிவிப்பு வெளியிடப்பட்டது. அதன் விளைவு விரைவில் சென்னை அருங்காட்சியகத்தில் 360 விலங்குகள் கொண்ட விலங்கியல் பூங்கா இருந்தது. அருங்காட்சியகமும் உயிரியல் பூங்காவும் இணைந்திருந்ததால், ‘உயிர் காலேஜ்’ ‘செத்த காலேஜ்’ என்ற சொற்கள் பயன்பாட்டில் வந்தன.

பின்னர், விலங்குகளின் சப்தம் மற்றும் நாற்றத்தால் எழும்பூர் அருகாமை வீடுகளின் புகார்களைத் தொடர்ந்து, நகராட்சி விலங்குகள் பூங்கா நகருக்கு மாற்றப்பட்டன. அங்கே மிருகக்காட்சி சாலை மேலும் சற்றுப் பெரிய பரப்பளவில் அமைந்தது.

மெட்ராஸில் கட்டடக்கலையின் அதிகபட்ச பாணிகளைக் கொண்ட ஒரு வளாகம் இன்று பாந்தியன் மட்டுமே. கிரேக்கம், இந்தோ சாராசெனிக், கோதிக், நியோ-பைசண்டைன், ராஜ்புத், முகலாயர் மற்றும் திராவிடத்தையும் கொண்டுள்ளது.

அதுபோலவே, பிராந்தியத்தின் இவ்வளவு வரலாற்றின் பிரதிநிதித்துவங்கள் வேறு எங்கும் இல்லை. குகைவாசிகளின் இரண்டு மில்லியன் ஆண்டுகளுக்கும் மேலான பழமையான கோடாரிகளில் தொடங்கி சோழர்களின் திருவாலங்காடு செப்புத் தகடுகள் வரை, அமராவதியிலிருந்து ஒரு முழு பௌத்த ஸ்தூபியிலிருந்து, கூவம் ஆற்றின் கடைசி முதலைவரை இங்கு பார்வைக்கு இருக்கின்றன.

1941-1946 காலம் அருங்காட்சியகத்திற்கு மோசமான ஆண்டுகள். ஜப்பானியத் தாக்குதலை எதிர்பார்த்து நகரில் பல இடங்களை ராணுவம் கையகப்படுத்திக்கொண்டது.

விமானத் தாக்குதல் கண்காணிப்பு அமைப்பு (air raid patrol) களஞ்சியத்திற்காக அருங்காட்சியகக் கட்டடங்கள் மற்றும் மைதானங்களின் பெரும்பகுதி ராணுவத்திடம் ஒப்படைக்கப்பட வேண்டியிருந்தது.

எனவே காட்சிப் பெட்டிகள் அகற்றப்பட்டன. காட்சிப் பொருள்களில் மிகவும் மதிப்புமிக்கதான வெண்கலங்கள், செப்புத் தகடுகள், தேர்ந்தெடுக்கப்பட்ட நாணயங்கள், பாதுகாப்பான இடங்களுக்கு அனுப்பப்பட்டன. அமராவதி சிற்பங்கள் மிகவும் கனமாகவும், கொண்டு செல்வதற்குச் சிரமமாகவும் இருந்ததால், அவற்றைக் காட்சியகத்திலேயே பாதுகாக்க வேண்டும் என்று அரசு உத்தரவிட்டது.

அந்த சமயத்தில் பெரும் இழப்பு மீன்வளக் கண்காட்சிக்குத்தான்.

1905-1906 ஆம் ஆண்டில், அப்போதைய அருங்காட்சியகத்தின் கண்காணிப்பாளராக இருந்த டாக்டர் தர்ஸ்டனால், மெட்ராஸ் அக்வாரியத்திற்கான திட்டங்கள் வரையப்பட்டன.

1909 இல் பொதுமக்களுக்காக திறக்கப்பட்ட மீன்வளக் காட்சியகம் மிகவும் பிரபலமானது. மெட்ராஸ் மீதான ஜப்பானிய தாக்குதலின் அச்சுறுத்தல் காரணமாக, மீன்களைப் பாதுகாப்பது கஷ்டம் என்று மீன்கள் எல்லாம் சாக்கடையில் திறந்து விடப்பட்டன.

சென்னை அரசு அருங்காட்சியகத்தின் நூற்றாண்டு விழா இந்தியப் பிரதமர் ஜவஹர்லால் நேரு அவர்களால் திறந்து வைக்கப்பட்டது.

அதே விழாவின் ஒரு பகுதியாக, தேசிய கலைக்கூடத்தையும் பிரதமர் திறந்து வைத்தார்.

அந்தக் கட்டடம் பழமையானது. விக்டோரியா மகாராணியின் பொன்விழா கொண்டாட்டத்தின் போது ஆந்திரப் பிரதேசத்தில் உள்ள சத்யவேடுவில் இருந்து சிவப்புக் கற்கள் கொண்டுவரப்பட்டு இந்தோ-சரசெனிக் கட்டடக்கலையில் கட்டப்பட்டது. பொன் விழாவின் போது, அதில் தஞ்சை, ராஜஸ்தான், காங்க்ரா மற்றும் டெக்கான் பகுதிகளில் உள்ள ஓவியங்கள் மற்றும் சந்தன மரச் சிற்பங்கள் வைக்கப்பட்டன. இன்று சுமார் 400 ஓவியங்களின் தொகுப்பைப் பெற்றுள்ள கேலரியில் ராஜா ரவி வர்மாவின் அரிய படைப்புகள் உள்ளன.

1971 ஆம் ஆண்டில், ஒரு மனிதன் மற்றொரு மனிதனை இழுப்பது இழிவானது எனக் கூறி கை ரிக்?ஷா தடைசெய்யப்பட்டபோது, ரிக்?ஷாவின் மாதிரி (அது கடந்த கால விஷயமென) அருங்காட்சியகத்தில் வைக்கப்பட்டது.

39

கிண்டி பொறியியல் கல்லூரி

மெட்ராஸ் மற்றும் சுற்றியுள்ள பகுதிகளெல்லாம் அதன் பொறியியல் திறமைக்குப் பெயர் பெற்றது. இன்று மெட்ராஸைச் சேர்ந்த பொறியாளர்கள் உலகம் முழுவதும் உள்ளனர்.

இந்தியாவின் முதல் அணைகள், நெடுஞ்சாலைகள், பாலங்கள் மற்றும் நவீனத் தொழிற்சாலைகள் துணைக் கண்டத்தின் இந்தப் பகுதியில் மட்டுமே வந்ததற்கு மெட்ராஸின் பொறியியல் விழிப்புணர்வுதான் காரணமாக இருக்க வேண்டும்

அதற்கு முக்கியக் காரணம் நாட்டின் இந்தப் பகுதியில் 250 ஆண்டுகளுக்கும் மேலாக ஏதோ ஒரு வடிவில் பொறியியல் பயிற்சி நடைபெற்று வருகிறது என்பதுதான் என்று சரித்திரம் சொல்லும். எனினும் இவை அனைத்துக்கும் சில அனாதை குழந்தைகளுக்கு முதற்கண் நன்றியைச் சொல்ல வேண்டும்.

இவை அனைத்தும் கிழக்கிந்திய நிறுவனம் ஒரு சிக்கலில் சிக்கியபோது தொடங்கியது. மைசூருடனான போரில் பல பிரிட்டிஷ் வீரர்கள் இறந்தனர். இன்னும் பலர் நோய் எதிர்ப்புச் சக்தி இல்லாமல், ஆசிய நோய்களால் இறந்தனர். அவர்களது குழந்தைகள் கீழ்ப்பாக்கத்திலுள்ள ஜார்ஜ் அனாதை இல்லத்தில் தங்க வைக்கப்பட்டனர். அந்தப் பிரிட்டிஷ் குழந்தைகளின் எதிர்காலம் குறித்து கிழக்கிந்திய நிறுவனம் கவலைப்பட்டது. இந்த இளம் சிறுவர்கள் எதிர்காலத்தில் தங்களைத் தற்காத்துக் கொள்ள அவர்களுக்குச் சில திறன்களைப் பயிற்றுவிக்க வேண்டும் என்று அவர்கள் நினைத்தார்கள்

அதே சமயம் கம்பெனியின் வர்த்தக நோக்கங்களிலும் ஒரு மாற்றம் நிகழ்ந்தது. பத்தொன்பதாம் நூற்றாண்டின் தொடக்கத்தில் முழு இந்திய துணைக்கண்டத்தில் பிரிட்டிஷ் கிழக்கிந்திய நிறுவனம் மேலும் மேலும் நிலப்பரப்பைப் பெற்றது. நிறுவனம் மெதுவாக வர்த்தகத்திலிருந்து ஆட்சிசெய்யும் பொறுப்பை ஏற்றுக் கொள்ளலாம் என்று எண்ணத் தொடங்கியபோது, புதிய பிரதேசத்தைக் கையகப்படுத்தியதன் மூலம், அதன் பிரதேசங்களில் வரைபடங்கள் மற்றும் பிற தகவல்களை வழங்குவதற்குப் பல ஆய்வாளர்கள் மற்றும் வரைபட வல்லுனர்களைப் பணியமர்த்தியது. அவர்கள் வரைபடங்களைத் தயாரிக்கத் தொடர்ந்தபோது, துல்லியமான அளவீடு இல்லாதது கவனிக்கப்பட்டது.

பிரிட்டிஷாருக்கு அவர்களின் கட்டுப்பாட்டில் உள்ள நிலத்தின் துல்லியமான அளவீடுகள் தேவைப்பட்டன. விஞ்ஞான ரீதியாக நிலத்தை அளந்த சர்வேயர்களுக்கான தேவை திடீரென அதிகரித்தது.

வரலாற்றின் தொடக்கத்திலிருந்து சமுதாய வளர்ச்சியில் நில கணக்கெடுப்பு ஒரு அங்கமாக இருந்து வருகிறது. கட்டுமானத்தின் பெரும்பாலான வடிவங்களின் திட்டமிடல் மற்றும் செயல் பாட்டிற்கு இது தேவைப்படுகிறது. இது கட்டடக்கலை போக்குவரத்திலும் பயன்படுத்தப்படுகிறது. ஆனால் ஆங்கிலேயர்கள் அதைச் சரியான அளவீடு மற்றும் நில உரிமைக்கான சட்ட எல்லைகளை வரையறுத்து, நில வருவாயைக் கூட்ட விரும்பினர்.

‘சர்வே எண்’ என்று அழைக்கப்படும் நில அளவீடு ஆதி காலம் போலல்லாமல் எல்லைக் குறியீடுகளுக்கு இடையே உள்ள தூரம் மற்றும் கோணங்களைத் தீர்மானித்துப் பின் அதை வைத்துக் கொண்டு நிலப்பரப்பை வரைபடத்தில் தீர்மானிக்கும் நுட்பம்.

பிரிட்டிஷ் அரசாங்கம் இந்தியாவில் உறுதியாக நிலைநிறுத்தப்பட்ட போது, ராணுவத்தில் பணிபுரிய சர்வேயர்கள் தேவைப்பட்டனர். எனவே, மைக்கேல் டாப்பிங் என்ற பொறியாளர் அளித்த ஆலோசனையின் அடிப்படையில், சர்வே பள்ளி தொடங்க முடிவு செய்யப்பட்டு, 1794ல் செயின்ட் ஜார்ஜ் கோட்டையில் கல்லூரி தொடங்கப்பட்டது.

இறந்த பிரிட்டிஷ் வீரர்களின் அனாதைக் குழந்தைகள் 8 பேருடன் பயிற்சி அளிப்பதே முக்கிய நோக்கமாக இருந்தது. ஆங்கிலத்தில் பாடங்களை வழங்குவதோடு மட்டுமல்லாமல், மாணவர்களுக்கு இந்துஸ்தானியும் கற்பிக்கப்பட்டது. ஆங்கிலேயர்களின் ஆசைகள் குறித்த இந்த ஒரு முடிவிலிருந்து வரலாற்றாசிரியர்கள் நிறையக் கற்றுக்கொள்ள முடியும்.

ஆய்வுப் பள்ளிக்கு அதிர்ஷ்டம். அதை நடத்திய முதல் இரு தலைவர்களும் சிறந்த விஞ்ஞானிகள். மெட்ராஸில் பொறியியல் கல்வியின் தோற்றம் நுங்கம்பாக்கத்தில் உள்ள வானிலை ஆய்வகத்தில் இருந்து வந்தது.

மெட்ராஸ் ஒரு கப்பல் நகரமாக இருப்பதால் வானிலைக்கு அதிக முக்கியத்துவம் கொடுக்கப்பட்டது. வெப்பநிலை மற்றும் மழைப் பதிவு, நகரத்தில் ஆரம்ப காலத்தில் நடந்தது.

மைக்கேல் டாப்பிங் அந்த வேலையைச் சிறப்பாகப் பார்த்துக் கொண்டிருந்தார்.

கோல்டிங்காம் ஒரு கட்டடக் கலைஞராகவும், மிகச்சரியான வடிவியல் விருந்து மண்டபத்தை (இன்றைய ராஜாஜி ஹால்) கட்டியவர்.

சர்வே பள்ளி பெரிதாகவே கோட்டைக்குள் இடம் போதவில்லை. தற்செயலாக நவாபின் கடனை அடைக்க அவரது சேப்பாக்கம் அரண்மனை ஏலத்திற்கு வந்தது. அரசாங்கத்தால் மட்டுமே இவ்வளவு தொகையைச் செலுத்த முடிந்தது. ஆனால் அதை எடுத்துக் கொண்ட பிறகு, அரண்மனை மற்றும் அதன் பெரிய அறைகளை என்ன செய்வது என்று அவர்கள் யோசித்தனர். சர்வே பள்ளியை சிவில் எஞ்ஜினியரிங் கல்லூரியாக விரிவுபடுத்தும்

திட்டமும் அந்த நேரத்தில் சரியாக வந்தது. கல்லூரி, கலாஸ் மஹாலுக்கு மாற்றப்பட்டது. பின்னர் சென்னைப் பல்கலைக் கழகத்துடன் இணைக்கப்பட்டது.

வட இந்தியாவில் ரூர்க்கியில் உள்ள பொறியியல் கல்லூரிக்குப் பிறகு நாட்டில் அமைக்கப்பட்ட இரண்டாவது பொறியியல் கல்லூரி இதுவாகும்

1800, திப்பு சுல்தானின் மீது கிழக்கிந்திய நிறுவனம் வெற்றி பெற்ற சிறிது நேரத்திலேயே, கணக்கெடுப்பில் அனுபவம் பெற்ற வில்லியம் லாம்ப்டன் என்ற காலாட்படை வீரர், தொடர் முக்கோணங்கள் மூலம் துல்லியமாக இந்தியாவை அளவெடுக்கும் முயற்சியில் தீர்வு காண முன்மொழிந்தார்.

இந்தியாவின் பெரிய முக்கோணவியல் ஆய்வு 1802 ஆம் ஆண்டு ஏப்ரல் 10 ஆம் தேதி மெட்ராஸ் அருகே செயின்ட் தாமஸ் மவுண்ட் மேல் தொடங்கியது. தெற்கு முனையில் அவர் முதலில் பார்த்தது பெரும்பாக்கம் மலை.

மெட்ராஸில் பல சர்வேயர்கள் இருப்பதால் லாம்ப்டன் இவ்வளவு பெரிய ஹாப் செய்யத் தூண்டப்பட்டிருக்கலாம். கணக்கெடுப்பு இந்தியாவைத் துல்லியமாக அளவிடுவது மட்டுமல்லாமல், இயற்பியலில் பல விஷயங்களையும் கண்டுபிடித்தது. எடுத்துக்காட்டாக, இது பூமியின் கோளத்தில் வளைவின் அளவைத் தீர்மானிக்கிறது. உலகின் உயரமான மலையையும் தான்.

இந்தியாவின் சீன எல்லை வரை நடைபெற்ற இந்த ஆய்வில் சில நேரங்களில் கணக்கெடுப்பு குழுவில் 700 பேர் இருந்தனர். அவர்களில் பலர் இந்தச் சர்வே பள்ளியைச் சேர்ந்தவர்கள்.

அடையாறு ஆறு மற்றும் கிண்டி வனப்பகுதிக்கு இடையே சுமார் 223 ஏக்கர் நிலத்தைக் கிண்டி பொறியியல் கல்லூரி உள்ளடக்கியுள்ளது.

இந்தக் கல்லூரியைக் கட்டடக் கலைஞர் WA ஜேம்ஸ் இந்தோ சாராசெனிக் பாணி (முகலாய மற்றும் இந்து கட்டடக்கலையின் கலவை) அடிப்படையில் கட்டடத்தை உருவாக்கினார்.

இக்கல்லூரி உலகின் அறிவியல் வளர்ச்சிகளுடன் எப்போதும் தொடர்பில் உள்ளது. உலகப் போரின் போது மின்னணுவியல் முக்கியத்துவம் பெற்றபோது அதற்கென ஒரு துறை அறிமுகப் படுத்தப்பட்டது. கணினி யுகம் வந்தபோது, கல்லூரியின் மென்பொருள் கற்பித்தல் மிகவும் தீவிரமானது.

கணினி முதல் தோல் உற்பத்தி வரை, ரசாயனம் முதல் சிவில் எஞ்ஜினியரிங் வரை, விண்வெளி முதல் புவியியல் வரை, ஒவ்வொரு பாடமும் இங்குத் தீவிரமாக ஆய்வு செய்யப்பட்டு, மாநிலத்தில் பள்ளித் தேர்வில் முதலிடம் பெற்ற மாணவர்களுக்குக் கற்பிக்கப்படுகிறது.

மாணவர்கள் சேர்வதற்குத் தமிழ்நாட்டின் மிகவும் விருப்பமான பொறியியல் கல்லூரியாக இது மாறியதில் ஆச்சரியமில்லை.

பல விஞ்ஞானிகள் மற்றும் தொழிலதிபர்கள் இங்குப் படித்துள்ளனர். அமுல் பால் பண்ணையை ஆரம்பித்த டாக்டர் வர்கீஸ் குரியன் இங்கு மெக்கானிக்கல் (ஆச்சரியப்படும் விதமாக) படித்தவர்.

1970இல் இந்தப் பொறியியல் கல்லூரியைத் தமிழகத்தின் அனைத்துப் பொறியியல் கல்வியின் மையப் புள்ளியாக மாற்ற முடிவு செய்யப்பட்டது. இதற்கு ‘அண்ணா பல்கலைக்கழகம் என அண்ணாதுரையின் பெயர் சூட்டப்பட்டது.

'ராயல் இன்ஜினியர்ஸ் நிறுவனத்தின் அதிகாரியான ஹென்ரி டேவிஸன் லவ், பொறியியல் கல்லூரியின் முதல்வராக 27 ஆண்டுகள் பணியாற்றியவர். தனது 27 ஆண்டுகாலப் பணியின் போது, அதன் பாடத்திட்டத்தைத் தொடர்ந்து மாற்றியமைப்பதன் மூலம் அவர் முக்கிய பங்களிப்புகளைச் செய்தார்.

1900களின் முற்பகுதியில் மதராஸ் அரசாங்கத்தால் லவ் பண்டைய பதிவுகளில் சிதறிக்கிடக்கும் நிலப்பரப்புக் குறிப்புகளைச் சேகரிக்க நியமிக்கப்பட்டார்.

தற்செயலாக செயின்ட் ஜார்ஜ் கோட்டை காப்பகத்தில், மதிப்புமிக்க மற்றும் இதுவரை வெளியிடப்படாத தகவல்களின் மிகுதியைக் கண்டறிந்தார்.

அவற்றைக் கொண்டு 1640-1800 மெட்ராஸ் வரலாற்றை வெளியிடுமாறு அவர் மெட்ராஸ் அரசாங்கங்கத்தை வற்புறுத்த, 1913இல் சுமார் 600 பக்கங்கள் கொண்ட மூன்று தொகுதிகளாகப் புத்தகம் வெளியிடப்பட்டது. ‘வெஸ்டீஜஸ் ஆஃப் ஓல்ட் மெட்ராஸ்’ சரித்திர ஆய்வாளர்களுக்கு ஒரு புது மெட்ராஸைக் காட்டியது என்று தான் சொல்லவேண்டும்.

40

குதிரை ஓட்ட மைதானம்

5000 ஆண்டுகளுக்கு முன்பு கஜகிஸ்தானில் குதிரைகள் மனிதனால் அடக்கப்பட்டன. முக்கியமாக அவை போரில் உபயோகப்படும் என்பதால் தான் இந்த முயற்சி.

ஆனால் மனிதக்குலம் எப்போது குதிரைகளால் ஈர்க்கப்பட்டதோ, அப்போதே குதிரைகளை ஒன்றோடொன்று பந்தயத்தில் ஓடவிட்டு அவற்றின் பிடரி ரோமங்கள் காற்றில் பறக்கும் காட்சியைக்கண்டு மனிதர்கள் பரவசத்தில் ஆழ்ந்தனர்.

குதிரைப் பந்தயம் அனைத்து விளையாட்டுகளிலும் மிகவும் பழமையான ஒன்றாகும். 2500 ஆண்டுகளுக்கு முன்பு கிரேக்க ஒலிம்பிக்கில் குதிரைப் பந்தயம் இருந்ததற்குச் சான்றுகள் உள்ளன. பண்டைய காலங்களிலிருந்து உலகம் முழுவதும் உள்ள நாகரிகங்களிலும் நடைமுறையில் இருந்தது. அதன் அடிப்படை விதிகளும் குறைந்தபட்சம் தொடக்கக் காலத்திலிருந்தே பெரும்பாலும் மாறாமல் உள்ளது. ஆனால் முக்கியமாகப் பழங்காலத்திலிருந்தே இது சூதாட்டத்தை ஊக்குவிப்பதாகக் குற்றம் சாட்டப்பட்டது.

1777 ஆம் ஆண்டு ஜார்ஜ் வாஷிங்டன் அமெரிக்காவின் சுதந்திரத்தை நிறுவுவதற்காகச் சண்டையிட்ட காலம். அப்போது தில்லியில் முகலாயர்கள் ஆண்டனர். அப்போதுதான் துணைக்கண்டத்தில் வேறு எங்கும் இல்லாத வகையில், மெட்ராஸில் மக்களின் மகிழ்ச்சிக்காகக் குதிரைகள் ஓடத் தொடங்கின.

பெரும்பாலான ஆங்கிலேயர்கள் குதிரை ஓட்ட விளையாட்டை ஊக்கப்படுத்தினர். எதிரிகளின் அச்சுறுத்தல் இருந்தபோது கோட்டைக்கு அடுத்ததாகத் தீவில் பந்தயங்கள் நடத்தப்பட்டன. எதிரி தென்படுகிறான் என்று எச்சரிக்கை வந்தால், மனிதர்களும் குதிரைகளும் மூட்டை முடிச்சைக் கட்டிக் கொண்டு கோட்டைச் சுவர்களின் பாதுகாப்பிற்குள் விரைந்து செல்லவே இந்த ஏற்பாடு.

பின்பு குதிரைப் பந்தயம் செயின்ட் தாமஸ் மலைக்கு அருகில் நடந்தது. இன்று அவ்விடமோ ராணுவத்தின் கட்டுப்பாட்டில் இருக்கும் போலோ மைதானம்.

நெரிசலான சென்னை நகரம் இன்னும் உலகின் மிகப்பெரிய நகர்ப்புறக் குதிரைப் பந்தய மைதானங்களில் ஒன்றைக் கொண்டிருப்பதால் மக்கள் ஆச்சரியப்படலாம். ஆனால் அது உருவானபோது ரேஸ்கோர்ஸ் பகுதி நெல் வயல்களாலும் போர்க்களங்களாலும் சூழப்பட்டிருந்தது. அதிர்ஷ்டவசமாக, இன்றும் கூட, மெட்ராஸ் நகரத்தின் மிகப்பெரிய திறந்தவெளிகளில் ஒன்றாக இந்தக் குதிரைப் பந்தய மைதானம் உள்ளது.

கிண்டி என்பது 1777 ஆம் ஆண்டிலேயே குதிரைப் பந்தயத்திற்காக ஒதுக்கப்பட்ட பகுதியாகும். 22 ஜூன் 1825 தேதியிட்ட செங்கல்பட்டின் அப்போதைய ஆட்சியர் எழுதிய கடிதத்தின்படி.

பந்தய மைதானம் அமைப்பதற்காக வேளச்சேரி மற்றும் வெங்கடாபுரம் கிராமங்களில் இருந்து 81 காணி நிலங்கள்

கையகப்படுத்தப்பட்டன. ரேஸ் கோர்ஸ், அடையாறு ஆறு மற்றும் கிண்டி காடு ஆகிய இரண்டுக்கும் நடுவே அமைக்கப்பெற்றது.

ஆரம்பத்தில் வெள்ளைக்காரர்கள் மட்டும் கலந்து கொள்ளலாம் என்ற விதிமுறை இருந்தது. ஆரம்ப ஆண்டுகளில் பந்தயம் காலை ஆறு மணிக்குத் தொடங்கி பத்து மணிக்கு முடிவடைந்தது, இதனால் மக்கள் வேலைக்குச் செல்லவும் சாத்தியமாக இருந்தது.

பிரெஞ்சு மற்றும் மைசூர் (திப்புசுல்தான்) படையெடுப்பு அச்சுறுத்தல் எப்போதும் இருந்ததால் எதிரிகளை அடக்கிய பின்னரே குடும்பங்கள் ரேஸ் கோர்ஸுக்கு வர அனுமதிக்கப் பட்டன. ஏறக்குறைய 1790 முதல், பந்தய மைதானத்தில் மக்கள் கூடியிருந்த அசெம்பிளி அறைகள் நகரத்தின் முக்கிய பொழுது போக்கு இடமாக இருந்தது.

வெயில் காலத்தைத் தவிர்த்துக் குளிர்ந்த பருவத்தில், கோட்டையில் வசிக்கும் பெண்கள் கலந்துகொண்டு பந்தயங்கள் நடந்தன. மாலை நேரங்கள் நடனம் மற்றும் பாடல்கள் நிறைந்ததாக இருந்தது.

ரயிலின் சத்தம் குதிரைகளைப் பயமுறுத்தக்கூடும் என்பதால், ரேஸ் கோர்ஸ் அருகே ரயில் பாதைக்கான ஆரம்பத் திட்டம் ஆங்கிலேயர்களால் கைவிடப்பட்டது. பிற்காலத்தில் எதிர்ப்புகளை மீறி ரயில் தடங்கள் வந்தன.

மெட்ராஸில் முதல் சினிமா நிகழ்ச்சி ஸ்டீவென்சன் நடத்திய குறும்படக்காட்சி தான். விக்டோரியா அரங்கில் நடந்த இந்தக் காட்சியில் கிண்டியில் ஓடும் குதிரைகள் காட்டப்பட்டன. கிண்டியே மெட்ராஸில் படமாக்கப்பட்ட முதல் இடமாக அமைந்தது.

காலங்கள் செல்லச் செல்ல இந்தியர்களுள் உயர் அடுக்கைச் சேர்ந்தவர்கள் குதிரைப் பந்தய மைதானத்துக்குள் அனுமதிக்கப் பட்டார்கள். விரைவில் அந்த ரேஸ்கிளப்பே அவர்களுக்கு இரண்டாவது வீடு போலானது. மகாராஜாக்கள் மற்றும் ஜமீன்தார்கள் பந்தயத்தை ஆதரித்தனர். பரோடா போன்ற தொலைதூர மாநிலங்களின் மன்னர்கள் தங்கள் குதிரைகளைப் பந்தயங்களில் போட்டியிட வைப்பார்கள்.

1920 ஆம் ஆண்டில், பந்தய மைதானத்தின் உள்கட்டமைப்பு வளர்ச்சிக்கு ஜமீன்தார்களின் பங்களிப்பு கணிசமானது. போபில்லி மற்றும் வெங்கடகிரி ஜமீன்தார்களால் இரண்டு பார்வையாளர் அரங்குகள் கட்டப்பட்டன.

ஒவ்வொரு பந்தய சீசனிலும், அனைத்து முக்கிய நபர்கள் கிண்டி

ரேஸ்கோர்ஸில் கூடுவார்கள். ராஜாக்கள், ராணிகள், ஜமீன்தார்கள் மற்றும் தொழிலதிபர்கள் சிலர் தங்கள் சொந்தக் குதிரைகளைப் பந்தயங்களில் ஓட்டுவார்கள். பலரும் சூதாடுவார்கள். ஆனால் பெரும்பாலானோர் நண்பர்களைச் சந்திப்பதற்காக வந்து மகிழ்ந்தனர். பந்தயங்களைப் பார்க்கவில்லை என்றாலும், அவர்கள் வியாபாரம் பேச வந்தார்கள்.

சில சமயங்களில் அரச திருமணங்களும் இங்கு நிச்சயிக்கப்பட்டன. இந்தியாவின் பணக்கார மன்னன் பரோடாவின் கெய்க்வாட் தனது குதிரைகளைக் கிண்டியில் ஓட விடுவதற்காக வருடா வருடம் வருவார். அப்படி அவர் வந்தபோதுதான் வுய்யூரின் ஜமீந்தார் மனைவியான சீதாதேவியைச் சந்தித்தார். அவள் மூன்று குழந்தைகளுக்குத் தாய் என்பது ஓர் அழகை ரசிக்கும் அரசருக்குப் பொருட்டல்ல. பரோடாவிலும் சரி மெட்ராஸ் மாகாணத்திலும் சரி, இரண்டாவது திருமணம் செய்து கொள்வது தடைப்பட்டிருந்தது என்பதும் கவலை கொடுக்கவில்லை. ஒரு சர்ச்சைக்குரிய செயலில் அவர்கள் காதலித்துத் திருமணம் செய்து கொண்டனர்.

1875 ஆம் ஆண்டு வேல்ஸ் இளவரசர், விக்டோரியா ராணியின் மகனான ஏழாம் எட்வர்ட், இங்கு விஜயம் செய்து குதிரைகள் ஓடுவதைப் பார்வையிட்டார்.

குதிரைப் பந்தயத்துக்கு முதல் எதிரி போர் தான். மெட்ராஸுக்கு எதிரி அச்சுறுத்தல் இருந்தபோது குதிரைப் பந்தயம் நடக்கவில்லை. மைசூர் போர்களின் போதும், முதல் உலகப் போரின் போதும் இந்த விளையாட்டு பின்னடைவைச் சந்தித்தது.

இன்றும் தமிழகத்தில் சூதாட்டம் சட்டப்பூர்வமாக அனுமதிக்கப் படும் ஒரே விளையாட்டு குதிரைப் பந்தயம் தான்.

ரேஸ்கோர்ஸ்தான் உலகில் ஜனநாயகம் நிலைபெற்றிருக்கும் இடம். நுழைவதற்கு எந்தத் தடையும் இல்லாமல், சமுதாயத்தின் அனைத்து அடுக்குகளிலிருந்து சூதாட்ட உள்ளுணர்வு கொண்ட எவரும் நேராகக் கிண்டி நோக்கிச் செல்லலாம். பந்தய நாட்களில் நகரமே காலியாகி மைதானத்தில் கூடிய பிரமையை ஏற்படுத்திய காலமும் உண்டு.

கிண்டி என்பது நகரத்தில் சம்பாதித்த அல்லது கடன் வாங்கிய அனைத்துச் செல்வங்களும் ஒரு தடயமும் இல்லாமல் மூழ்கிவிடும் ஆழம் தெரியாத குழி என்று அதன் எதிர்ப்பாளர்கள் சொல்லிய காலமுண்டு.

பார்வையாளர்களின் கைகளிலிருந்து எவ்வளவு பணம் பந்தயத்தில் செல்கிறது என்பது உண்மையில் அதிர்ச்சியளிக்கக் கூடியது..

குதிரை ஓடுவதை விட வேகமாகப் பணத்தை இழந்த சாமானியர்களின் துயரத்தைக் கண்டு கருணாநிதி அரசு குதிரைப் பந்தயத்திற்குத் தடை விதித்தது. அந்தத் தைரியமான காரியத்தின் நினைவுச் சின்னமாகத்தான் அண்ணா மேம்பாலம் அருகே மவுண்ட்ரோட்டில் இரண்டு சிலைகளை வைத்தனர். குதிக்கும் குதிரையைத் தடுத்து நிறுத்திய ஒரு மனிதனின் சிலை அது. ஆனால் ஓராண்டுக்குக்குள் தடைக்குத் தடை விதித்து மெட்ராஸில் எஞ்சியிருக்கும் பழமையான நிறுவனங்களில் ஒன்றை நீதிமன்றங்கள் காப்பாற்றின. ஆனால் சிலைகள் எப்படியும் நிறுவப்பட்டது, பட்டது தான்.

1980 களில் மற்றொரு சட்டமன்றத் தலையீட்டின் ஒரு குறுகிய காலத்தைத் தவிர, குதிரைப் பந்தயம் தொடர்ந்து நடந்தது. இடையிடையே குறுக்கீடுகள் மற்றும் பின்னடைவுகள் இருந்த போதிலும் சுமார் 240 ஆண்டுகளாகக் குதிரைப் பந்தயங்கள் நடத்துகிறது.

வெள்ளையரின் ஆதிக்கம் குறைந்தவுடன், ஒரு வணிகரின் குடும்பம் இந்தக் குதிரைப் பந்தய நடவடிக்கைகளில் ஆதிக்கம் செலுத்தியது. அது இன்று வரை தொடர்கிறது.

அண்ணாமலை செட்டியாரின் குடும்பம் குதிரை வைத்திருப்பதிலும் பந்தயத்திலும் மிகுந்த ஆர்வம் காட்டினர். அவர்களின் ஆதரவுடன் தான் ரேஸ் கிளப் பெரிய உயரத்தை எட்டியது.

இன்று ரேஸ் கோர்ஸ் மெட்ராஸின் வேகமாக வளர்ந்து வரும் பகுதியின் நடுவே ஒரு பெரிய பசுமையான இடம். குதிரைகள் மைதானத்தின் விளிம்பில் உள்ள தடங்களில் ஓடுகின்றன. கோல்ஃப் வீரர்கள் நடுவில் உள்ள புல்வெளியைப் பயன்படுத்துகின்றனர். ரேஸ் கோர்ஸின் பசுமையான காட்சியை அனுபவிக்க இப்போது எல்லாப் பக்கங்களிலும் உயரமான கட்டடங்கள் உள்ளன

41

சேப்பாக்கம் கிரிக்கெட் மைதானம்

கோட்டையைத் தவிர, சென்னையின் குடியிருப்புகளில் மிகப் பழமையான பகுதி சேப்பாக்கம். மெட்ராஸுக்கு அடிக்கல் நாட்டிய தினம் முதல் சேப்பாக்கம், மசூலா மீனவர்களின் குடியிருப்புப் பகுதியாக இருந்தது. நகரத்தை நிறுவியவர்களுடன் மசூலிப் பட்டினத்திலிருந்து மெட்ராஸுக்கு வந்த அவர்கள் நகரத்தின் முதல் குடிமக்கள் ஆவர். கோட்டையின் நெரிசலைக் குறைக்க, மெட்ராஸ் கவர்னர் எட்வர்ட் கிளைவ் சுங்க அலுவலகத்தைக் கோட்டையிலிருந்து வடக்கே மாற்றியபோது, ??கப்பல்கள் அதற்கு

எதிரே நின்றன. 2 மைல்களுக்கு அப்பால் நங்கூரமிட்டிருந்த கப்பலில் இருந்து பொருள்களைக் கொண்டு செல்வதையே பிரதான தொழிலாகக் கொண்ட மசூலா மீனவர்கள், தினமும் பயணிக்க முடியாமல் கஷ்டப்பட்டனர்

கோட்டைக்கு வடக்கே தங்களுடைய குடியிருப்புகளைக் கட்டுவதற்கு புதிய இடம் கோரினர். அவர்களுக்கு ராயபுரம் ஒதுக்கப்பட்டது. சேப்பாக்கம் காலியானது. அப்போது பார்த்து கோட்டைக்குள் வாழ அனுமதி கேட்ட ஆற்காடு நவாப் இங்கு அரண்மனை கட்டும்படி கம்பெனியால் கேட்டுக்கொள்ளப்பட்டார்

சேப்பாக்கத்திற்குக் காலனித்துவ மற்றும் ஆற்காடு வரலாறு அதிகம் என்றாலும் இன்று அது ஒரே ஒரு வார்த்தைக்கு மட்டுமே அறியப்படுகிறது - கிரிக்கெட்!

கிரிக்கெட் ஓர் அசுரன் போன்றது, இது மற்ற விளையாட்டுகளில் மக்களின் ஆர்வத்தை விழுங்கிவிட்டது என்று குற்றம் சாட்டுபவர்கள் பலர். இன்றும் ஒலிம்பிக் போன்ற போட்டிகளில் கிரிக்கெட் விளையாடாத நாடுகள் மட்டுமே அதிகப் பதக்கங்களைப் பெறுகின்றன.

இங்கிலாந்தில் பல தலைமுறைகளாகக் கிரிக்கெட் ஒரு குழந்தைகளின் விளையாட்டாக மட்டுமே இருந்தது. 17 ஆம் நூற்றாண்டின் தொடக்கத்தில் இருந்து பெரியவர்களால் கிரிக்கெட் விளையாடப்படுகிறது என்று பொதுவாக நம்பப்படுகிறது.

மற்ற நாடுகளை விட கிரிக்கெட் இந்தியாவிற்கு முன்பே வந்தது. அனைத்துப் பிரிட்டிஷ் ராணுவப் பகுதிகளிலும் கிரிக்கெட் மைதானங்கள் இருந்தன

கிரிக்கெட் விளையாட்டு 16 ஆம் நூற்றாண்டின் பிற்பகுதியில் தொடங்கிய வரலாற்றைக் கொண்டுள்ளது. இங்கிலாந்தில் தோன்றிய இது, கிழக்கிந்திய நிறுவனத்தின் விரிவாக்கத்துடன் சர்வதேச அளவில் பிரபலமான விளையாட்டாக மாறியது.

1768 முதல் 1855 வரை ஆற்காடு நவாப்பின் வசிப்பிடமான சேப்பாக்கம் அரண்மனையின் மைதானம் அவ்வப்போது ஆங்கிலேயரால் கிரிக்கெட் விளையாட உபயோகிக்கப்பட்டது இன்று இருக்கும் ஸ்டேடியத்தின் நுழைவாயிலில் உள்ள மூன்று இந்தோ சாராசெனிக் பாணி தூண்கள் பழைய அரண்மனை மைதானத்தின் கடைசி எச்சங்களாகும். இத்தூண்கள் நவாப் முகமது அலி கான் வாலாஜாவின் ஆட்சிக்கு முந்தையவை.

நவாப் திவாலான பின்பு அரண்மனையை ரூ.589,000க்கு ஏலத்தில் வாங்கியது கம்பெனி. 1865 ஆம் ஆண்டு அரண்மனை மைதானத்தில் கிரிக்கெட்டைத் தரிசிக்க பிரத்யேகக் கட்டடம் கட்ட சென்னை கிரிக்கெட் கிளப்புக்கு அரசு அனுமதி வழங்கியது. 1866 ஆம் ஆண்டு இந்தப் பெவிலியன் கட்டி முடிக்கப்பட்டது. கட்டட வல்லுனர் ராபர்ட் பெலோஸ் சிஷோல்ம் மெட்ராஸ் கிரிக்கெட் கிளப்பை வடிவமைத்தார். மைதானத்தைச் சுற்றி அரங்கம் இல்லை, கிரிக்கெட் மைதானம் மட்டுமே. ஒவ்வொரு போட்டிக்கும் அதைச் சுற்றி தற்காலிக மூங்கில் மற்றும் சவுக்கு கம்புகளால் அரங்கம் அமைக்கப்படும்.

1916 ஆம் ஆண்டு நிறுவப்பட்ட இது, கொல்கத்தாவில் உள்ள ஈடன் கார்டனுக்குப் பிறகு நாட்டின் இரண்டாவது பழமையான கிரிக்கெட் மைதானமாகும்.

முதலில் 'எம்.சி.சி அரங்கு' என்றும் 'பழைய பொறியியல் கல்லூரி வளாகம்' என்றும் பின்னர் அரங்கம் கட்டி முடிக்கப்பட்ட பின் 'சிதம்பரம் அரங்கு' என்றும் அழைக்கப்பட்டது. ஆனால் பொதுவாக 'சேப்பாக் ஸ்டேடியம்' என்றே உலகம் முழுவதும் அழைக்கின்றனர்

ஆரம்பக் காலத்தில் வெள்ளையர்களுக்கு மட்டுமே விளையாட அனுமதியுண்டு. அதை மாற்றியமைத்தவர் புச்சிபாபு என்ற செல்வந்தர். மயிலாப்பூரில் வாழ்ந்த புச்சி பாபு நாயுடு ஒரு பணக்கார துபாஷ் குடும்பத்திற்குத் தத்தெடுக்கப்பட்டார். பணக்காரக் குடும்பங்கள் கவர்னெஸ் என்றழைக்கப்பட்ட ஐரோப்பிய ஆயாக்களைக் குழந்தைப் பராமரிப்பிற்காக வைத்திருந்தனர்

இவர்கள் எல்லாம் மாலை நேரத்தில் குழந்தைகளை அழைத்துச் சென்று சேப்பாக்கம் மைதானத்தின் ஓரத்தில் ஒன்று கூடுவார்கள். ஓர் இளம் புச்சி ஐரோப்பியர்கள் விளையாடும் கிரிக்கெட்டால் ஈர்க்கப்பட்டார், ஆனால் இந்தியர்கள் இந்த மைதானத்தில் விளையாட அனுமதிக்கப்படவில்லை என்பது அவரை உறுத்தியது.

பின்னர் பெரும் முயற்சி செய்து புச்சி பாபு தன் வாழ்நாளில் அதை நிகழ்த்திக் காட்டினார். இன்று சர்வதேச அளவில் இந்தியா இந்த விளையாட்டில் முதலிடம் பெற்றிருப்பது அவரது முயற்சியால் என்று சொல்லலாம்.

1915ஆம் ஆண்டின் கடைசி நாளில், ஐரோப்பியர்களுக்கும் இந்தியர்களுக்கும் இடையிலான பிரசிடென்சி போட்டி முதல்

அதிகாரப்பூர்வப் போட்டியாக நடைபெற்றது. பிரசிடென்சி போட்டிகள் தொடங்கியதில் இருந்து மாநிலத்தில் இந்த சேப்பாக்கம் மைதானம் கிரிக்கெட்டின் முக்கிய தளமாக மாறியது.

இந்த மைதானத்தில் விளையாடிய நாட்டின் முதல் ரஞ்சி டிராபி போட்டியில் வரலாறு படைக்கப்பட்டது. ஏஜி ராம் சிங், 11 விக்கெட்டுகளுடன் மெட்ராஸ் பந்துவீச்சில் மைசூர் அணிக்கு எதிராக ஒரே நாளில் வெற்றி பெற்றது மெட்ராஸ்.

இங்கு விளையாடிய முதல் டெஸ்ட் 1933-34 இல் டக்ளஸ் ஜார்டினின் இங்கிலாந்து மற்றும் சிகே நாயுடுவின் இந்தியா இடையே நடைபெற்றது.

1951-52ல் இங்கிலாந்தை இன்னிங்ஸ் மற்றும் 8 ரன்கள் வித்தியாசத்தில் தோற்கடித்ததன் மூலம் இந்தியா தனது முதல் டெஸ்ட் வெற்றியைப் பதிவு செய்ததும் இங்கு தான்.

1986 ஆம் ஆண்டு சேப்பாக்கத்தில் நடைபெற்ற இந்தியா - ஆஸ்திரேலியா போட்டி, விளையாட்டு வரலாற்றில் சமன் செய்யப்பட்ட இரண்டாவது டெஸ்ட் போட்டியாகும்

பொங்கல் அறுவடைத் திருநாளை ஒட்டி, பொங்கல் டெஸ்ட் என அழைக்கப்படும் டெஸ்ட் போட்டியை ஜனவரி இரண்டாவது வாரத்தில் சென்னையில் நடத்துவது வழக்கம்.

சில அறியப்படாத காரணங்களுக்காகப் போட்டிகள் பூங்கா நகரத்தில் உள்ள மாநகராட்சி நிலையத்திற்கு மாற்றப்பட்டன

ராஜா ஸர் அண்ணாமலை செட்டியாரின் இரண்டாவது மகன் எம்.ஏ. சிதம்பரம். ராஜா மெட்ராஸில் இசை மற்றும் கல்வி நிகழ்வுகளைக் கணிசமாக மாற்றியவர். அவரது மகன் எம்.ஏ. சிதம்பரம் 1956 இல் இந்தியாவில் உள்ள இந்திய கிரிக்கெட் கட்டுப்பாட்டு வாரியத்தின் (BCCI) துணைத் தலைவரானார்.

எம்.ஏ. சிதம்பரம் தமிழ்நாடு கிரிக்கெட் சங்கத்தின் (TNCA) தலைவராக 32 ஆண்டுகள் இருந்தார். சேப்பாக்கத்தில் உள்ள கிளப் மைதானத்தில் கான்கிரீட் அரங்கைக் கட்டுவது என முன்மொழிந்தார். அதன் தொடர்பாக டிஎன்சிஏ மற்றும் மெட்ராஸ் கிரிக்கெட் கிளப் இடையே நடந்த பேச்சுவார்த்தையில் அவர் முக்கியப் பங்கு வகித்தார். 1980 ஆம் ஆண்டு கட்டி முடிக்கப்பட்ட இந்த மைதானம் பின்னர் அவரது நினைவாக எம்.ஏ. சிதம்பரம் மைதானம் எனப் பெயரிடப்பட்டது.

மைதானத்தின் மொத்தப் பரப்பளவு 752,000 சதுர அடி. முழுவதும் அரசுக்குச் சொந்தமான நிலம். மைதானம் அரசாங்கத்திற்கும் கிரிக்கெட் சங்கத்திற்கும் இடையே குத்தகை ஒப்பந்தத்தின் கீழ் உள்ளது.

கிரிக்கெட்டை மட்டுமே ரசிக்கும் கூட்டம் ஒவ்வொரு போட்டியிலும் இந்த மைதானத்தில் குவிகிறது. பாகிஸ்தான் இந்தியாவை வென்றாலும் கூட, நின்று கைதட்டி ஆரவாரம் செய்யும் ஒரே கூட்டம் இதுவாக இருக்கலாம்

கிரிக்கெட் 21 ஆம் நூற்றாண்டில் ஒரு பெரிய பணம் புரளும் வணிகமாக மாறியது, வீரர்களை மக்கள் கடவுள்கள்போல நடத்துகிறார்கள். சினிமாக்காரர்களுக்கே இருந்த புகழ்ச்சி யெல்லாம் கிரிக்கெட்டில் விளையாடும் வீரர்களுக்கும் கிடைத்தது. அதுபோல சேப்பாக்கம் அரங்கும் உலகப் பிரசித்தி பெற்றுவிட்டது.

இது தமிழ்நாடு கிரிக்கெட் அணி மற்றும் சென்னை சூப்பர் கிங்ஸின் பிரதான மைதானமாகும்.

42

கபாலீஸ்வரர் கோயில்

அறுபத்து மூன்று நாயன்மார்களில் ஒருவரான வாயிலார் நாயனார் மயிலாப்பூரில் பிறந்து விவசாயியாக வாழ்ந்தவர்.

அறுபத்து மூன்று நாயன்மார்களின் சரிதத்தைச் சொல்லும் பெரியபுராணம், வாயிலார் நாயனார் அத்தியாயத்தில் ஒரு பணக்கார நகரத்தையும் அதன் துறைமுகத்தையும் குறித்து விவரிக்கின்றது

பல தேசங்களிலிருந்து வரும் வணிகர்களின் கப்பல்களில் இருந்து

இறக்கப்படும் யானைகள் மயிலாப்பூரில் உள்ள எருமைக் கன்றுகளை விட ஒப்பீட்டளவில் சிறியதாக இருக்கும் என்று பெரியபுராணம் மயிலையின் வளத்தைப் புகழ்கின்றது.

மயிலையில் இன்று துறைமுகம் இல்லை. ஆனால் ஒரு காலத்தில் கோட்டைகளுக்கும் போர்க்களங்களுக்கும் பெயர்போனது இவ்வூர்.

முகலாயப் பேரரசர் ஔரங்கசீப் தனது காசுகளை இங்கு அச்சிட்டார். தனது பெயரை நாணயத்தில் கொண்ட மெட்ராஸின் உட்பகுதிகள் மிக அரிது. அதில் மயிலையும் ஒன்று.

கச்சேரி என்ற கோல்கொண்டா நீதிமன்றம் / காவல் நிலையம் இங்கு இருந்தது.

ஆனால் மயிலாப்பூரின் இந்த இடத்துக்கு ஆணிவேராகத் திகழ்வது கோயில்கள்.

கோபம் கொண்ட சிவபெருமானை அம்மன் மயிலாக வழிபட்டதால் மயிலாப்பூர் என்று பெயர் வந்தது. இதே போன்ற புராணம் கொண்ட மற்றொரு கோயில் மாயவரம். ஆரம்பக்கால வரலாற்றின் ஒரு கட்டத்தில் சிவனை அவரது மூர்க்கமான வடிவில் வழிபடும் காபாலிகர்களால் இந்த ஆலயம் ஆதரிக்கப்பட்டிருக்கலாம். இக்கோயிலின் தாய் தெய்வம் கற்பகாம்பாள். கற்பகம் மரம் அனைத்து விருப்பங்களையும் வழங்கும் மரம் என்று நம்பப்படுகிறது.

அருணகிரிநாதர் இங்குள்ள சிங்கார வேலன் மீது 10க்கும் மேற்பட்ட பாடல்களைப் பாடியுள்ளார். அவர் குறிப்பிடுகிற மாந்தோப்பு, பலாத்தோப்பு போன்ற சில இடங்கள் மயிலாப்பூரில் இன்னும் உள்ளன.

1300 வருடங்களுக்கு முன் திருஞானசம்பந்தர் சிறுவனாக இங்கு வந்தார். பத்து பாடல் கொண்ட பதிகம் ஒன்றைப் பாடி, பாம்பு தீண்டி இறந்த செட்டிப் பெண் பூம்பாவையின் அஸ்தியில் இருந்து அவளை உயிர்த்தெழ வைத்தார்.

மானிடப் பெண்ணான பூம்பாவையின் பெயரைப் பத்து முறை பதிகத்தில் உச்சரித்திருப்பார். தேவாரத்தில் அது வேறு எந்த மானிடருக்கும் கிடைக்காத பெருமை. ஒரு மயிலாப்பூர் பெண்ணுக்குக் கிட்டியது.

மேலும் ஒவ்வொரு பாடலிலும் கோயிலில் கொண்டாடப்படும் மாதாந்திரத் திருவிழா ஒன்றைச் சொல்லி அதைக் கொண்டாட வெளி வர மாட்டாயா பூம்பாவை என்று மன்றாடுவார். 1300 ஆண்டுகளுக்குப் பின்னும் திருஞானசம்பந்தர் தனது பதிகத்தில் குறிப்பிட்டிருக்கும் அந்த விழாக்கள் இன்றளவிலும் கோயிலில் நடக்கின்றன.

ஆனால் தொடர்ந்து 1300 ஆண்டுகளாக இப்படி நடந்ததா என்பது சந்தேகம்தான். மயிலாப்பூர் கபாலீஸ்வரர் கோயிலானது வரலாற்றின் அனைத்து அம்சங்களையும் கண்டுள்ளது. அதைச் சுற்றி நடந்துள்ள போர்கள் மற்றும் அறங்காவலர்களின் தவறான நிர்வாகத்தால் கோயில் அடிக்கடி மூடப்பட்டது. அதன் சொத்துக்களை வெளியாட்கள் ஆக்கிரமித்ததால் அதன் அன்றாட நடவடிக்கைகள் முடங்கிக் கிடந்த காலங்கள் உண்டு.

ஜார்ஜ் கோட்டையிலிருந்து மயிலாப்பூர் விவசாய மற்றும் ஜவுளி நெசவுக் கிராமமாக மட்டுமே காணப்பட்டது. கோட்டைக்கு அத்தியாவசியப் பொருள்களை வழங்குவது அதன் கடமையாக இருந்தது. அடையாற்றைத் தாண்டியவுடன் கண்ட வளமையைப் பற்றிப் பல யாத்திரிகர்கள் சொல்லியுள்ளனர்.

கோயிலைச் சுற்றி 4 மாட வீதிகள் உள்ளன. அவை இப்போது வணிகத் தளங்களாக மாறிவிட்டாலும், ஒரு காலத்தில், சாலையில் போக்குவரத்து பெருகும் முன், தறி அமைத்து வேஷ்டி மற்றும் சிவப்புத் துண்டுகளை நெய்தனர். இவர்களது விநாயகர் கோயில் தெற்கு மாட வீதியில் தற்போதுள்ள உள்ள வெள்ளீஸ்வரர் கோயிலாக மாறியுள்ளது.

ஆங்கிலேயர்கள் மயிலாப்பூர் கிராமத்தைக் கைப்பற்றியபோது அதன் வரலாற்றில் ஒரு புதிய அத்தியாயம் கிடைத்தது. குறிப்பாகக் கபாலீஸ்வரர் கோயில் மேம்படுத்தப்பட்டது. சமயத்தில் இது ஒரு மதிப்புமிக்க கோயிலாக இருந்ததால், கறுப்பர் நகரில் இந்தியர்களிடையே மிகவும் முக்கியமான பதவியை வகித்த கிழக்கிந்திய நிறுவனத்தின் தலைமை வணிகர், கோயிலின் தர்மகர்த்தாவாகப் பொறுப்பேற்றார். அவர்களின் அரசியல் செல்வாக்கு கோயிலுக்கு உதவியது. மாடவீதிகளைக் குறுக்கி வைத்திருந்த ஆக்கிரமிப்பாளர்கள் அகற்றப்பட்டனர். புதிய ஆலயங்கள் உள்ளே கட்டப்பட்டன. அம்மன் கோயில், திருப்பணி செய்யப்பட்டது. இந்தக் கோயிலின் தற்போதைய வடிவத்திற்கும் செழுமைக்கும் அந்த முதலில் வந்த வரிசையில் முத்தையப்ப முதலியார் தான் பொறுப்பு.

தர்மகர்த்தாக்கள் நியமிக்கப்பட்டதிலிருந்து கோயில் முதலியார்களின் கட்டுப்பாட்டில் இருந்தது. தர்மகர்த்தாக்கள் காலத்தில் தான் ஆக்கிரமிக்கப்பட்ட நிலங்கள் மீட்கப்பட்டன. கோயில் சீர் செய்யப்பட்டது. திருவிழாவுக்கு வாகனங்கள் செய்யப்பட்டன. மீண்டும் திருவிழாக்கள் தொடங்கின. குளம் முறையாகத் தோண்டப்பட்டு படிகள் அமைக்கப்பட்டது.

100 அடி உயரமுள்ள கோயிலின் ராஜகோபுரம் மதராஸின் அடையாளமாக மாறியுள்ளது. ஆனால் இது மிகச் சமீபத்தில் 1900 இல் மட்டுமே முடிக்கப்பட்டது. நன்கொடையாளரின் பெயர் தெளிவற்றதாக உள்ளது, ஆனால் பம்மல் சம்பந்த முதலியாரின் பதிவில் ட்ரிப்ளிகேன் செட்டியார் அல்லது கோபுரம் செட்டியார் என்று அழைக்கப்படுகிறார்.

பின்னாளில் தர்மகர்த்தா பொறுப்பு, நாடக மேதை சம்பந்த முதலியார் கடைசி அறங்காவலராக இருந்த பம்மல் குடும்பத்திற்குச் சென்றது. அவர் நீதிபதியாக நியமிக்கப்பட்ட பிறகு, அவர் தார்மீக அடிப்படையில் ராஜினாமா செய்தார். அத்துடன் அறங்காவலர் பதவி நீக்கப்பட்டு கோயிலை அரசாங்கம் கைப்பற்றியது.

ஆதி காலத்தில் கடலோரம் இருந்ததா கோயில் என்று பல சர்ச்சைகள் எழுந்துள்ளன. அது இருந்த இடத்தில் இன்று சாந்தோம் தேவாலயம் இருக்கிறதா என்றும் சிலர் கேட்கிறார்கள். போர்த்துக்கீசிய அராஜகத்தால் அப்படி நிகழ்ந்ததோ என்றும் கேள்விகள் உள்ளன.

1300இல் மார்கோ போலோ சாந்தோம் தேவாலயத்தைப் பார்க்க மயிலை வருகிறார். அவரது எழுத்துகளில் தேவாலயம் பற்றிப் பல குறிப்புகளைக் காண்கிறோம். அதுவும் போர்த்துக்கீசிய வரவுக்கு 200 ஆண்டுகளுக்கு முன்பாகவே! ஊரெங்கும் மயில்கள் உலாவுகின்றன என்றும் கூடுதலாகச் சொல்கிறார்.

1700களில் கோயில் இப்போது இருக்கும் இடத்தில்தான் இருந்தது,. ஆனால் படையெடுக்கும் கொல்கொண்டா சேனையைத் தடுத்து நிறுத்த பிரெஞ்சு வீரர்கள் கோயிலை ஆக்கிரமிக்கிறார்கள். மாட வீதிகளில் கடும் சண்டை நிகழ்கிறது..

ஆற்காடு நவாப் தனது ராஜ்ஜியத்தின் கட்டுப்பாட்டை இழந்த பிறகு, சென்னைக்குச் செல்ல விரும்பினார். சேப்பாக்கத்தில் உள்ள அவரது அரண்மனை கட்டி முடிக்கப்படும்போது அவர் முதலில் மயிலாப்பூரில்தான் வந்து குடியேறினார். அப்போது கோயிலுக்கு

அருகில் இருந்த குளத்தை இந்துக்களிடம் ஒப்படைத்தார். இந்தக் குளம் இன்று மாம்பலமாய் இருக்கும் பெரிய ஏரியில் இருந்து ஓடும் நீரோடையால் நிரம்பி வழிந்தது. சிறிய குளத்தைச் சுற்றி சில முஸ்லீம் ஃபக்கீர்கள் தங்கியிருந்தனர். பல்லாவரம் தர்காவில் நடந்த திருவிழாவிற்கு அவர்கள் செல்ல நவாப் நிதியுதவி செய்தார். அவர்கள் திரும்பி வருவதற்குள் கோயில் குளம் அமைக்கப் பட்டிருந்தது. மெட்ராஸ் முஸ்லிம்கள் தங்கள் முஹர்ரம் பண்டிகையின் போது குளத்தில் குளிப்பதற்கு உரிமை உண்டு.

இந்தக் கோயில் 7 ஆம் நூற்றாண்டில் கட்டப்பட்டது, ஆனால் மீண்டும் மீண்டும் மாற்றியமைக்கப்பட்டது.

இந்தக் கோயிலில் காலை 5:30 மணி முதல் இரவு 10 மணி வரை பல்வேறு நேரங்களில் ஆறு தினசரி பூஜைகள் மற்றும் நான்கு வருடாந்திரத் திருவிழாக்கள் நடைபெறுகின்றன.

கோயிலுக்கு மேற்கே பெரிய தெப்பக்குளம் உள்ளது. அதில் ஆண்டு முழுவதும் தண்ணீர் இருக்கும் என்று சொல்ல முடியாது. மெட்ராஸில் தண்ணீர் வறட்சிக்கு அடையாளமாகக் காய்ந்தும் போய்விடும். 16 தூண்கள் கொண்ட கல் மண்டபம் குளத்தின் மையத்தில் இருக்கிறது.

ஆண்டுக்கு ஒரு முறை கபாலீஸ்வரர் மற்றும் பிற தெய்வங்களின் சிலைகள் தெப்பத்தில் குளத்தில் மிதந்தபடி சுற்றிக் கொண்டு செல்லும். பின் நீராழி மண்டபத்தில் வைக்கப்படும். இந்தக் கோயிலில் அறுபத்துமூவர் திருவிழா மிக முக்கியமான நிகழ்வு.

இந்தக் கோயிலில் ஓர் ஆச்சரியமான சிலை உள்ளது. சுதந்திரப் போராட்டத்தின் போது ஒரு புதுப்பித்தல் நடந்தபோது, ஓர் அநாமதேயச் சிற்பி ஒரு தூணில் பாரதமாதாவின் சிலையைச் செதுக்கினார். கோயில் அரசின் கட்டுப்பாட்டில் இருந்ததால் அதிகாரிகளுக்குத் தெரியாமல் இது நடந்திருக்க வேண்டும், இல்லையென்றால் இது பெரும் கோபத்தை ஏற்படுத்தியிருக்கும். இந்தச் சிலையானது, அன்னை இந்தியக் கொடியைப் பிடித்திருப்பதைக் காட்டுகிறது, பின்னணியில் யானை மற்றும் சிங்கம் உள்ளது.

கோயிலைப் புதுப்பிக்கும் போது கல் தட்டுப்பாடு ஏற்பட்டதால், 2 போர்த்துக்கீசிய கல்லறைக் கற்கள் தரையில் பயன்படுத்தப்பட்டன. அவற்றில் ஒன்று இன்றும் சிங்காரவேலன் கோயிலில் உள்ளது.

தேவாரப் பாடல்களால் புனிதப்படுத்தப்பட்ட 276 சிவாலயங்கள் இந்தியா முழுவதும் உள்ளன. 6 கோயில்கள் மெட்ராஸில் உள்ளன. யாத்ரீகர்களுடன் உள்ளே வருவதற்குச் சுற்றுலாப் பயணிகளுடன் போட்டியிடும் சில கோயில்களில் கபாலி கோயிலும் ஒன்று. இந்தக் கோயிலில் நடக்கும் தேர் தெப்பம் மற்றும் அறுபத்து மூவர் திருவிழாக்கள் லட்சக்கணக்கான மக்கள் கூடும் மெகா நிகழ்வுகள் ஆகும். கபாலீஸ்வரர் கோயில் தினமும் கூட்டம் நிறைந்த ஸ்தலம்.

திருவிழாக்கள் மற்றும் தினசரி பூசைகள் தவிர அன்னதானம், நடனம் மற்றும் பாடல் போன்ற கலாச்சார நடவடிக்கைகள், வேதம் ஓதுதல், பசுக்களைப் பராமரித்தல் போன்ற நடவடிக்கைகளுடன் நாட்டில் மிகச் சிறப்பாக நடத்தப்படும் கோயில்களில் கபாலி கோயிலும் ஒன்று.

ஆர். வெங்கடேஷ்

நாவலாசிரியர் ஆர். வெங்கடேஷ் தமிழகத்தின் தென்கோடியில் உள்ள தேவகோட்டையில் பண்டைய ஜமீன்தார் பரம்பரையைச் சேர்ந்தவர். வரலாற்று ஆய்வுகளில் மிகுந்த ஈடுபாடு உடையவர். சென்னையின் சரித்திரத்தின் மேல் ஆர்வம் கொண்டவர். கூவம் ஆறு, சென்னையில் உலக யுத்தம், சென்னையில் 1940-1950 நடந்த விசேஷ நிகழ்வுகள், சென்னையில் சுதந்திரப் போராட்டம் போன்றவற்றை ஆராய்ந்து வருபவர். அனுஷா வெங்கடேஷ் எனும் பெயரில் சரித்திரப் புதினங்கள் எழுதியிருக்கிறார். பொன்னியின் செல்வனின் தொடர்ச்சியை 'காவிரி மைந்தன்' என்ற பெயரில் எழுதினார் என்பது குறிப்பிடத்தக்கது.

www.ingramcontent.com/pod-product-compliance
Lightning Source LLC
LaVergne TN
LVHW060615051026
849519LV00002B/609